डायल डी फॉर डॉन

आपल्या देशातील अनेक मान्यवर पोलिस अधिकाऱ्यांमध्ये नीरज कुमार यांची गणना होते. दिल्ली विश्वविद्यालयाच्या सेंट स्टीफन महाविद्यालयामधून त्यांनी आपले पदव्युत्तर शिक्षण पूर्ण केले. १९७६मध्ये इंडियन पोलिस सर्व्हिसमध्ये ते रुजू झाले. २०१३मध्ये ते दिल्लीचे पोलिस आयुक्त या पदावरून निवृत्त झाले. त्यापूर्वी त्यांनी सेंट्रल ब्युरो ऑफ इन्व्हेस्टिगेशन (सीबीआय) मध्ये प्रथम डीआयजी म्हणून व नंतर संयुक्त संचालक म्हणूनही काम केले. सीबीआयमधील त्यांच्या ९ वर्षांच्या कार्यकालामध्ये त्यांनी अनेक सनसनाटी केसेसचा तपास केला आणि अनेक आंतरराष्ट्रीय घटनांचाही तपास केला. यामध्ये दहशतवादी घटनांसोबत संघटित गुन्हेगारी, आर्थिक गुन्हे आणि भ्रष्टाचार यांच्याशी संबंधित घटना होत्या. नंतर ते दिल्ली पोलिस दलाच्या स्पेशल सेल या विभागाचे संयुक्त आयुक्तही बनले. या विभागाचे मुख्य काम पाकिस्तानपुरस्कृत दहशतवादी घटना हाताळणे हे होते. शिवाय डायरेक्टर जनरल ऑफ प्रिझन्सच्या दिल्ली विभागाचे महासंचालक म्हणूनही त्यांनी काम पाहिले होते.

३७ वर्षांच्या या चमकदार कारकिर्दीमध्ये कुमार यांनी अनेक प्रकारच्या हाय प्रोफाइल कामगिऱ्या पार पाडल्या आणि याचबरोबर नवीन नेतृत्वविचारही आणले. उदाहरणार्थ, कैद्यांसाठी शिक्षण व नोकरी मिळवून देण्याचे कार्यक्रम आखणे, गुन्हेगारी जगतामध्ये सहजगत्या ओढल्या जाणाऱ्या तरुणांसाठी 'युवा' हा विशेष कार्यक्रम सुरू करणे, तक्रारदारांना आपल्या तक्रारीवर काय काम सुरू आहे हे नियमित कळावे म्हणून 'आपका अपडेट' ही योजना सुरू करणे आणि 'जनसंपर्क' नावाचा सर्वसामान्य जनतेला वरिष्ठ पोलिस अधिकाऱ्यांशी संपर्क साधणे सोपे जावे म्हणून सुरू केलेला एक विशेष कार्यक्रम.

'यु एन कन्व्हेन्शन ऑन ट्रान्सनॅशनल ऑर्गनाइझ्ड क्राइम' या चर्चासत्रामध्ये आणि नंतर अपहरण व खंडणी याला तोंड देण्यासाठी मसुदा तयार करण्यात कुमार यांनी युएनमध्ये भारताचे प्रतिनिधित्व केले होते. १९९३मध्ये भारत सरकारने 'पोलिस मेडल फॉर मेरिटोरियस सर्व्हिस' देऊन त्यांच्या या कार्याची दखल घेतली तसेच १९९९मध्ये त्यांना राष्ट्रपतींचे पोलिस 'मेडल फॉर डिस्टिंग्विश्ड सर्व्हिस'ही देण्यात आले. सध्या कुमार बीसीसीआयच्या (बोर्ड ऑफ कंट्रोल फॉर क्रिकेट इन इंडिया) भ्रष्टाचारविरोधी व सुरक्षा युनिटच्या प्रमुख सल्लागारपदावर कार्यरत आहेत.

स्तुतिपत्रे

'भारताच्या विशेषत: मुंबईच्या गुन्हेगारी जगताची एका जागी खिळवून ठेवणारी कथा नीरज कुमार यांच्या *'डायल डी फॉर डॉन'* या पुस्तकामध्ये वाचायला मिळते... संघटित गुन्हेगारीपासून मॅच-फिक्सिंगपर्यंत आणि थेट दहशतवादी कृत्यांपर्यंत. यातील काही अतिशय सनसनाटी गुन्ह्यांचा तपास करणाऱ्या या अधिकाऱ्याने स्वत:च घटनांचे बारीकसारीक तपशीलांसह वर्णन केले आहे.'

–अरुण पुरी

'नीरज कुमार यांनी त्यांच्या *'डायल डी फॉर डॉन'* या पहिल्याच पुस्तकामध्ये गुन्हेगारी जगाला उखडण्याचे आणि त्याच्या तपासाचे जे वर्णन केले आहे ते जॉन ल कार आणि जेम्स हॅडली चेस यांच्या बरोबरीचे आहे. फरक एवढाच आहे की त्यांच्या या ११ गोष्टी खऱ्याखुऱ्या घडलेल्या आहेत. हे वर्णन भारताच्या गुन्हेगारी जगताच्या इतिहासाचा एक भाग आहे – या कथा आता दंतकथा झालेल्या आहेत. कुमार यांची सहज लेखनशैली, विलक्षण स्मरणशक्ती आणि स्पष्ट हेतू यांमुळे हे पुस्तक अतिशय वाचनीय झाले आहे. वाचकाला हे जग वरवर माहीत तर होते परंतु त्याविषयी खरोखर असे काहीच माहीत नव्हते. स्वतः हाताळलेल्या काही केसेस त्यांनी येथे सांगितल्या आहेत. आपल्या आयुष्याचा एक अविभाज्य भाग बनून राहिलेल्या आणि तरीही आपण त्यापासून खूप दूर राहिलो आहोत अशा एका वास्तवाची ते आपल्याला ओळख करून देतात.'

–सुहेल सेठ

'नीरज कुमारांचे *'डायल डी फॉर डॉन'* हे पुस्तक अतिशय वाचनीय आहे. त्यातील वर्णने धावती आणि कित्येक वेळा अंगावर रोमांच उभी करणारी आहेत. मॅच-फिक्सिंग, दहशतवादी घटना आणि गुन्हेगारी जग यांविषयीच्या स्वत:च्या अनुभवाने मिळवलेली फार मोठी अंतर्दृष्टी या पुस्तकामध्ये दिसून येते. टी-२०च्या वेगाने जाणारे असे हे पुस्तक आहे.'

–रवी शास्त्री

डायल डी फॉर डॉन

सीबीआय मोहिमांच्या पडद्यामागील कथा

नीरज कुमार

माजी पोलीस आयुक्त, दिल्ली

अनुवाद : भारती पांडे

MANJUL

मंजुल पब्लिशिंग हाउस

First published in India by

MANJUL

Manjul Publishing House

Corporate and Editorial Office

• 2nd Floor, Usha Preet Complex, 42 Malviya Nagar, Bhopal 462 003 - India

Sales and Marketing Office

• 7/32, Ansari Road, Daryaganj, New Delhi 110 002 - India

Website: www.manjulindia.com

Distribution Centres

Ahmedabad, Bengaluru, Bhopal, Kolkata, Chennai,
Hyderabad, Mumbai, New Delhi, Pune

Marathi translation of *Dial D for Don* by Neeraj Kumar

Originally published in English
by Penguin Books India and Blue Salt in 2015

This edition first published in 2017

ISBN 978-81-8322-665-3

Translation by Bharti Pande

Printed and bound in India by Manipal Technologies Limited, Manipal

The views and opinions expressed in this book are the author's own and the facts are as reported by him which have been any verified to the extent possible, and the publishers are not in any way liable for the same.

Name of some people have been changed to protect their privacy.

ज्यांना माझा नेहमीच अभिमान वाटायचा आणि आज ते असते तर त्यांना
नक्कीच अभिमान वाटला असता; असे अम्मा व पापा,
कर्तव्यासाठी प्राण देणारे अनाम व विस्मृत
असंख्य पोलिस हुतात्मे,
आणि माझी दोन वर्षांची लाडकी नात ऐश्वर्या,
या सर्वांना प्रस्तुत पुस्तक समर्पित...
ऐश्वर्या मोठी होईल तेव्हा तिचे आजोबा त्यांच्या तरुणपणामध्ये
काय मस्ती करत होते हे तिला कळायलाच हवं ना!

वॉलरस म्हणाला,
'बूट, बोटी आणि चिकटवायचं मेण,
कोबी आणि राजे,
समुद्र इतका उकळत्या पाण्याचा का आहे,
डुकरांना पंख असतात का... आता अशा अनेक गोष्टींबद्दल
बोलायची वेळ आली आहे'

थ्रू द लुकिंग ग्लास
लुइस कॅरल

अनुक्रमणिका

प्रस्तावना

मी जेव्हा पोलिसदलामध्ये भरती झालो तेव्हा आम्हाला असे शिकवण्यात आले होते, की उकलता येणार नाही असा कोणताच गुन्हा नाही. तुम्ही जर एकाग्र मनाने आणि निश्चयाने काम करत असाल तर तुम्ही कोणतेही शिखर काबीज करू शकाल. पंधरा वर्षे मी जेथे काम केले त्या इंटलिजन्स ब्युरोमध्येही ही बाब अगदी स्पष्ट होती की तुम्ही चंग बांधलात तर कोणतेही काम अशक्य नसते. सीबीआयही याहून काही वेगळे नाही हे सीबीआयमध्ये काम करू लागताच मला कळून चुकले. या पुस्तकामध्येही हीच गोष्ट अनेक वेळा सांगण्यात आली आहे. एकामागोमाग कठीण केसेस हाती घेऊन आणि अनेक प्रकारच्या अडचणींना तोंड देऊन त्या यशस्वी रीतीने सोडवल्यावर लेखकाला वाटलेला आनंद वाचकाला प्रत्यक्ष जाणवल्याखेरीज राहत नाही. 'ऑपरेशन डेझर्ट सफारी'मध्ये नीरजने लिहिले आहे की माझ्या आयुष्यातील ही सर्वात रोमांचकारक आणि समाधान देणारी केस होती यात काहीच नवल नाही. शिवाय दाऊद इब्राहीम एवढाच कुप्रसिद्ध माफिया डॉन अब्दुल लतीफ याला पकडल्याबद्दल गुजरात सरकार व गुजरात पोलिसांनी त्याचे व सीबीआयचे अत्यंत कृतज्ञतापूर्वक आभार मानले तेही आनंददायक होते. याकूब मेमनच्या कुटुंबाला त्याने व त्याच्या गटाने अखेरीस दुबईहून परत आणण्यात यश मिळवले तेही विसरता येणारे नाही. या गटाने काही कालानंतर त्याची पत्नी व त्यांची एक महिन्याची मुलगी यांनाही, आयएसआयने उभ्या केलेल्या सर्व अडथळ्यांना पार करून परत आणले. एक सौम्यभाषी, कोणतेही आढेवेढे न घेणारा शांत स्वभावाचा माणूस हीच माझ्या मनातली नीरजची प्रतिमा आहे. परंतु रोमेश शर्मा नावाच्या एका गुन्हेगाराला त्याने जी श्रीमुखात लगावली, त्या घटनेचं कौतुक सर्वजण करतील; अगदी मानव हक्क समितीचा एखादा कट्टर कार्यकर्तादेखील! रोमेश शर्माला नंतर नीरजनेच अटक केली होती.

या पुस्तकातील सर्व कथा (आणि त्या सर्व खऱ्या आहेत हे ध्यानात घ्या) एखाद्या रहस्यकथेसारख्या उत्कंठावर्धक रीतीने सांगितलेल्या आहेत.

या केसेसच्या तपासामध्ये श्वास रोखून सामील होणे आणि त्यांचा अतिशय नाट्यमय यशस्वी शेवट झाल्यावर लेखकाच्या अमाप आनंदामध्ये सहभागी होणे, यांशिवाय वाचकाच्या हाती काही उरतच नाही. नीरज हा नुसता मागे बसून नेतृत्व करणारा अधिकारी नाही; उलट नेहमी आघाडीवर राहून, वेळप्रसंगी जिवाचीही पर्वा न करता तो नेतृत्व करतो हे या कथांमधून पुनःपुन्हा जाणवत राहाते. एखादी केस कुठेतरी अडकून पडली याविषयी सांगतानाची लेखकाची अस्वस्थता आपल्याला जाणवते. अशा वेळी लेखक म्हणतो, ''आता ही केस स्वतः हातात घेऊन तिच्या निपटण्याशिवाय अन्य पर्याय माझ्यासमोर नाही.'' तेव्हादेखील ही अस्वस्थता आपल्याला जाणवतेच. तपासकाम सीआयडीचे असो किंवा पोलिसांचे, प्रत्येक तपासकामात केवळ कौशल्य पुरेसे ठरत नाही. अर्थात, कौशल्य तर उत्तम असायलाच हवे; पण त्यासोबत प्रचंड सहनशक्ती, चिकाटी आणि नशिबाची साथ या बाबीसुद्धा असाव्या लागतात.

इतर केसेसपेक्षा भिन्न असली तरी दादांचा दादा दाऊद इब्राहीमसंबंधीची हकीकतही तेवढीच रोचक आहे. विशेषत: तो व नीरज यांच्यातील वैयक्तिक संभाषणे. पोलिस कॉन्स्टेबलचा मुलगा असणाऱ्या दाऊदला इतर मध्यमवर्गीय किंवा उच्चवर्गीय मुलांना मिळतात तशा सोयीसुविधा मिळाल्या नाहीत. तरीही तो भारताचा सर्वांत मोठा गुन्हेगार बनला, त्याच्याभोवती कुप्रसिद्धीचे एक रहस्यमय असे वलय निर्माण झाले. एवढेच नव्हे तर भारतामध्ये राहणे अशक्य झाले तेव्हा त्याला पाकिस्तानात आश्रय घ्यावा लागला. भारतामध्ये असतानाही त्याने देशातील त्याच्याशी एकनिष्ठ असलेल्या व्यक्तींचे एक अतिशय यशस्वी असे जागतिक आणि अत्यंत सुरळीतपणे काम करणारे असे जाळे बनवले होते. त्यामागे दहशत, त्याच्याविषयीची जरब आणि अखेरीस त्याला वाहिलेली निष्ठा या बाबी समाविष्ट होत्या. दाऊदच्या सर्वांत मोठ्या चुका म्हणजे त्याचे आणि छोटा राजनचे बिनसणे, पाकिस्तानशी हातमिळवणी करणे आणि १९९३च्या मुंबई बॉंबस्फोटांमध्ये महत्त्वाची भूमिका पार पाडणे. या चुका केल्या नसत्या तर तो भारतातील त्याच्या गुन्हेगारी साम्राज्यावर आरामात राज्य करत राहू शकला असता. त्याला पाकिस्तानला पळून जावे लागले नसते. त्याची टोळी मग जगातील सर्वांत शक्तिशाली आणि भीतीदायक टोळी बनली असती, इतर सर्व जागतिक गुन्हेगार जाळ्यांना तो एक आव्हान ठरला असता. अखेरीस तो दुसरातिसरा काहीही उरला नसून पाकिस्तानात अडकून पडलेला, भारतातून पळून गेलेला एक पळपुटा आहे.

हे उत्तम रीतीने लिहिलेले पुस्तक वाचल्यानंतर वाचकांना कळून येईल की सीबीआय ही काही पिंजऱ्यात कैद केलेल्या पक्षासारखी असणारी किंवा केंद्र सरकारची हांजी हांजी करणारी संस्था नाही. जेव्हा नेत्यांना किंवा बाबूंना एखाद्या घटनेमध्ये काही देणेघेणे नसते किंवा ते स्वत: कसल्या दबावाखाली नसतात तेव्हा ते सहसा सीबीआयच्या कामामध्ये ढवळाढवळ करत नाहीत, सीबीआयला आपले काम करू देतात. सर्वसाधारणपणे तर ब्युरो काय काम करतो आहे याविषयीही त्यांना फारसा रस नसतो. परंतु जेव्हा परिस्थिती वेगळी असते तेव्हा मात्र नेते आणि सरकारी बाबू यांना सांभाळताना एजन्सीचे वरिष्ठ अधिकारी मेटाकुटीला येतात.

सीबीआयमध्ये अनेक कमतरता असूनदेखील 'एक विश्वसनीय संस्था' या दृष्टीनेच देश तिच्याकडे पाहतो. म्हणूनच, जवळजवळ सर्वच घटनांची चौकशी सीबीआयनेच करावी अशा सूचना सतत होत असतात. सीबीआय ही एक लहान संस्था आहे, तिच्याकडे फार थोडा कर्मचारी वर्ग आहे आणि तिच्याकडे कामे मात्र भरपूर आहेत हे फारच थोड्या लोकांना माहीत असेल. जेव्हा या संस्थेकडे सनसनाटी किंवा राष्ट्रीय महत्त्वाच्या केसेस सोपवल्या जातात तेव्हा तिला आपले नेहमीचे काम थांबवून संपूर्ण लक्ष त्याच एका विशिष्ट केसवर एकाग्र करावे लागते. आता उदाहरणार्थ राजीव गांधी हत्या प्रकरण पाहा. सीबीआयला आपली चेन्नई, हैद्राबाद, बेंगलुरु आणि तिरुवअनंथपुरम येथील बाकी सर्व कामे बंद करून या विभागांमधील संपूर्ण कर्मचारीवर्ग या केसच्या शोधाकडे वर्ग करावा लागला.

आणखी एक बाब नीरजने पुनःपुन्हा अधोरेखित केली आहे आणि तिचा येथेही उल्लेख करणे आवश्यक आहे. ही बाब म्हणजे जेव्हा एखाद्या केसमध्ये सीबीआय, प्रादेशिक पोलिस, परदेशी पोलिस व/किंवा मुलकी शासन या सर्वांना एकत्रितपणे काम करावे लागते त्यावेळी तेव्हा निर्माण होणारी प्रचंड ऊर्जा. जेव्हा सरकारच्या सर्व शाखा एक समान ध्येय प्राप्त करण्यासाठी हातमिळवणी करतात तेव्हा सर्व अनावश्यक अडचणी सहजपणे दूर केल्या जातात आणि मग मिळालेले यश हे अतिभव्य असे असते.

असे असूनही, नीरजच्या लेखनातून - काहीशी अबोल असली तरीही पोलिसदलातील व सीबीआयमधील बरोबरच्या अधिकाऱ्यांच्या मनातील वैयक्तिक मत्सरामुळे त्याला सहन करावी लागलेली अस्वस्थताही उघड झाली आहे. आपण माणसे किती अपरिपक्व असतो, ईर्ष्या, खोटेपणा आणि निष्कारण

वरचढपणा – आपण सर्व माणसे हे करत राहातो. या सर्व गोष्टींना नीरजने शांतपणे व गंभीरपणे तोंड दिले आहे. आपल्या या आठवणींमध्ये तो कुणाचेही नाव घेण्याचे टाळतो. उलट, योग्य त्या ठिकाणी तो आपल्या सहकाऱ्यांची व कनिष्ठ अधिकाऱ्यांची भरपूर प्रशंसा करतो आणि त्यांचे श्रेयही त्यांना देतो.

या काळामध्ये एक बाब मला कायमच सतावत राहिलेली आहे. तिच्याविषयी येथे सांगणे उचितच ठरेल. ती म्हणजे भारतातील कारागृहे ही सुधारगृहे नाहीत – जशी ती असायला हवीत. येथे गुन्हेगार सुधारायला हवा. याउलट, तुरुंग म्हणजे न्यायालयीन कोठडीतील असो की शिक्षा भोगणारे असोत सर्व गुन्हेगार इतर गुन्हेगारांच्या संपर्कामध्ये येतात आणि त्यांचे परस्परसंबंध निर्माण होऊ लागतात. ते एकमेकांबरोबर माहितीची, कल्पनांची देवाणघेवाण करतात, गुन्हे करण्याचे नवनवे मार्ग, पद्धती शिकतात. अधिक अनुभवी गुन्हेगारांबरोबर त्यांची युती होते, एकाच तुरुंगामध्ये असलेले अगदी नवशिके गुन्हेगारही या जुन्या जाणत्या गुन्हेगारांच्या मार्गदर्शनाखाली गुन्हे करण्यातील आपले कौशल्य अधिक वाढवतात, म्हणजेच, तुरुंग हे अजाणताच अधिक गुन्ह्यांना व गुन्हेगारांना जन्म देणाऱ्या व त्यांच्यातील भाईचारा वाढवणाऱ्या संस्था बनून जातात. शिक्षा भोगून तुरुंगातून बाहेर आल्यानंतर हे गुन्हेगार या बंधुभावाचा चांगला वापर करून घेतात. अशा घातक मैत्रीला उत्तेजन देण्यास अजाणताच परंतु आपली न्यायालयेही कारणीभूत ठरतात. आफताब अन्सारीची केस बघा ('आखाताच्या भेटी' हे प्रकरण पाहावे). त्याला तुरुंगात ठेवण्यात आले होते ते अपहरण व खंडणी उकळणे या आरोपांखाली परंतु तुरुंगामध्ये इतर जिहादी गुन्हेगारांच्या संपर्कात आल्यानंतर तो जिहादी आणि दहशतवादी बनला. आपल्या व्यवस्थेतील या मूलभूत दोषाचा विचार आपल्या सरकारने करायला हवा आणि असे संबंध निर्माणच होणार नाहीत अशा एखाद्या कायम स्वरूपाच्या उपायाचा शोध घ्यायला हवा. जन्मठेप किंवा सात किंवा त्याहून अधिक वर्षांची शिक्षा झालेल्या कैद्यांनाच तेवढे एकत्र ठेवण्याची परवानगी द्यावी, त्यामुळे पहिलाच गुन्हा केलेले गुन्हेगार, किंवा भुरटे गुन्हे करणारे लोक हे त्यांच्या संपर्कातच येणार नाहीत. तुरुंगातून सुटल्यावर हे लोक त्यांच्या टोळ्यांमध्ये सामील होऊ शकणार नाहीत. शिवाय, आपल्या तुरुंगांमध्ये तंत्रज्ञानाचा वापरही अधिक वाढणे आवश्यक आहे. यामुळे अट्टल गुन्हेगारांवर अधिक कडक नजर ठेवता येईल व त्यांच्यापासून या नवशिक्या गुन्हेगारांना दूर ठेवणे सोपे जाईल. तुरुंगाच्या चार भिंतींच्या आत घडणारे गुन्हे आपण नेहमी ऐकत असतो, काहीही झाले तरी त्यांवर नियंत्रण ठेवले गेले पाहिजे.

नीरजच्या आठवणींमध्ये दिसते त्याप्रमाणे, दंगे, विशेषत: जातीय किंवा धर्मीय दंगे हे निश्चितच रागाची एक लहर मनामध्ये सोडून जातात. त्याबरोबर कडवटपणा असतो आणि सूडाची एक प्रखर भावनाही असते. आपल्या देशामध्ये वारंवार घडणाऱ्या अशा जातीय व धर्मीय दंगलीसाठी भारताने मोठी किंमत मोजली आहे आणि अजूनही मोजत आहे. आणि जवळजवळ सर्व वेळा, अल्पसंख्याक व समाजाचे निम्नस्तर यांनाच याचे दु:ख भोगावे लागले आहे. बहुसंख्याक समाज व उच्चस्तरीय समाज हा अधिक शक्तिशाली व संख्येने अधिक असल्याने ते अधिक जोराने प्रहार करू शकतात. या दुर्बल अल्पसंख्याक समाजातील कडवटपणा हा बहुतेकवेळा दहशतवाद्यांना जन्म देतो. असे दिसते.आपल्या देशातील या कमतरतेचा पूर्ण फायदा घेण्यासाठी पाकिस्तान नेहमीच तत्पर असतो. तो आपले नाव खराब करतो आणि अल्पसंख्याकांना भारताविरुद्ध दहशतवादी बनण्यास फूस लावतो. बहुतेक सर्व राजकीय पक्ष–काही पक्ष इतर पक्षांहून अधिक प्रमाणात–मते मिळवून सत्तेमध्ये येण्यासाठी विघटनवादी राजकारणामध्ये गुंतलेले असतात. आपल्या नेत्यांना आपण ज्यांचे प्रतिनिधित्व करतो त्या समाजाविषयी थोडीही चिंता असेल तर त्यांनी आत्मपरीक्षण करून आपली ही वृत्ती बदलणे गरजेचे आहे. एकत्रीकरणामध्येच शहाणपणा आहे. त्यांची मने जिंकता आली तर...

शेवटी, लेखकाने हे संपूर्ण पुस्तक स्वत:च्या अद्भुत स्मरणशक्तीवर आधारून लिहिले आहे असे मला दिसून आले आहे. कोणत्याही नोंदी नाहीत, कागदपत्रे नाहीत किंवा कसलेही पार्श्वभूमीचे कागदपत्रही नाहीत. यासाठीही, मी त्याचे मनापासून अभिनंदन करू इच्छितो.

राजा विजय करण

माजी आयुक्त, दिल्ली पोलिस

माजी संचालक, सीबीआय

उपोद्‌घात

२०१४ च्या सुरुवातीला कधीतरी, मला एक दूरध्वनी आला. हा दूरध्वनी *'भायखला टू बँकॉक'* या पुस्तकाचे प्रकाशक एस हुसैन झैदी यांचा होता. या पुस्तकाच्या प्रकाशन समारंभाला येण्याचे आमंत्रण त्यांनी मला दिले. मला असेही सांगण्यात आले की प्रकाशन समारंभानंतर, मला लेखकाशी गप्पा मारण्याची संधीही मिळेल. या प्रकाशनसंस्थेला माझे नाव का सुचले असेल हा विचार माझ्या मनात आला. मी हा प्रश्न पलीकडच्या व्यक्तीला विचारला तेव्हा त्या सन्मान्य महिलेने उत्तर दिले, 'सर, ही लेखकाची इच्छा आहे.'

मी यापूर्वी हुसैन झैदी यांना कधी भेटलो नसलो तरी त्यांच्या *'ब्लॅक फ्रायडे'* या पुस्तकामुळे व त्यावर त्याच नावाच्या बनलेल्या चित्रपटामुळे मी त्यांचे नाव ऐकून होतो. समारंभाच्या एक दिवस आधी प्रकाशकांनी मला *'भायखला टू बँकॉक'* या पुस्तकाची एक प्रत पाठवली. सीबीआयमधील माझ्या नऊ वर्षांच्या कारकिर्दीमध्ये मुंबईच्या (आधीची बॉम्बे) गुन्हेगारी जगाशी माझा परिचय झालेला होता. या नाटकातील महत्त्वाच्या पात्रांची आणि माझी ओळख झालेली होती. त्यामुळे हे पुस्तक वाचताना मी रंगून गेलो. एकदोन बैठकींमध्येच मी पुस्तक वाचून संपवले आणि लेखकाशी 'गप्पा' मारण्यासाठी तयारही झालो.

प्रकाशन समारंभ उत्तम प्रकारे पार पडला. मी सारखा पुस्तकातील दोष दाखवत असूनही लेखकाशी माझ्या गप्पाही सुरस झाल्या. मुद्रणदोषांपासून ते त्यातील सत्यघटनांपर्यंत मी कोणतीही बाब गाळली नाही. यामध्ये मी समारंभाचे आयोजक व लेखक या दोघांचाही रोष ओढवून घेतला असण्याची शक्यता आहे.

दुसऱ्या दिवशी श्रीयुत झैदी यांनी मला दूरध्वनी करून सांगितले की पेंग्विन रँडम हाऊसचे प्रमुख संपादक चिकी सरकार यांना माझ्या आठवणींचे पुस्तक काढण्यात रस आहे. मला तर हा सगळा विनोदच वाटला. मी – आणि माझ्या आठवणी लिहिणार – आणि तेही एका सुप्रसिद्ध अशा प्रकाशनसंस्थेसाठी?

पण काय आश्चर्य बघा – काही दिवसांनीच पेंग्विनकडून एक करारपत्र माझ्याकडे टपालाने आले. आश्चर्यचकित होऊन मी विचार करू लागलो – मी लिहिलेला एक शब्दही चिकी सरकार किंवा हुसैन झैदी यांनी वाचलेला नसताना हे घडले तरी कसे? परंतु हे घडले होते आणि आता मला हाती लेखणी घेऊन लिहायला बसण्याशिवाय दुसरा पर्याय नव्हता. त्यानंतरची सारी धडपड ही कठीण होती पण उत्साहवर्धकही होती.

माझ्या आठवणी लिहून काढण्याची कल्पना मला अजिबात आवडली नव्हती आणि फारशी उत्कंठावर्धकही वाटली नव्हती. स्वत:संबंधीचे सत्य उघडपणे सांगण्यासाठी कमालीचे धैर्य पाहिजे असे मला वाटते. स्वत:च्या खाजगी आणि व्यावसायिक आयुष्यातील अनेक अंधारे कोपरे – जे उघड न करणेच चांगले ते उघडपणे सांगणे कठीणच असते. तरीही या अशा आठवणी लिहिल्या जाताताच – खऱ्या खुऱ्या आठवणी लिहायच्या म्हणजे तो माणूस गांधी किंवा बर्ट्रांड रसेलच असला पाहिजे. शिवाय, अनेक पोलिस अधिकाऱ्यानी लिहिलेल्या त्यांच्या आठवणींकडे फारसे कुणाचे लक्षही गेलेले नाही. त्या पुस्तकांच्या नशिबी लेखकाच्याच घरी, पुस्तकांच्या मांडणीवर पडून राहाणे येते. किंवा मग अनेक पोलिस ग्रंथालयांमध्ये धूळ खात पडून राहाणे तरी येते. त्यापैकी बहुतेकांमध्ये 'या प्रांतामध्ये मी हे केले आणि त्या विभागामध्ये मी ते केले' अशाच आठवणी असतात. पोलिस अधिकाऱ्याच्या अशा बारीकसारीक आठवणी वाचण्यामध्ये कुणाला रस असणार? सुरस संशोधनाच्या कथा कदाचित वाचकाला गुंतवू शकतील. मी प्रकाशकांशी चर्चा केली आणि सीबीआयमध्ये काम करत असताना मी ज्या ज्या पोलिस कामगिऱ्यांमध्ये भाग घेतला होता त्यांच्याविषयी लिहिण्याचा प्रस्ताव त्यांच्यापुढे ठेवला. त्यांना तो मान्य झाला आणि मी स्मरणरंजनाच्या स्मरण यात्रेस निघालो. या केसेस संबंधीच्या कोणत्याही नोंदी मी माझ्याजवळ ठेवलेल्या नसल्याने मी जे काही सांगतो आहे ते सर्व माझ्या स्मरणशक्तीवर विसंबूनच सांगतो आहे. त्या साहसांमध्ये माझ्याबरोबर असलेल्या माझ्या काही सहकाऱ्यांचीही मदत मी घेतलेली आहे.

पुढील पृष्ठांमध्ये, सीबीआयच्या गटांनी माझ्या नेतृत्वाखाली व देखरेखीखाली पार पाडलेल्या अकरा कामगिऱ्यांसंबधी मी लिहिले आहे. अशा अनेक कामगिऱ्यांमधील मी याच अकरा कामगिऱ्या निवडण्याचे कारण म्हणजे या कामगिऱ्यांमध्ये माझा प्रत्यक्ष सहभाग होता. शिवाय, आंतरराष्ट्रीय

स्तरावर काम करणारे अनेक लोक यामध्ये असल्याने या उत्तम चातुर्यकथा होतील अशी मला आशा वाटते. या कथांपैकी सात कथा मुंबईच्या गुन्हेगारी जगतासंबंधी आहेत, एक कथा एका शीख दहशतवाद्यासंबंधी आहे, एक दुबईमध्ये घडलेल्या खुनाविषयी आहे, एक आहे भारतामध्ये येणाऱ्या तरुण परदेशी पर्यटकांना लक्ष्य करणाऱ्या कुप्रसिद्ध टोळीची आणि शेवटची कथा एका क्रिकेटवर सट्टा लावणारा बुकी मॅचफिक्सर झाला त्याची आहे.

२०१३ च्या जुलैअखेर मी सेवानिवृत्त झालो. तोपर्यंतची माझी सदतीस वर्षांची पोलिस खात्यातील सेवा ही खाचाखोचांची होती तशीच समाधान देणारीही होती. आयपीएसमध्ये मला देण्यात आलेला विभाग एजीएमयुटी हा होता (अरुणाचल, गोवा, मिझोराम आणि इतर केंद्रशासित प्रदेश). या शब्दाच्या पहिल्या तीन अक्षरांनी जी नावे बनतात त्या तीन प्रदेशांमध्ये मी काम केले आहे आणि तेथील माझ्या आठवणीही फार चांगल्या आहेत. माझी बहुतेक सर्व कारकीर्द दिल्लीमध्येच गेलेली आहे. त्यातील शेवटची कामगिरी होती दिल्लीचा पोलिस आयुक्त म्हणून काम केलेले तेरा महत्त्वपूर्ण महिने. परंतु, सीबीआयकडे प्रतिनिधी म्हणून काम केलेली नऊ वर्षे - प्रथम डीआयजी म्हणून आणि नंतर संयुक्त संचालक म्हणून केलेले काम हे माझ्या कारकिर्दीतील सर्वात समाधानकारक काम आहे.

प्रसारमाध्यमांचे व सर्वसाधारण जनतेचे लक्ष नेहमीच सीबीआयवर खिळलेले असते. कायम या नाहीतर त्या वादामध्ये अडकलेल्या सीबीआयविषयी सर्वसाधारण भावना काय आहे हे समजणे खरोखरच अवघड आहे. ब्युरोवर सतत टीका होत असते की ब्युरो म्हणजे 'पिंजऱ्यातील पोपट' आहे किंवा 'केंद्रसरकारची बटीक आहे' असे असताना एखाद्या केसमध्ये सीबीआयनेच चौकशी करावी किंवा केस हाती घ्यावी असे का म्हटले जात असते याचे एखाद्या बाहेरच्या व्यक्तीला नक्कीच कोडे पडेल. काहीही असो, मला मात्र वेगळाच अनुभव आला. सीबीआय ही अशी एक संस्था आहे जेथे स्थानिक पोलिसांना रोजच्या रोज कराव्या लागणाऱ्या कामांच्या व्यवधानापासून दूर राहून मी माझे शोधकार्य करू शकत होतो. सीबीआयमध्ये काम करताना मला अनेक वेगवेगळ्या क्षेत्रांमध्ये काम करण्याची संधी मिळाली. उदाहरणार्थ, दहशतवादाशी सामना, संघटित गुन्हेगारी, आर्थिक गुन्हे आणि भ्रष्टाचारसंबंधी गुन्हे. माझ्या कारकिर्दीच्या शेवटी शेवटी मला वनविभागाशी संबंधित गुन्हे, पुराण वस्तूंची चोरी, बनावट नोटा आणि पोलिसकामातील असेच इतर विभाग

यांच्यामधील केसेसमध्ये मार्गदर्शन करण्याचीही संधी मिळाली. माझ्या सुदैवाने, एक किंवा दोन बाबतींखेरीज माझ्या कामामध्ये मला राजकीय हस्तक्षेपांना सामोरे जावे लागले नाही. सर्वसामान्यपणे हा या विशिष्ट व्यवसायाचाच एक अटळ भाग समजला जातो. परंतु, एकदोन वेळा असा हस्तक्षेप केला गेला तेव्हा मात्र ती परीक्षेचीच वेळ होती हे मला मान्य करावेच लागेल. सीबीआयमध्ये असताना मी सोडवलेल्या एका केसने अजूनही माझा पिच्छा सोडलेला नाही. आणि कदाचित माझ्या शेवटापर्यंत ती तो सोडणारही नाही. ती कहाणी या पुस्तकामध्ये मात्र आलेली नाही कारण अजून ती न्यायालयामध्येच आहे.

परंतु माझ्या कारकिर्दीचा सर्वात उत्तम भाग म्हणजे पोलिस कामगिरी आखणे – या कामगिऱ्या बहुतेक वेळा आंतरराष्ट्रीय स्तरावरील असत – आणि इतर अनेक विभागांच्या मदतीने त्या पार पाडणे हा होता. वेगवेगळ्या विभागांमधील कायदारक्षकांचे प्रयत्न एकत्रित करणे, त्यांची मदत मिळवणे, परदेशी प्रवास करणे, आपल्या राजनैतिक अधिकाऱ्यांशी संवाद साधणे, इंटरपोलचे साह्य मिळवणे आणि अनेक गोष्टी स्वत: करणे या साऱ्यामध्ये जो एक स्फुरण देणारा अनुभव आहे त्याची सर दुसऱ्या कोणत्याही पोलिसकामाला येणार नाही. मला पाठिंबा देणारे वरिष्ठ आणि असामान्य असे सहकारी यांच्या बाबतीत मी खरोखरच भाग्यवान आहे. या पुस्तकामध्ये मी ज्या कामगिऱ्यांचे वर्णन केले आहे त्यामध्ये या सर्वांना यथायोग्य न्याय मिळाला असेल अशी मी आशा करतो.

सीबीआयविषयी माझ्या मनातील एकदोन बाबी: गुन्ह्यांचा शोध घेणे आणि शोध घेत राहणे हे सीबीआयचे एकच ध्येय आहे. या संस्थेच्या कामाच्या प्रत्येक टप्प्यावर, तिची दिशा सरळ ठेवणारी कायदेशीर मदत उपलब्ध असते. शेवटचा निर्णय हा संचालक किंवा विशेष संचालक घेतात – केस किती मोठी आहे यावर हे अवलंबून असते. हातातील कामासंबंधी संबंधित फाईलवर आपले मत नोंदवण्याची अधिकाऱ्यांना पूर्ण मुभा असते. बहुतेक वेळा सर्वसंमतीने निर्णय घेतले जातात. परंतु या संस्थेचे वेगळेपण कशात असेल तर न्यायालयामध्ये चाललेल्या खटल्यांचा पाठपुरावा करण्याची तिची अंतर्गत रीत्या बांधलेली व्यवस्था. सरकारी वकिलांखेरीज, ही संस्था देशातील सर्वोत्तम वकील नेमू शकते, वेळ पडली तर, केसची आवश्यकता असेल तर परदेशी वकीलही नेमू शकते. इतर कोणत्याही संस्थेप्रमाणेच याही संस्थेमध्ये नेतृत्व कोण करत आहे यावर बऱ्याच बाबी अवलंबून असतात.

सीबीआयमध्ये संचालक हा नेता असतो. तो शोधकार्याची दिशा ठरवतो आणि ते शोधकार्य काय गुणवत्तेचे असणार आहे हेही ठरवतो. हा संचालक जर दुर्बल. अव्यावसायिक किंवा अप्रामाणिक असेल तर त्या सर्व गोष्टी संस्थेच्या शोधकार्याच्या गुणवत्ते मध्ये आणि संस्थेच्या कीर्तीमध्ये स्पष्टपणे प्रतिबिंबित होतात. मला ज्यांच्या हाताखाली काम करावे लागले ते संचालक माझ्या सुदैवाने अत्यंत कार्यक्षम व व्यावसायिक असेच होते. माझ्या वरिष्ठांनी मला भरपूर पाठिंबाही दिला. त्यांच्याकडून मी धैर्य, सद्‌गुण आणि सचोटी हे गुण शिकलो जे मला आयुष्यभर पुरत आहेत.

एवढे सांगितल्यावर, हेही सांगितले पाहिजे की सीबीआयमध्ये काही कमतरताही आहेत. तिच्या कार्यपद्धतींमुळे तिच्या कामाचा वेग अतिशय कमी होतो. गुन्हेसंशोधनाची एक प्रमुख मागणी असते ती म्हणजे निकडीची जाणीव. ही जाणीव बहुधा नसतेच. शोधकार्य चालू राहाते आणि खटले वर्षानुवर्षे सुरूच राहातात. उदाहरणार्थ, एल एन मिश्रांच्या हत्येची केस (तत्कालीन रेल्वेमंत्री) पूर्ण होण्यास चाळीस वर्षे लागली. १९९३ मध्ये मुंबईमध्ये झालेले साखळी स्फोट – जे पुढील कथांमध्ये वारंवार येतात त्यासाठी एक खास न्यायालयाची योजना करण्यात आली – त्या न्यायालयामध्ये दुसरी कोणतीही केस नव्हती. तरीही हा खटला बारा वर्षे चालला आणि वरिष्ठ न्यायालयामध्ये आणखी एक वर्ष चालला. हा खटला असा रेंगाळत चालला असताना आरोपींपैकी अकरा जण मरण पावले. नंतर पकडल्या गेलेल्या उरलेल्या सात आरोपींवरील खटला अजूनही सुरू आहे त्यामुळे ही कथा संपली असे म्हणता येणार नाही.

खटल्याच्या काळात अनेक आरोपी मरण पावतात, इतरांना शिक्षा झाली तर तोवर बहुधा वयाच्या सत्तरीला किंवा ऐंशीला पोचलेले असतात. तिहार कारागृहाचा डायरेक्टर जनरल (कारागृहे) म्हणून तिहार कारागृहाचे काम करत असताना मी असे अनेक कैदी पाहिलेले आहेत. ते कारागृहात येतात आणि त्यांना सरळ कारागृहाच्या रुग्णालयातच भरती करावे लागते. इतके ते वयस्कर व रोगांनी ग्रासलेले असतात. खटल्यांचा निकाल लागण्यास एवढा वेळ लागतो हे आपल्या न्यायव्यवस्थेमुळे घडते. त्याखेरीज बचावपक्षाच्या वकिलांच्या वेळकाढूपणाच्या क्लृप्त्या आणि आपल्या न्यायालयांमध्ये भिजत पडलेले असंख्य खटले ही कारणे आहेतच.

सीबीआयची आणखी एक कमजोरी अशी, ही कमजोरी तिच्या कामाच्या संथ वेगाशी निगडित आहे. हा संथपणा तिच्याकडे देण्यात आलेल्या अनेक

केसेसमुळे आणि अधिकाऱ्यांची संख्या कमी असल्याने येत आहे. संस्थेकडे स्वत:चे अधिकारी आहेत तसेच इतर राज्यांच्या पोलिसदलातून आणि इतर पोलिस व कायदारक्षक संस्थांकडून त्यांचे प्रतिनिधित्व करणारे अधिकारीही आहेत. अशा प्रतिनिधित्वावर आलेले अनेक अधिकारी हे इन्स्पेक्टर किंवा डीएसपी या स्तरावरचे असतात. ते उपलष्करी दलांमधील असल्याने तेथे कोणत्याही प्रकारचे शोधकार्य होत नसते, आणि त्यामुळे त्यांना या कामाचा काहीच अनुभव नसतो. काहीजण हे काम चटकन शिकतात पण बहुतेक जण त्यांचा येथील कार्यकाळ संपेपर्यंत काहीसे परकेच राहतात.

शोधकार्याचे काम करणाऱ्या सीबीआयच्या स्वत:च्या अधिकाऱ्यांचा स्तर हा विशेषच आहे. ते देशाच्या कोणत्याही भागामध्ये सुरुवातीपासून शेवटपर्यंत एखाद्या केसचा तपास करू शकतात. एकच उणीव अशी आहे की सीबीआयच्या भाषेत ज्याला 'खास गुन्हे' म्हणतात त्या गुन्ह्यांचा तपास करताना तेथील स्थानिक पोलिस अधिकाऱ्याला जो आत्मविश्वास असतो तो कधीकधी त्यांच्याजवळ नसतो. परंतु जेव्हा एखादे आह्वान सामोरे येते तेव्हातेव्हा कितीही कठीण परिस्थिती असली तरी ते त्यांच्याकडून असलेल्या अपेक्षा पूर्ण करण्यासाठी सरसावतात असा माझा अनुभव आहे. या अडचणीच्या दोन्ही बाजू मी माझ्या कथांमध्ये मांडल्या आहेत.

सीबीआयचे कामच असे आहे की कित्येक वेळा श्रीमंत आणि ताकदवान व्यक्तींचीही चौकशी करावी लागते. समाजाच्या या स्तरातील व्यक्तींना देशातील अतिमहत्त्वाच्या व अतिताकदवान व्यक्तींचा आश्रय असू शकतो. शिवाय सर्वोत्तम कायदेपटूही त्यांना उपलब्ध असतात. या स्तरातील आरोपी राजकीय हस्तक्षेप किंवा कायदेशीर अडचणी आणून शोधकार्याच्या प्रत्येक पातळीवर अडचणी आणू शकतात. ही केस खटल्याच्या स्तरापर्यंत पोचलीच तर अगदी फुटकळ कारणांवरून न्यायालयामध्ये तहकुबी मागण्यासारख्या वेळकाढू मार्गांनी खटला पुढे पुढे ढकलला जात राहतो. उदाहरणार्थ, माझ्या गटाने शोध लावलेल्या व आरोपपत्र दाखल केलेल्या दोन केसेसमध्ये गेल्या तेरा वर्षांमध्ये अजून एकही सुनावणी झालेली नाही. खटला सुरू होण्याआधीच वरिष्ठ न्यायालयाने हस्तक्षेप केल्याने एक दशक उलटून गेले तरी काहीही प्रगती होऊ शकलेली नाही. उत्तम वकील नेमण्यासाठी भरपूर पैसा आणि कायद्याला दूर ठेवण्यासाठी योग्य त्या ठिकाणच्या ओळखी एवढ्याच गोष्टींची कोणत्याही आरोपीला गरज असते. दहशतवादी आणि गुन्हेगारी जगातील

व्यक्ती यांच्याशी माझा मुकाबला झालेला आहे हे मी आधी सांगितलेच आहे. ही बाब एका बाजूला आणि दुसऱ्या बाजूला मला गंभीर आर्थिक गुन्हे आणि उच्चस्थानांमधील भ्रष्टाचार यांचाही तपास करावा लागलेला आहे. अनेक वेळा, मला असे जाणवलेले आहे की गुन्हेगारी जगातील आणि 'रेग्युलर' गुन्हेगार हे सहसा त्यांचा तपास करणाऱ्या पोलिस अधिकाऱ्यांना लक्ष्य बनवत नाहीत – त्यांचा हा अलिखित नियमच असावा. त्यांच्या मनामध्ये कुठेतरी पोलिसांविषयी एक नैसर्गिकच भय असते. पोलिस केवळ आपले कर्तव्य पार पाडत आहेत हे त्यांना कळत असते. परंतु, आपल्या अधिकृत कार्यकक्षेमध्ये पोलिसांना कधी कधी या श्रीमंत व ताकदवान व्यक्तींशी सामना करावा लागतो. त्यावेळी हा अपमान समजला जातो आणि ही काहीतरी वैयक्तिक बाब आहे असेच मानले जाते. त्यानंतर कायमच तुम्ही एक लक्ष्य ठरून जाता. निराधार आणि सूडबुद्धीने केलेले आरोप तुमच्यावर फेकले जातात, तुम्ही न्यायालयामध्ये खेचले जाण्याचीही शक्यता असते. आणि मग मूर्खासारख्या आरोपांना उत्तर देण्यासाठी दर पंधरावीस दिवसांनी तुम्हाला न्यायालयामध्ये खेटे घालावे लागतात. चिंतातुर होऊन तुम्ही स्वतःचा बचाव करत असता अणि याउलट आरोपी मात्र जामिनावर सुटून मजा करत असतो. परंतु सर्वात जास्त दुःख कसले होत असेल तर ते तुमची स्वतःची संस्थाच जेव्हा तुम्हाला नाकारते आणि अशा आरोपांना तुम्हाला एकट्याला तोंड द्यावे लागते तेव्हा होते. मला या विश्वासघाताचा अनुभव आहे आणि त्याला मी रोज तोंड देत आहे.

काही म्हटले तरी, एकूणात, सीबीआयमधील कारकिर्दीच्या माझ्या आठवणी चांगल्याच आहेत. आणि हे पुढील कथांवरून सहज दिसून येईलच. तो काळ टिकला तोवर चांगलाच होता – उत्कंठावर्धक आणि साहसाचा – प्रत्येक दिवशी नवीन आश्चर्ये आणि नवी आह्वाने. अखेरीस एका पोलिस अधिकाऱ्याला आणखी काय हवे असते?

सीबीआयच्या ज्या ज्या कामगिऱ्यांमध्ये सहभागी होण्याचे भाग्य मला लाभले त्या कामगिऱ्यांविषयी मी थोड्याशा धास्तीनेच लिहिले आहे. मला माहीत आहे काही जण यावरून नाराज होणार आहेत तर काही जुनी, संपलेली प्रकरणे उकरली जाणार आहेत. आपली विवादास्पद माथी उंचावणार आहेत. तरीही मी लिहीतच राहिलो. माझ्या लेखनक्षमतेविषयीची शंका तर माझ्या मनात कायमच होती. ती क्षमता मर्यादित आहे यात शंकाच नाही. तरीही

मी लिहीत राहिलो कारण अट्टल गुन्हेगारांचा पाठलाग करताना जो थरारक अनुभव येतो आणि सर्वसामान्य पोलिस आणि विशेषत: सीबीआय अधिकारी या कामामध्ये कोणत्या जीवघेण्या परिस्थितीला सामोरे जात असतात याचा अनुभव मला वाचकांना द्यायचा होता. हे पुस्तक लिहीत असताना कोणत्याही वेळी स्वत:भोवती दिवे ओवाळून घेण्याची माझी इच्छा नव्हती. माझ्या व्यवसायाने मला जे काही दिले ते मला पुरेसे आहे. आणखी कोणत्याही मानसन्मानाची मला आवश्यकता नाही. उलट, माझ्या धाडसी सहकाऱ्यांनी जे अतिशय वाखाणण्यासारखे काम केले आणि मला मोठेपणा मिळवून दिला आहे, मला कधीही मान खाली घालायला लावली नाही त्यावर अधिक प्रकाश टाकण्याचीच माझी इच्छा आहे.

हुसैन झैदींनी मला जो एक अनपेक्षित धक्का दिला आणि माझ्या प्रकाशकांनी माझ्यावर जो विश्वास ठेवला तो सार्थ ठरो एवढीच माझी अपेक्षा आहे.

लघुरूपे

एसीपी	असिस्टंट कमिशनर ऑफ पोलिस
एएसआय	असिस्टंट सब-इन्स्पेक्टर
एटीएस	अँटी-टेररिझम स्क्वाड
बीएसएफ	बॉर्डर सिक्युरिटी फोर्स
सीबीआय	सेंट्रल ब्युरो ऑफ इन्व्हेस्टिगेशन
सीआयडी	क्राइम इन्व्हेस्टिगेशन डिपार्टमेंट
सीएमडी	चेअरमन अँड मॅनेजिंग डायरेक्टर
सीओएफईपीओएसएए	कॉन्झर्व्हेशन ऑफ फॉरिन एक्स्चेंज अँड प्रिव्हेंशन ऑफ स्मगलिंग ॲक्टिव्हिटीज ॲक्ट
डीसीपी	डेप्युटी कमिशनर ऑफ पोलिस
डीजीएम	डेप्युटी जनरल मॅनेजर
डीजीपी	डायरेक्टर जनरल ऑफ पोलिस
डीआयजी	डेप्युटी इन्स्पेक्टर जनरल
डीएसपी	डेप्युटी सुपरिटेंडंट ऑफ पोलिस
जीएम	जनरल मॅनेजर
आयएएस	इंडियन ॲडमिनिस्ट्रेटिव्ह सर्व्हिस
आयएमईआय	इंटरनॅशनल मोबाइल एक्विपमेंट आयडेंटिटी
आयओ	इन्व्हेस्टिगेटिंग ऑफिसर
आयपीसी	इंडियन पीनल कोड
आयपीएल	इंडियन प्रिमियर लीग
आयपीएस	इंडियन पोलिस सर्व्हिस
आयएसआय	इंटर-सर्व्हिसेस इंटेलिजन्स
आयएसटी	इंडियन स्टँडर्ड टाइम

जेसीपी	जॉइंट कमिशनर ऑफ पोलिस
एमपी	मेंबर ऑफ पार्लमेंट
एमटीएनएल	महानगर टेलिफोन निगम लिमिटेड
पीसीओ	पब्लिक कॉल ऑफिस
एसएसपी	स्पेशल सुपरिटेंडंट ऑफ पोलिस
एसपी	सुपरिटेंडंट ऑफ पोलिस
एसटीएफ	स्पेशल टास्क फोर्स
टीएडीए	टेररिस्ट अँड डिस्रप्टिव्ह अॅक्टिव्हिटीज (प्रिव्हेंशन) अॅक्ट
युएई	युनायटेड अरब एमिरेट्स
युएसपी	युनीक सेलिंग पॉइंट किंवा प्रॉपोझिशन

1

आखाताच्या भेटी

आफताब अन्सारीचा उदय आणि अस्त

विल्यम एवार्ट ग्लॅडस्टन (१८०९-१८९८) या ब्रिटिश लिबरल पक्षाच्या सदस्याने चार वेळा ब्रिटनचं पंतप्रधानपद सांभाळलं. ब्रिटनच्या इतिहासामध्ये यापूर्वी असं कधी घडलं नव्हतं. त्याच्या पाठीराख्यांनी मोठ्या प्रेमानं त्याला नाव दिलं होतं 'पीपल्स विल्यम' आणि 'द ग्रँड ओल्ड मॅन.'

स्वत:च्या उत्तम प्रकृतीबद्दल आणि अथक उत्साहाबद्दल तो प्रसिद्ध होता. एकदा त्याला कुणीतरी त्याच्या निरोगी दीर्घायुष्याचं रहस्य विचारलं. 'मी प्रत्येक घास वीस वेळा चावून मगच गिळतो, त्यामुळे माझ्या पोटाला नंतर माझ्या दातांचं काम करावं लागत नाही.' त्यानं उत्तर दिलं होतं.

अरेरे! सीबीआयचे डीएसपी एम सी साहनी आणि त्यांच्या संघाचे इतर सहाजण यांना मात्र हे पचवणं जड जात होतं... अक्षरश: - निरोगी आयुष्यासाठी घास चावून खाण्याचा ग्लॅडस्टनचा शहाणपणा त्यांना पचण्यासारखा नव्हता - ते सारे गुजरातच्या पाटण जिल्ह्यातील संतलपूर या गावात तळ ठोकून बसले होते. संतलपूर हे लहानसं गाव भारत-पाकच्या सरहद्दीपासून जेमतेम ४५ किलोमीटर्सच्या अंतरावर आहे. सीमेपलीकडून येणार असलेल्या शस्त्रास्त्रांच्या स्फोटकांच्या आणि दारूगोळ्याच्या प्रचंड साठ्याच्या मागावर हा गट होता. रस्त्याकडेच्या ढाब्यांमध्ये त्यांना जे काही खायला मिळत होतं ते सारं वाळूच्या वेष्टनासहच मिळत होतं. या उजाड ओसाड भागावर वाहाणारे वारेच मुळी वाळूच्या कणांनी भरलेले असत. त्यामुळे एक सोपा उपाय असा होता की ते जे काही खात ते चावून खाण्यापेक्षा तसंच गिळणं अधिक फायदेशीर होतं.

आपल्या या अनुभवी संशोधकांना आपल्या वालुकामय जेवणाचा घास चावून खाणं अशक्य झालं असलं तरी त्यांनी आपले दात एकत्रितपणे मात्र या अतिगोपनीय कामगिरीमध्ये चांगलेच रुतवले होते. २००१ च्या ऑक्टोबरचे ते अखेरचे दिवस होते.

डीएसपी आणि त्यांचा गट ज्या कामगिरीवर होते ती कामगिरी बीएसएफ (सीमा सुरक्षा दल) आणि सीबीआयचे इकॉनॉमिक ऑफेन्सेस युनिट (ईओयु-५) यांच्या बरोबर करायची होती. बीएसएफ आणि सीबीआय या दोन्ही भारत सरकारच्या संघटना आहेत. यापूर्वीही २००० आणि २००१ मध्ये या सर्व संघटनांनी एकत्रितपणे अशा काही कामगिऱ्या पार पाडलेल्या होत्या. याचं कारण म्हणजे त्याकाळचे बीएसएफचे डायरेक्टर जनरल राम मोहन, त्यांचे इन्स्पेक्टर जनरल (ऑपरेशन्स) व्ही.एन. राय आणि सीबीआयचा सेवक-अस्मादिक या सर्वांनी मिळून बरेच कष्ट घेऊन या दोन संघटनांमध्ये अतिशय विश्वासाचं आणि परस्पर मदतीचं तयार केलेलं वातावरण हे आहे. भारत-पाक सीमेवरील अशा अनेक 'नियंत्रित पुरवठ्यांच्या' कामगिऱ्या या गटाने पार पाडल्या होत्या.

'नियंत्रित पुरवठा' म्हणजे कायद्याची अंमलबजावणी करणाऱ्या संस्थांनी वापरलेले कार्यात्मक डावपेच. या डावपेचांमध्ये बेकायदेशीररीत्या आणला जाणारा माल - मग त्यामध्ये अंमली पदार्थ असतील, शस्त्रास्त्रे असतील, खोट्या नोटा असतील - हे सर्व नियंत्रित व्यवस्थेमध्ये 'वाहात येऊ' दिले जाते. त्यांच्या या बेकायदेशीर हालचालींविषयी निश्चित माहिती असूनही त्यांना अडवले जात नाही. या डावपेचांमागचे कारण म्हणजे हे सर्व ज्या कुणाकडे जाऊन पोचणार असते तो हाती लागणे हे असते. ही व्यक्ती या तस्करीमागची सर्वात मोठी असामी असते. या वस्तूंची ने-आण करणाऱ्या आणि मध्यस्थाचे काम करणाऱ्या व्यक्ती या बहुतेक वेळा केवळ वाहकाचे काम करणाऱ्या किंवा पायदळातील सैनिकासारख्या असतात. त्यांना फारच थोडी रक्कम मिळत असते. कधी कधी तर त्यांना या सामानामध्ये नक्की काय आहे हे किंवा यातून खराखुरा फायदा कोण मिळवणार आहे हेही माहीत नसते. या मालाच्या प्रवासाच्या सुरुवातीलाच किंवा या प्रवासाच्या कोणत्याही टप्प्यावर हे असे एक-दोन साधे सैनिक जर आपल्याकडे वळवून घेण्यात यश आले किंवा त्यांना पेचात पकडता आले तर या सर्व प्रवासावर नजर ठेवता येते, ही सबंध यंत्रणा उध्वस्त करता येते आणि मुख्य व्यक्तीला अटकही करता येते. अर्थात, एकदा ही कामगिरी पूर्ण झाली की ही माहिती देणाऱ्या व्यक्तीला

सोडून देण्यात यावे असा समझोता कायद्याचे रक्षण करणाऱ्यांमध्ये आणि या माहिती देणाऱ्या व्यक्तींमध्ये झालेला असतो. शिवाय या खबऱ्याला योग्य ती बक्षिसीही दिली जाते.

सीबीआयचा ईओयु-५ हा विभाग हा माझ्या अधिकाराखाली येणाऱ्या इकॉनॉमिक ऑफेन्सेस विंगच्या अनेक शाखांपैकी एक होता. त्यावेळी मी याच्या संयुक्त संचालक पदावर काम करत होतो. या शाखेने, बीएसएफच्या सहकार्याने अशा 'नियंत्रित पुरवठ्या'च्या चार कामगिऱ्या पार पाडल्या होत्या. २४ फेब्रुवारी २००० या दिवशी, २३ किलो उच्च प्रतीचे हेरॉइन पकडण्यात आले. हाजी गुल खान हा पाकिस्तानी आणि अब्दुल्लाह हा अफगाणी अशा दोन माणसांना पकडण्यात आले. हा बेकायदेशीर माल प्रचंड आकाराच्या ॲल्युमिनियमच्या भांड्यांमधील गुप्त खाचांमध्ये लपवण्यात आला होता. जुन्या दिल्लीमधील फिल्मिस्तान सिनेमाच्या समोर ही कामगिरी करण्यात आली. त्या काळात पकडण्यात आलेला हा सर्वात मोठा अंमली पदार्थांचा साठा होता.

अधिकाऱ्यांच्या याच गटाने मुंबईमध्ये अड्डा असलेले चार गुन्हेगार २४ जुलै २००० या दिवशी अहमदाबादमध्ये पकडले. त्यांच्याकडून २५ पिस्तुले, ५० मॅगझीन्स, २०० काडतुसे व ६.३२५ किलो उच्च प्रतीचे हेरॉइन जप्त करण्यात आले. हे सर्व सामान ट्रकच्या एका जास्तीच्या टायरमध्ये लपवण्यात आलेले होते. पकडलेल्या गुन्हेगारांच्या चौकशीमध्ये हे उघड झाले की या मालाच्या पाठवणीमागे दाऊद इब्राहीम टोळीचा हात होता. शिवाय यावर कुप्रसिद्ध अशा पाकिस्तानी आयएसआयचा वरदहस्तही होताच. ती सर्व शस्त्रे ही मुंबईमध्ये गुन्हे घडवून आणण्यासाठी वापरण्यात येणार होती आणि या कामगिरीला पैसा पुरवण्याचे काम हे अंमली पदार्थ करणार होते.

बीएसएफ आणि सीबीआय यांच्या आणखी एका एकत्रित कामगिरीमध्ये १४ जुलै २००० या दिवशी पंजाबकडे निघालेला एक ट्रक दिल्लीच्या वायव्येला असलेल्या लिबासपूरजवळ पकडण्यात आला. एका लोखंडी ट्रंकेत व एका रेक्झीनच्या बॅगेमध्ये २ एके-५६ रायफल्स, २० पिस्तुले, खूप मोठा दारूगोळ्याचा साठा, डीटोनेटर्स, टायमर्स, कॉर्डेक्स फ्यूज आणि मॅच फ्यूज एवढे सामान हस्तगत झाले. हे सर्व सामान पंजाबमधील अतिशय धोकादायक अशा बब्बर खालसा या अतिरेकी संघटनेसाठी नेण्यात येत होते. या ट्रकमधून अजनाला गावचा गुरबचन सिंग व गुरदासपूर गावचा बलदेव सिंग या दोन अंगडियानाही अटक करण्यात आली.

असे असले तरी, संतलपूरजवळ होणार असलेली अशीच एक नियंत्रित पुरवठ्याची कामगिरी आम्हाला एका अतिशय घातक, निर्दय आणि भल्या मोठ्या खंडणीसाठी एकामागोमाग एक अपहरणे करून भारतातील उद्योगजगामध्ये पद्धतशीरपणे भीती फैलावणाऱ्या अशा आंतरराष्ट्रीय गुन्ह्यांच्या जाळ्याशी जोडून देईल हे मात्र आमच्या ध्यानीमनीही नव्हते. या टोळीतील काही नव्यानेच नेमणूक झालेले दुबईचे डॉन किंवा भाई हे मूळचे भारतीय असले तरी आयएसआय आणि भारताच्या पश्चिमेकडील शेजारातील अतिरेकी संघटनांशी हातमिळवणी केलेले असे होते. आमच्या कामगिरीचा परिणाम म्हणून दहशतवादाच्या आणि संघटित गुन्हेगारीच्या भारतातील जगातील एक उगवता तारा जागच्या जागीच थांबवला जाणार आहे हे मात्र आमच्या अपेक्षेमध्ये नव्हतेच.

~

२६-२७ ऑक्टोबर २००१च्या रात्री सुमारे १.३० वाजता एम सी साहनींच्या नेतृत्वाखाली काम करत असलेल्या सीबीआयच्या गटाला एक ट्रक दिसला. त्याचा नोंदणीक्रमांक होता आरजे-०२-****. हा ट्रक राष्ट्रीय महामार्ग १५ (एनएच १५) वर संतलपूरमध्ये हॉटेल नागराजसमोर थांबलेला होता. पंधरा दिवसांपूर्वी या भागामध्ये येऊन पोचलेला हा सीबीआयचा गट बीएसएफच्या खबऱ्याने पुरवलेल्या बातमीच्या आधारावर याच वाहनाच्या मागावर होता. अंधाराचा फायदा घेऊन या ८ माणसांच्या गटाने गुपचूपपणे ट्रकला वेढा घातला. परंतु, ट्रकमधील सावध नजरेच्या लोकांना हे संशयास्पद दिसणारे लोक ट्रकजवळ येताना दिसलेच. या गुन्हेगारांनी सीबीआयच्या अधिकाऱ्यांवर गोळीबार करण्यास सुरुवात केली. इन्स्पेक्टर व्ही के शुक्लांनी गोळीबाराला प्रत्युत्तर देण्यास सुरुवात केली. ट्रकमधील तस्करांनी ताबडतोब ट्रक महामार्गावरील पुढचे शहर - राधनपूरच्या दिशेने पळवायला सुरुवात केली. स्थानिक सरकारी विभागांकडून मागून घेतलेल्या दोन जीपगाड्यांमधून सीबीआयचा गट लगेच ट्रकचा पाठलाग करू लागला. आपल्या लोकांपेक्षा बऱ्याच आधी हा ट्रक निघाला असल्याने त्याच्याजवळ पोचण्यास थोडा वेळ लागला.

५ किलोमीटर्सनंतर, आपल्या पाठलागावर असलेले लोक जवळ आल्याचे तस्करांना दिसले. आणि त्यांनी एकदम ट्रक थांबवला. त्यातील

चारही माणसे एकदम बाहेर उड्या मारून बाजूच्या काट्याकुट्यांमधून पळत जाऊन दिसेनाशी झाली. - बॉलिवुडच्या एखाद्या मसालापटातील प्रसंग असावा तसेच हे दृश्य होते. सीबीआयचे लोक त्या अनोळखी आणि उजाड प्रदेशाला न जुमानता, न अडखळता त्यांच्यामागे धावले. एका लहानशा बंधाऱ्यापाशी येऊन ते थांबले. बंधाऱ्याच्या उंचीचा फायदा असूनही हे गुन्हेगार कुठेही दिसत नव्हते. स्थानिक पोलिसांना बोलावण्यात आले. त्यांची मदत घेण्यात आली आणि तो सारा प्रदेश विंचरून काढण्यात आला. परंतु हाती काहीच लागले नाही. तस्कर फरार झाले होते. आता आपल्या गटाला, महामार्गावर सोडून दिलेल्या त्या ट्रककडे निराशेने परतण्यावाचून दुसरा काही पर्यायच नव्हता.

ट्रकची झडती घेण्यात आली. त्यामध्ये चालक व वाहक यांच्या सीटस्च्या मधल्या भागात दडवलेल्या दोन लष्करी किटबॅग्ज सापडल्या. २ एके-५६ प्राणघातक हल्ला करणाऱ्या रायफल्स आणि गोळ्यांच्या ५२४ पट्ट्या, २ पिस्तुले, पिस्तुलांची २९६ काडतुसे, ६ पिस्तुल मॅगेझीन्स, डीटोनेटर्स, फ्यूजेस, इम्प्रूव्हाइझ्ड एक्स्प्लोझिव्ह डिव्हायसेससाठी (आयईडी) लागणारे रीमोटस, बिनतारी यंत्रसंच आणि ४ किलो स्फोटकांचा साठा आपल्या गटाच्या हाती लागला. हा शस्त्रे, दारूगोळा आणि स्फोटकांचा साठा असंख्य दहशतवादी हल्ले आणि इतर गंभीर गुन्ह्यांसाठी पुरेसा होता.

या भयानक सामानाबरोबरच, आपल्या सुदैवाने, या निरोप्यांनी त्यांचा पाठलाग करता यावा एवढे दुवेही मागे ठेवले होते. ट्रकच्या नोंदणीपत्रावरून ट्रकचा मालक युनुस खान नावाचा एक माणूस असल्याचे दिसत होते. तो राजस्थानमधील अल्वर या गावचा रहिवासी होता. चालकासमोरच्या कप्प्यामध्ये घाणेरड्या कागदांवर खरडलेले काही मोबाइल क्रमांकही सापडले. या क्रमांकांच्या तपासणीवरून आम्ही दक्षिण दिल्लीतील जैतपूर येथील एका जमीन खरेदी विक्री करणाऱ्या माणसाच्या कचेरीत पोचलो. ट्रकमध्ये सापडलेल्या ९८१०२-***** या मोबाइलवरून आपल्याला कॉल्स आले होते हे त्याने मान्य केले. हा क्रमांक अशबुद्दीन नावाच्या एका माणसाचा असल्याचेही त्याने सांगितले. या अशबुद्दीनने त्याच्याकडून थोडी जमीन खरेदी केली होती. शिवाय हा सौदा पूर्ण करण्यासाठी तो एकदोन दिवसांत त्याला भेटण्यास येणारच होता. हेही त्याने सांगितले.

या जमीन खरेदीविक्री करणाऱ्या माणसाच्या कचेरीवर नजर ठेवून आमचे लोक दबा धरून बसले. ३ नोव्हेंबरला, संतलपूरमधील घोटाळ्यानंतर एका

आठवड्याने अशबुद्दीन आमच्या सापळ्यात चालत आला. त्याच्याबरोबर, अब्दुल सुभान नावाचा आणखी एक माणूस होता. त्या रात्री आम्ही ज्या ट्रकचा पाठलाग केला होता त्या ट्रकचा हा अब्दुल चालक होता. अशबुद्दीन आणि अब्दुल सुभान हे दोघेही दिल्लीच्या सीमेवरील हरयाना प्रांतातील मेवात भागामध्ये राहाणारे होते. ते दोघे एका मारुती गाडीमधून या माणसाच्या कचेरीत आले होते. (गमतीची गोष्ट म्हणजे ही गाडी कोलकात्त्यातील पादत्राणे बनवणारा उद्योजक पार्थ प्रतिम रॉय बर्मन याच्या अपहरणाशी संबंधित आहे हे नंतर उघडकीस आले. पण ती हकीकत नंतरच्या भागात.)

चौकशीच्या दरम्यान त्यांनी त्यांच्या दुसऱ्या दोन सहकाऱ्यांची नावे उघड केली. एक होता ट्रकचा मालक युनुस खान आणि दुसरा होता अख्तर. हाही मेवातचा रहिवासी होता. सुभानने नंतर हेही कबूल केले की आधी आणलेल्या एका साठ्यातील काही शस्त्रे आणि थोडा दारूगोळा त्याने गुरगांव प्रांतातील घुम्मत बिहारी या गावातील आपल्या घरामध्ये लपवून ठेवली आहे. त्याच्या या सांगण्यानुसार २ एके ५६ रायफल्स आणि दारूगोळा त्याच्या त्या खेड्यातील घरातील चुलीखाली दडवलेला सापडला.

ट्रकचा मालक युनुस खान याला पकडण्यासाठी सीबीआयचा एक गट पाठवण्यात आला. २६-२७ ऑक्टोबर २००१ च्या त्या महत्त्वाच्या रात्री त्या ट्रकमधील चार माणसांमध्ये तोही एक होता. सीबीआयच्या गटाने त्याला राजस्थानच्या अल्वर प्रांतातील त्याच्या गावामध्ये शोधून काढले. चौकशीदरम्यान त्याने या गुन्ह्यातील आपल्या सहभागाची कबुली दिली. परंतु यामधील चौथा आरोपी अख्तर मात्र त्याच्या गावावर आणि इतरही अनेक ठिकाणी धाडी घालूनही सापडला नाही. २०१२ च्या अखेरीस त्याने न्यायालयासमोर शरणागती पत्करली तोपर्यंत तो मोकळाच होता.

चौकशीच्या दरम्यान, अशबुद्दीन, अब्दुल सुभान आणि युनुस या तिघांनीही उघड केले की ते सर्वजण अल्वरमधीलच एका अकीब अली खान नावाच्या माणसाच्या सांगण्यावरून हे काम करत होते. त्यांच्या सांगण्यानुसार, अकीब भोपाळला जाण्यासाठी मोटारीने दिल्लीहून निघाला होता. ही एक सँट्रो होती आणि तिचा नोंदणी कमांक डीएल-४सी-**** असा होता. अकीबची मैत्रीण हुमायरा फिरदौस ही मध्यप्रदेशाच्या राजधानीमध्ये घोडा निकास या भागामध्ये राहात होती. अकीब बहुधा तिच्याबरोबर काही काळ घालवण्यासाठीच भोपाळला निघाला असावा. इन्स्पेक्टर जगदीश प्रसाद यांच्या

नेतृत्वाखाली सीबीआयच्या एका गटाला अकीबच्या मागावर पाठवण्यात आले.

~

आमचे लोक ५ नोव्हेंबर २००१च्या रात्री भोपाळला पोचले आणि घोडा निकास भागामध्ये दबा धरून बसले. भोपाळ शहराचा हा भाग दाट वस्तीचा व गर्दीचा आहे. ही वस्ती विशेषत: एका अल्पसंख्यांक जमातीच्या लोकांची आहे. इथली घरे लहान आहेत आणि लोक अतिशय दाटीवाटीने त्यांमध्ये राहातात. सीबीआय गटाला ती सँट्रो मोटार एका अरुंदशा गल्लीमध्ये उभी केलेली दिसली. त्यांनी त्या गल्लीमध्ये रात्रभर पहारा ठेवला. अकीब जवळपासच कुठेतरी आपल्या प्रेयसीबरोबर असणार आणि तो लौकरच बाहेर पडेल असा त्यांचा कयास होता. आणि तसेच घडले. दुसऱ्या दिवशी सकाळी एक तरुण माणूस त्या मोटारीपाशी आला. त्याने त्या गर्दीच्या अरुंद रस्त्यावरून असंख्य रिक्षा, हातगाड्या आणि पादचारी यांना चुकवत मोटार नेण्यास सुरुवात केली. इन्स्पेक्टर जगदीश प्रसाद यांना अजिबात झोप मिळाली नव्हती तरी ते त्या मोटारीच्या मागे चालत जाऊ लागले. अर्थात, मधून मधून त्यांना एखादी धाव घ्यावी लागत होतीच. एक अनुभवी अधिकारी असल्याने त्यांना मोटार चालवणारा माणूस अकीबच आहे, दुसरा कुणी नाही याची खात्री करून घ्यावयाची होती. तो तरुण माणूस मोटार थांबवून खाली उतरला आणि एका फोटो स्टुडिओमध्ये शिरला. तो बाहेर येताच प्रसाद आणि त्यांच्या सहकाऱ्यांनी त्याला ताब्यात घेतले. इन्स्पेक्टरने त्या स्टुडिओमध्ये जाऊन त्यांची नोंदवही तपासली. काही मिनिटांपूर्वीच झालेली नोंद होती–अकीब अली खान. आम्ही जी साखळी तोडण्याचा प्रयत्न करत होतो त्या साखळीतील आणखी एक महत्त्वाचा दुवा आमच्या हाती लागला होता.

~

अकीब अली खान ऊर्फ फिरासत याला दिल्लीला आणण्यात आले. तो एक तीसपेक्षा अधिक वयाचा तरुण माणूस होता. त्याच्या चौकशीच्या वेळी मी हजर होतो. त्याने सांगितले की तो आसिफ रझा खान या नावाच्या कोलकात्यातील एका टोळीवाल्याबरोबर काम करत होता. आणि आसिफच्या सांगण्यावरूनच तो भारत–पाक सीमेवरील या हत्यारांच्या तस्करीवर देखरेख करत होता. त्याने

पुढे असेही सांगितले की आसिफला काही दिवसांपूर्वीच दिल्ली पोलिसांनी अटक केलेली होती. अटक झाल्यानंतर त्याला एका हिंदी वृत्तपत्रात स्वतःच्या अटकेची बातमी वाचायला मिळाली होती. त्याने त्या वृत्तपत्राचे नाव आणि ज्या दिवशी बातमी वाचली ती तारीख, या दोन्ही बाबी सांगितल्या होत्या.

आसिफच्या अटकेची बातमी शोधून काढण्यात आली. २९ ऑक्टोबर २००१ ला दिल्ली पोलिस क्राइम ब्रँचच्या एसीपी रवि शंकर या अधिकाऱ्याच्या गटाने त्याला लोधी गार्डन येथे अटक केली होती असे त्या बातमीमध्ये म्हटले होते. मी या बाबी माझे संचालक पी सी शर्मा यांच्या कानावर घातल्या आणि त्यांना त्यांच्या वर्गमित्राशी अजय राज शर्मा यांच्याशी बोलण्याची विनंती केली. अजय राज शर्मा हे त्यावेळी दिल्लीचे पोलिस कमिशनर होते. आम्हाला चौकशीसाठी अजूनही दिल्ली पोलिसांच्या ताब्यात असलेल्या आसिफ रझा खान याचा ताबा हवा होता. लवकरच, त्यावेळचे जेसीपी (क्राइम) यांच्याकडून मला कळवण्यात आले की चाणक्यपुरीतील क्राइम ब्रँचच्या कचेरीमध्ये आपले स्वागत आहे.

या चौकशीच्या दरम्यान आसिफने आम्हाला सांगितले की तो ज्या टोळीचा सभासद आहे त्याचा प्रमुख आहे आफताब अन्सारी. हा मूळचा वाराणसीचा होता. खंडणीसाठी केलेल्या अनेक सनसनाटी अपहरणांमध्ये आफताबबरोबर काम केल्याचेही त्याने कबूल केले. उदाहरणार्थ-राजकोटचे सराफ भास्कर पारेख आणि कोलकाताचे पार्थ रॉय बर्मन. आफताबची अनेक खोटी नावे आहेत - अब्दल, फरहान मलिक, गुप्ताजी, अझर, हिरो, अमान आणि अशी अनेक. हेही त्याने आम्हाला सांगितले. तो दुबईमध्ये असतो ही माहितीही त्याने आम्हाला दिली. फरहान मलिक हे नाव का कोण जाणे पण माझ्या मनात कुठेतरी घोळत राहिले. आसिफने पुढे असेही सांगितले की ही सर्व हत्यारे भारतातील अतिरेकी कारवायांसाठी पाकिस्तानातून आणली गेलेली आहेत. आपण स्वतःही एक जिहादी असून पाकिस्तानातील बहवालपूर येथील अतिरेक्यांच्या छावणीमध्ये आपल्याला प्रशिक्षण मिळाल्याचेही त्याने कबूल केले.

सीबीआय मुख्यालयामध्ये परतल्यावर मी माझ्या संचालकांना आसिफ रझाच्या चौकशीची संपूर्ण माहिती दिली. यामधून एक मोठाच पट तयार होत होता तो असा की जिहादी विचारांमध्ये मुरलेल्या या आफताब नावाच्या एका गुन्हेगाराकडे स्वतःच्या संघटित अशा प्रचंड गुन्हेगारी संबंधांद्वारे मोठमोठे

दहशतवादी हल्ले करण्याची पुरेपूर क्षमता होती. 'सर, भारतीय गुन्हेगारी जगतामध्ये एक नवा तारा उदयाला येतो आहे. दुसरा दाऊद इब्राहीम होण्याची त्याची क्षमता आहे. भारतातील त्याची टोळी ही अतिशय सुसंघटित अशी उतरंडीची आहे. त्यातील जिवावर उदार झालेले लोक हे दुबईमध्ये किंवा पाकिस्तानमध्ये ठाणे असलेले आहेत.' असा अहवाल मी त्यांना सादर केला. माझ्या वरिष्ठांना वाटले मी अतिशयोक्ती करत आहे त्यामुळे त्यांनी माझ्या बोलण्याला फारसे महत्त्व दिले नाही.

आसिफ रझा खानच्या चौकशीनंतर थोड्याच दिवसांनी राजकोट पोलिसांनी दिल्ली पोलिस क्राइम ब्रँचकडून आसिफचा ताबा घेतला. २०००च्या नोव्हेंबरमध्ये भास्कर पारेख यांच्या अपहरणामध्ये त्याची काय भूमिका होती यासंबंधीची माहिती त्यांना हवी होती. आसिफने आफताब अन्सारी, आसिफचा धाकटा भाऊ आमिर रझा खान आणि टोळीचे इतर सभासद यांच्या सोबत अनेक सनसनाटी गुन्ह्यांमध्ये भाग घेतल्याचे कबूल केले. यामध्ये दिल्लीच्या हरप्रीतसिंग ऊर्फ हॅपीचाही समावेश होता. त्याने तो स्वतः जिहादी विचारसरणीचा पुरस्कर्ता असल्याचे व पाकिस्तानातील अनेक अतिरेकी छावण्यांमध्ये प्रशिक्षण घेतल्याचेही कबूल केले. अशाच एका छावणीमध्ये त्याने भारतीय संसदभवनावर हल्ला करण्याची योजना आखली जात असल्याचे ऐकले होते. राजकोट पोलिसांनी ताबडतोब ही माहिती संबंधित शाखांकडे दिली परंतु ही माहिती गुप्तहेरखात्याच्या नोकरशाहीमध्ये कोठेतरी गहाळ झाली.

आसिफने आणखी एक आश्चर्यकारक माहिती दिली. बर्मन अपहरणामध्ये मिळालेली खंडणीची रक्कम आफताब अन्सारीने ओमर शेख याच्याबरोबर वाटून घेतली होती. ३१ डिसेंबर १९९९ या दिवशी, कंदाहार येथे इंडियन एअरलाइन्सच्या विमानातील ओलीस ठेवलेल्या ८१४ प्रवाशांना सुरक्षितपणे सोडवून परत आणण्यासाठी भारताला ज्या ३ अतिरेक्यांना सोडून द्यावे लागले होते त्यांच्यापैकी एक हा ओमर शेख होता. त्याआधी, २४ डिसेंबर १९९९ ला काठमांडूहून दिल्लीला येणारे विमान हरकत-उल-मुजाहिदीनच्या अतिरेक्यांनी हायजॅक करून अमृतसर-लाहोर-दुबई यामार्गे अफगाणिस्तानला नेले होते. त्यावेळी *वॉल स्ट्रीट जर्नल* मध्ये काम करत असलेल्या पत्रकार डॅनिअल पर्लच्या खुनामध्येही नंतर त्याचा हात होता. बर्मन अपहरणामध्ये मिळालेल्या खंडणीच्या रकमेपैकी - सुमारे १००,००० अमेरिकन डॉलर्स-

(त्या काळातील सुमारे ४८ लाख रुपये) काही भाग हा नंतर ओमर शेखकडून ९/११च्या हल्ल्याचा सूत्रधार मोहम्मद अत्ता याच्याकडे पोचला. आसिफ रझा खानने सांगितले की आफताब अन्सारी आणि आसिफ स्वत: हे दोघेही जिहादी विचारांचे होते. पाकिस्तानातील बहवालपूर येथील लष्करच्या मुख्य छावणीलाही त्यांनी भेट दिलेली होती भारतातील लष्कर-ए-तैयबाची सुरुवात करणाऱ्या आझम चीमा याचीही भेट आफताबने फेब्रुवारी २००० मध्ये घेतली होती असेही त्याने सांगितले.

७ डिसेंबर २००१ ला आसिफ रझा खान हा पोलिसकोठडीतून पळून जाण्याचा प्रयत्न करत असताना राजकोट पोलिसांबरोबर झालेल्या एका चकमकीत मारला गेला. ही चकमक मुद्दाम घडवून आणल्याचे आफताब अन्सारी आणि आमिर रझा खान यांनी ठरवले आणि त्यामागोमाग संघटित गुन्ह्यांची आणि दहशतीची एक मालिकाच घडून येऊ लागली. जेमतेम एका आठवड्यानंतर भारतीय संसदेवर हल्ला करण्यात आला. हा हल्ला जैश-ए-मोहम्मद या संघटनेच्या अतिरेक्यांनी केला असला, तो थेटपणे आफताब अन्सारी आणि आसिफशी संबंधित नसला तरी पुढच्या दशकामध्ये घडून आलेल्या अनेक दहशतवादी हल्ल्यांची सुरुवात होती. हे हल्ले नव्या जिहादी गटांनी केले होते. त्यांचे मूळ आसिफ रझा खानच्या मरणामध्ये आणि त्या खुनाचा सूड घेण्याच्या इच्छेमध्ये होते. एका महिन्याभरानंतरच अशीच एक घटना कोलकात्यामध्ये घडणार होती.

~

२२ जानेवारी २००२ या दिवशी, सीबीआयचे डायरेक्टर पी सी शर्मा यांनी दिल्लीभेटीसाठी आलेल्या फेडरल ब्युरो ऑफ इन्व्हेस्टिगेशन (एफ बी आय) चे डायरेक्टर, रॉबर्ट एस म्युलर यांच्यासाठी हॉटेल अशोक येथे एका न्याहारीचे आयोजन केले होते. मलाही या कार्यक्रमाचे आमंत्रण होते. मी युनियन होम सेक्रेटरी कमल पांडे यांच्याशेजारी बसलो होतो. कार्यक्रम चालू असतानाच एका मदतनीसाने पांडे यांच्या कानात कुजबुजत सांगितलेली बातमी मीही ऐकली. कोलकाता येथील अमेरिकन सेंटरवर अतिरेक्यांनी हल्ला केला होता. होम सेक्रेटरी आणि मदतनीस यांच्यातील त्या कुजबुजीमध्ये फरहान मलिकचे नावही घेतले गेले होते. माझ्याजवळ माहितीचे असे अनेक तुकडे होते जे आता एकत्र येऊ लागले होते त्यामुळे कितीही मनात नसले तरी मी पुढे पाऊल

टाकले पाहिजे असे मला वाटले. या नव्या घटनांची माहिती संचालकांना देऊन मी लोधी रोडवरील सीजीओ कॉम्प्लेक्समधील माझ्या कचेरीकडे धाव घेतली.

लगेचच मी पश्चिम बंगालचे एसएसपी (सीआयडी) राजीव कुमार यांच्याशी कोलकातामध्ये संपर्क साधला. या घटनेच्या काही काल आधीपासून पार्थ प्रतिम रॉय बर्मन यांच्या खळबळजनक अपहरणाच्या संदर्भात राजीव माझ्या संपर्कामध्ये होते. खादिम शूजचे अध्यक्ष-व्यवस्थापकीय संचालक पार्थ प्रतिम रॉय बर्मन यांचे २००१च्या जुलैमध्ये अपहरण करण्यात आले होते. राजीवने या बाबतीमध्ये खूपच मूलभूत काम केले होते आणि राजकोटमध्ये आसिफ रझा खानची चौकशीही केली होती. कोलकात्यामधील बर्मन कुटुंबीय व दुबईमध्ये असलेला आफताब अन्सारी यांच्यामधील खंडणीसंबंधीच्या झालेल्या वाटाघाटींच्या अनेक तासांच्या संभाषणाच्या ध्वनिफितीही त्यांनी ऐकलेल्या होत्या. आफताबच्या पाकिस्तानी पारपत्राची एक 'स्कॅन्ड' प्रतही त्यांनी हस्तगत केली होती त्यामुळे त्यांच्याजवळ त्याचे सर्व तपशील होते. ही माहिती राजीव यांनी दिल्लीतील इंटरपोलला दिली होती आणि मलाही दिली होती. त्यांनी मला सांगितले होते की आफताबकडे एक पारपत्र आहे जे पाटण्याच्या रीजनल पासपोर्ट ऑफिसने जारी केलेले होते. मी सीबीआयच्या संतलपूर हत्यार प्रकरणात, आफताबच्या पासपोर्टची मूळ फाइल जप्त करण्यासाठी एका अधिकाऱ्याला पाटण्याला रवाना केले होते.

राजीवच्या गटाने बर्मन अपहरणातील बहुतेक सर्व गुन्हेगारांना पकडले असले तरी त्यांचे मुख्य आफताब अन्सारी आणि आसिफ रझा खान हे मात्र सापडले नव्हते. आमच्या या मोठ्या संपर्कामध्ये आमचे दोघांचे चांगले जमले होते आणि आम्हा दोघांचाही एकमेकांबरोबर चांगला संवाद जुळून आला होता. राजीवने दिलेल्या आफताबविषयीच्या माहितीतील सर्व बारीकसारीक तपशीलही मी एका विशिष्ट क्रमाने नोंदवून ठेवले होते. संतलपूर हत्यारांच्या केसमध्ये आसिफ रझा खानच्या चौकशीच्या दरम्यान आणखीही बरेच तपशील बाहेर आले होते. माझ्या बरोबरच शिक्षण घेतलेले सुधीर सिन्हा हे त्यावेळी राजकोटचे पोलिस कमिशनर होते. ते भास्कर पारेख अपहरणाच्या केसची चौकशी करत होते. त्यांनीही आफताब आणि त्याच्या टोळीविषयीची काही माहिती मला दिलेली होती. मी ही सर्व माहिती एकत्र केली आणि आफताबवर एक माहिती संच तयार केला. पाटणा पासपोर्ट ऑफिसमधून मिळालेली आफताबच्या पासपोर्टची प्रतही मी त्या संचाला जोडली.

२२ जानेवारी २००२ या दिवशी सकाळी मी जेव्हा राजीवशी बोललो तेव्हा त्यांनी मला कोलकातामधील हल्ल्याचे तपशील दिले. या हल्ल्यामध्ये ४ पोलिस मारले गेले होते आणि इतर अनेक जखमी झाले होते. अतिरेकी पहाटे ६.३० ला २ मोटारसायकलींवरून आले आणि अमेरिकन सेंटरवर नेमलेल्या पोलिसांवर त्यांनी अंदाधुंद गोळीबार करण्यास सुरुवात केली. त्यावेळी पोलिसांची ड्यूटी बदलत होती. सर्व पोलिस त्यामध्ये गुंतले असल्याने हा हल्ला अत्यंत अनपेक्षित असा होता. चटकन प्रतिकार करणे त्यांना शक्य झाले नाही. या हल्ल्याची जबाबदारी घेणाऱ्या फरहान मलिक नावाच्या माणसाचा दूरध्वनी राजीवना त्यांच्या घरच्या क्रमांकावर आला होता. बर्मन अपहरण केसच्या चौकशीच्या वेळी ध्वनिमुद्रित केलेला आफताबचा आवाज त्यांनी ऐकलेला होता त्यामुळे त्यांनी सरळ त्याला त्याच्या खऱ्या नावानेच संबोधित केले. कमालीचा आश्चर्यचकित होऊन त्या व्यक्तीने लगेच दूरध्वनी बंद केला. त्यानंतर आफताबने कोलकातामधील *'आनंद बझार पत्रिका'* या वृत्तपत्राला दूरध्वनी केला. त्यातही त्याने स्वत:चे नाव फरहान मलिक असेच सांगितले व या अतिरेकी हल्ल्याची जबाबदारी स्वीकारली. ही बातमी सगळीकडे पसरली आणि त्या सकाळी हॉटेल अशोकमधील न्याहारीच्या टेबलावर होम सेक्रेटरीच्या कानावर गेली.

राजीवनी चटकन कोलकाता दूरध्वनी मुख्यालयातून या दूरध्वनी क्रमांकाचा शोध घेतला. बर्मन कुटुंबीयाना ज्या क्रमांकावरून खंडणीसाठी दूरध्वनी केले जात होते तो हाच क्रमांक होता. त्यावेळी दूरध्वनी करणाऱ्याने आपले नाव आफताब अन्सारी असे सांगितले होते. हे आता नक्कीच झाले होते की तो आणि फरहान मलिक ही एकच व्यक्ती आहे. ज्या भ्रमणध्वनी क्रमांकावरून कोलकाताशी संपर्क साधला जात होता तो क्रमांकही माझ्याकडे पाठवण्यात आला आणि मी तो क्रमांक 'युएई'च्या अबू धाबी या शहरामधील भारतीय राजदूत के सी सिंग यांना दिला.

त्या दिवसभरामध्ये, मी माझ्या संचालकांना सुचवले की ही बाब शासनातील सर्वांत वरिष्ठ कचेरीच्या कानावर घातली पाहिजे. संतलपूर हत्यार तस्करीमागे असलेला माणूस कोलकात्यातील अमेरिकन सेंटरवरील हल्ल्याच्याही मागे होता. आता दुबईमध्ये आफताब अन्सारीला पकडण्यामध्ये अमेरिकन लोकांनाही सामील करून घेण्याची वेळ आली होती. परदेशातील त्यांच्याच एका कचेरीवर हल्ला झाला होता त्यामुळे ते यामध्ये सहभागी होण्याची शक्यता होती. मी संचालकांना सुचवले की त्यांनी पंतप्रधानांना भेटावे आणि यु एस सरकारला यामध्ये सहभागी होण्याची विनंती करावी असे

सुचवावे. संचालकांनी माझी सूचना मान्य केली आणि पंतप्रधानांशी तातडीने बैठक व्हावी, अशी मागणी केली.

त्याच संध्याकाळी मी कामावरून घरी परतल्यानंतर सुमारे ८ वाजता डायरेक्टर शर्मांनी मोबाइलवरून माझ्याशी संपर्क साधला. त्यांनी सांगितले की त्यांची पंतप्रधानांशी भेट झाली होती आणि त्यांनी सर्व माहिती पंतप्रधानांच्या कानावर घातली होती. पंतप्रधान वाजपेयी यांनी ताबडतोब त्यांचे प्रमुख सचिव ब्रजेश मिश्रा यांना बोलावून घेतले आणि अमेरिकनांना ही सर्व माहिती देण्यास सांगितले. 'मी उद्या अमेरिकन राजदूतांशी त्यांच्या कचेरीमध्ये बोलतो' असे ब्रजेश मिश्रांनी म्हटल्यावर पंतप्रधानांनी त्यांना बजावले की हे काम ताबडतोबच झाले पाहिजे. बहुधा संचालकांनी मला दूरध्वनी करण्याआधीच अमेरिकन राजदूतांशी यासंबंधी बोलणे झाले असावे आणि त्यांनी मदत करण्याचे मान्यही केले होते. पुढची पावले उचलण्याआधी ते आफताब अन्सारीच्या माहितीची कागदपत्रे मिळण्याची वाट पाहात यु एस वकिलातीमध्ये थांबलेले होते. मी आपल्या कचेरीमधून या सर्व माहितीचे कागदपत्र घेऊन ते यु एस राजदूतांकडे नेऊन द्यावेत असे त्यांनी सुचवले. मी सांगितले की ही सर्व कागदपत्रं माझ्याजवळच आहेत आणि मी ते केवळ पाच मिनिटांमध्ये पोचवू शकतो. मी त्यावेळी चाणक्यपुरीतील सरकारी निवासस्थानामध्ये राहात होतो. माझे निवासस्थान अमेरिकन वकिलातीपासून अगदी जवळ होते.

शांती पथावरील अमेरिकन दूतावासामध्ये पोचताच मला तेथील बँक्वेट हॉलमध्ये नेण्यात आले. भारताच्या भेटीवर आलेल्या, एफबीआय प्रमुखांच्या-रॉबर्ट ब्लॅकवेल यांच्या सन्मानार्थ अमेरिकन राजदूतांनी स्नेहभोजनाचे आयोजन केले होते. आफताब अन्सारीचे छायाचित्र, त्याचा दुबईमधील मोबाइल क्रमांक, पारपत्राचे तपशील ही सर्व माहिती राजदूतांच्या वतीने एका वरिष्ठ अधिकाऱ्याने स्वीकारली. मी समाधानाने घरी परतलो. या फरार झालेल्याला पकडण्यासाठी आम्ही सर्व मार्ग खुले केले होते, जेवढे शक्य होते ते सर्व केले होते.

~

५ फेब्रुवारी २००२ या दिवशी पार्लमेंट स्ट्रीटवरील जॉइंट इंटेलिजन्स कमिटीच्या कचेरीमध्ये एका बैठकीमध्ये असतानाच भारताचे राजदूत सिंग यांनी दुबईहून मोबाइलवरून माझ्याशी संपर्क साधला केला. त्यांच्याशी बोलण्यासाठी मी दिलगिरी व्यक्त करून तेथून बाहेर पडलो. *'आपका बंदा पकड लिया गया*

है.। आप जल्दी दुबई आ जाओ।' सिंगसाहेबांनी निर्विकारपणे सांगितले. मी बैठकीमध्ये परतलो. अध्यक्षांची परवानगी घेतली आणि सीबीआय मुख्यालयाकडे धाव घेतली.

सीबीआयच्या सभागृहामध्ये संचालक वरिष्ठ अधिकाऱ्याबरोबरच्या एका चर्चेमध्ये व्यग्र होते तरीही मी सरळ आत जाण्याचे ठरवले. त्यांच्या कानात कुजबूज करत मी त्यांना दुबईमध्ये आफताबला अटक करण्यात आल्याची बातमी सांगितली. लगेच चर्चा संपवेपर्यंत त्यांनी मला थांबायला सांगितले. त्यानंतर के सी सिंग यांच्याबरोबरच्या माझ्या सर्व संभाषणाचे तपशील ऐकल्यानंतर ते स्वतःही राजदूतांशी बोलले. त्यानंतर ताबडतोब दुबईला जाण्याचा आदेश मला देण्यात आला.

त्या संध्याकाळी दिल्लीहून दुबईला जाणारे इंडियन एअरलाइन्सचे विमान पूर्ण भरलेले होते. तरीही प्रयत्न करून पहावा म्हणून मी विमानतळावर पोचलो. एअरलाइन्सच्या टेबलाशी पोचल्यावर मला पुन्हा एकदा ऐकवण्यात आले की या विमानात एकही जागा मिळणे अशक्य आहे. कारण एकाही प्रवाशाने आपला प्रवास रद्द केलेला नाही. मग मात्र मी स्वतःचा वट वापरण्याचे ठरवले. मी एक वरिष्ठ सीबीआय अधिकारी असून एका खास कामगिरीवर निघालो आहे आणि मला दुबईला पोचणे फार आवश्यक आहे, मग मला वैमानिकाजवळ बसावे लागले तरी चालेल. असे सांगितल्यावर मात्र त्यांनी काहीतरी करून मला विमानामध्ये जागा दिली आणि मी निघालो.

~

दुसऱ्या दिवशी सकाळी, राजदूत सिंग यांच्या कचेरीत मी दुबईच्या वरिष्ठ अधिकाऱ्यांना भेटलो. त्यांच्या ताब्यात असलेला माणूस खरोखरच आफताब अन्सारी आहे याची खात्री करून देणारा पुरावा त्यांना हवा होता. दिल्ली पोलिसांनी अन्सारीवर तयार केलेले सर्व कागदपत्रं मी त्यांच्या हाती ठेवले. त्यामध्ये अन्सारीच्या बोटांचे ठसेही होते. पाटण्याहून मिळवलेल्या त्याच्या पारपत्राच्या कागदांमध्ये त्याच्या अंगठ्याचा ठसा होता. दुबई अधिकाऱ्यांनी मला व राजदूत सिंग यांना ही सर्व प्रकिया पूर्ण होईपर्यंत व त्यांच्या वरिष्ठ अधिकाऱ्यांचे आदेश मिळेपर्यंत थांबण्यास सांगितले.

त्यावेळेला मला राजदूतांनी माहिती दिली की २३ जानेवारी २००२ या दिवशी म्हणजे कोलकातावरील हल्ल्याच्या दुसऱ्या दिबशी, आफताब अन्सारी

उर्फ फरहान मलिक याला दुबईच्या आंतरराष्ट्रीय विमानतळावर अटक करण्यात आली होती. एमिरेट्सच्या एका विमानाने तो इस्लामाबादला जाण्याचा प्रयत्न करत होता. त्याच्याकडे सफीर महमूद राणा या नावाने लाहोरमध्ये जारी केलेले पाकिस्तानी पारपत्र होते, जे-८७२१४२. या पारपत्रातील तपशील मी राजदूत सिंग व राजदूत ब्लॅकवेल यांना दिलेल्या तपशीलांशी मिळणारे होते. आफताबला शोधून अटक करण्यासाठी अमेरिकनांनी दुबईवर किती दबाव टाकला हे आपल्याला कधीच कळणार नाही पण मला माझे मन सांगते की दुबईने झटपट हालचाल करावी यासाठी यामध्ये अमेरिकनांना सामील करून घेतल्यामुळेच हे काम होऊ शकले. दुबई अधिकाऱ्यांनी आफताबला अटक केल्याचे वृत्त २३ जानेवारीपासून ५ फेब्रुवारीपर्यंत गुपितच ठेवले होते.

६ आणि ७ फेब्रुवारी हे २ दिवस मी मोठ्या उत्कंठेत घालवले. शिवाय दिल्लीवरून दूरध्वनींचा सतत मारा होतच होता. दर अर्ध्या तासाने माझ्या वरिष्ठांना किती प्रगती झाली याची माहिती हवी होती. कारण भारत सरकार आता अधीर होऊ लागले होते. अखेरीस, ८ फेब्रुवारीला मला आपल्या राजदूतांनी एक चांगली बातमी दिली - आफताब अन्सारीच्या हद्दपारीचे कागदपत्र दुबई सरकारने पूर्ण केले होते, आता मी त्याला भारतामध्ये परत घेऊन जाऊ शकत होतो. ही माहिती मी माझ्या वरिष्ठांना दिली आणि या गुन्हेगाराला दिल्लीला आणण्यासाठी एका सरकारी विमानाची व्यवस्था करण्याची विनंतीही केली.

आपल्या वकिलातीने दुबईमध्ये माझी राहाण्याची व्यवस्था हॉटेल शेरेटन जुमेयरा बीच येथे केली होती. येथून समुद्रकिनाऱ्याचे दृश्य फार सुंदर दिसते. परंतु मला असे उभे राहून काही बघण्यास वेळ कुठे होता? झाले असे होते की एका आंतरराष्ट्रीय चर्चासत्राचे वार्तांकन करण्यासाठी आलेले दिल्लीचे बरेचसे पत्रकार त्याच हॉटेलमध्ये उतरले होते. हॉटेलच्या प्रवेशद्वाराशीच माझी त्यातील एकाशी गाठ पडली. आणि मी तेथे असल्याची बातमी सगळीकडे पसरली. त्या सर्वांनाच मी दुबईमध्ये कशासाठी आलो आहे ते समजून घ्यायचे होते. इंटरपोलची बैठक आहे असे सांगून मी कसेबसे त्यांना टाळले.

९ फेब्रुवारीच्या सकाळी मी हॉटेलजवळच चालायला गेलो होतो तेव्हा मला माझ्या संचालकांनी कळवले की भारत सरकारचे एक विमान दुबईला येण्यास निघाले आहे. मी फारच खूष झालो. त्याच दिवशी ते विमान येऊन पोचले. त्यामध्ये दिल्ली इंटरपोलचे डीआयजी ए के गुप्ता यांच्या नेतृत्वाखाली ५ सीबीआय अधिकाऱ्यांचा एक गट मला मदत करण्यासाठी म्हणून आला. या सर्वांना मी जेथे राहात होतो

त्या हॉटेलमध्ये आपल्या वकिलातीतर्फे आणण्यात आले. मी सर्व अधिकाऱ्यांना सूचना दिली की त्यांनी शक्यतो बाहेर जाऊ नये. आपले अस्तित्व फारसे कुणाला कळू देऊ नये. एखाद्या चोरून ऐकणाऱ्याकडून किंवा खबऱ्याकडून आमच्या या मोठ्या बेतामध्ये बिघाड आणला जाऊ नये म्हणून ही खबरदारी घेणे गरजेचे होते.

दुसऱ्या दिवशी म्हणजे १० फेब्रुवारीला सकाळी, आम्हाला वकिलातीच्या मोटारींमधून दुबई आंतरराष्ट्रीय विमानतळाच्या फारशा वापरात नसलेल्या अशा एका टर्मिनलकडे नेण्यात आले. हे टर्मिनल खाजगी विमाने, भाड्याने घेतलेली विमाने व पाकिस्तानला जाणारी विमाने यांच्यासाठी खास राखून ठेवलेले असल्याने काहीसे रिकामेच आणि भीतीदायकच होते. याच टर्मिनलमध्ये इस्लामाबादला जाणाऱ्या विमानामध्ये चढण्याआधी आफताबला अटक करण्यात आली होती. टर्मिनलच्या व्हीआयपी दालनामध्ये आम्हाला बसवण्यात आले. पुढे काय व कधी घडणार आहे याची आम्हाला काहीच कल्पना नव्हती.

सुमारे अर्ध्या तासाच्या प्रतीक्षेनंतर आपल्या वकिलातीच्या अधिकाऱ्यांनी आम्हाला त्यांच्यामागून येण्यास सांगितले. त्यांच्याबरोबर असलेले दुबईचे पोलिस अधिकारी साध्या कपड्यांमध्ये म्हणजे त्यांच्या पारंपरिक पायघोळ कपड्यांमध्ये होते. आम्हाला एका गल्फस्ट्रीम विमानाकडे नेण्यात आले. हे दिल्लीहून आलेले विमान होते. माझ्या गटातील अधिकाऱ्यांना विमानामध्ये जाण्यास सांगण्यात आले परंतु मला मात्र बाहेरच थांबण्यास सांगण्यात आले. मग एखाद्या थरारपटातील दृश्यासारखी एक लांबलचक आरामगाडी टर्मिनलच्या दुसऱ्या टोकापासून सावकाश आमच्यापर्यंत आली. ती गल्फमधील एप्रिलच्या उन्हात वाळवंटातील मृगजळासारखी चमकत होती. आमच्या विमानापाशी येऊन थांबल्यावर त्यातून दोन माणसांना बाहेर उतरवण्यात आले. दोघांचेही डोळे बांधलेले होते व हातात बेड्या होत्या. डोळ्यांवरच्या पट्ट्या काढल्या आणि आफताब अन्सारी आणि त्याच्याच प्रांतातील गुजराती सहकारी राजू अनडकट हे माझ्यासमोर उभे होते. डोळ्यांवर एकदम प्रखर सूर्यप्रकाश पडल्याने दोघांनीही आपले बेड्या घातलेले हात उंचावून डोळे झाकण्याचा प्रयत्न केला. त्यांची नजर स्थिरावल्यावर त्यांना एक अतिवास्तव दृश्य दिसले– साध्या वेषातल्या पोलिसांनी त्यांना गराडा घातला होता आणि समोरच एक विमानही उभे होते. या सर्वाचा अर्थ लावण्यात त्यांचा थोडा वेळ गेलाच परंतु लवकरच त्यांना कळून चुकले की ज्या देशाचे ते नागरिक होते त्या देशाच्या न्यायालयासमोर उभे राहाण्यासाठीच त्यांना नेण्यात येत आहे. आश्चर्याने

त्यांची तोंडे उघडी पडली परंतु लगेचच कमालीची निराशा त्यांच्या चेहऱ्यावर पसरली. १० फेब्रुवारी २००२ ची सकाळ त्यांचा काळ ठरणार आहे याची त्यांना अजिबात कल्पना नव्हती.

सनसनाटी अपहरणे आणि दहशतवादी हल्ले घडवून आणणाऱ्या एखाद्या माफिया डॉनविषयी जी सर्वसाधारण कल्पना असते त्याच्या अगदी उलट असा हा आफताब अन्सारी होता. सुमारे ३४ वर्षे वयाचा, जेमतेम साडेपाच फूट उंचीचा, किरकोळ शरीरयष्टीचा, सुशिक्षित सुस्वभावी दिसणारा असा हा माणूस होता. त्याच्या उलट, राजू होता. मजबूत शरीरयष्टी आणि खडबडीत चेहरा. आम्हाला माहीत होता तसाच गुंड दिसत होता तो. एक सैलसर, चुरगळलेला पांढरा शर्ट आणि राखाडी रंगाची पँट असे त्याचे कपडे होते आणि त्याला झोप मिळालेली नाही हे त्याच्या चेहऱ्यावरूनच उघड होत होतं.

त्याच वेळी एक चकचकीत मर्सिडिझ मोटार आत शिरली. तिच्यातून राजदूत सिंग आणि दुबईचा एक वरिष्ठ अधिकारी खाली उतरले. आफताब

शेवटचा पुकारा: राजू अनडकट (डावीकडे), आफताब अन्सारी (मध्यभागी) आणि मी – दुबईतील हस्तांतरणानंतर.

आणि राजूला परत आणण्यासाठी ज्या ज्या परवान्यांची आवश्यकता होती ते सर्व परवाने मिळवण्यास याच अधिकाऱ्याने आम्हाला मदत केली होती. आफताबच्या बरोबर राजूही हाती लागणे ही आमच्या दृष्टीने मोठीच आश्चर्याची बाब होती आणि अर्थातच ती अगदी पाहिजे तशी भेटही होतीच. २००१ पासून तो खोट्या नोटांच्या एका गुन्ह्यासाठी सीबीआयच्या जयपूर शाखेला हवा होता. शिवाय गुजरात, कोलकाता आणि भारतातील इतर भाग यांच्यामध्ये घडवून आणलेल्या अनेक अपहरणांसाठीही तो हवा होता. आफताबच्या टोळीचा तो एक महत्त्वाचा सदस्य होता. या टोळीने घडवून आणलेल्या अपहरणांच्या बहुतेक गुन्ह्यांमध्ये त्याचा महत्त्वाचा सहभागही होता.

कोणत्याही प्रकारची गडबड न करता दुबई पोलिसांनी त्या दोघांना आमच्या स्वाधीन केले आणि ते दोघे विमानात चढले. या कामगिरीमध्ये त्यांनी बजावलेल्या अतिशय महत्त्वाच्या कामाबद्दल मी राजदूत सिंग यांचे आणि दुबईच्या अधिकाऱ्यांनी दाखवलेल्या मोठेपणाबद्दल त्यांचे आभार मानले. आपल्या वकिलातीतील अधिकारी आणि मी यांच्यामध्ये बऱ्याच गळाभेटी आणि हस्तांदोलने झाली आणि दुबईमध्ये बसून आपल्या देशामध्ये मोठा गोंधळ माजवणाऱ्या त्या दोन 'मोस्ट वाँटेड' गुन्हेगारांना घेऊन आम्ही निघालो.

घराकडे परत: आफताब अन्सारी विमानात बसल्यानंतर.

एखादी कामगिरी उत्तम रीत्या पार पडली की वातावरण उत्सवी होऊन जाणे स्वाभाविकच असते. आमच्या विमानामध्ये तसेच वातावरण होते. माझ्या सर्व सहकाऱ्यांच्या चेहऱ्यावर प्रसन्न हास्ये होती. कोलकाता पोलिस, दिल्ली पोलिस गुजरात पोलिस, वरिष्ठ सरकारी अधिकारी, यु ए ईमधील आपले राजनैतिक कचेरीतील अधिकारी, विशेषत: राजदूत सिंग आणि सीबीआय या इतक्या सर्वांच्या एकत्रित प्रयत्नांमुळेच हे शक्य झाले

होते. या सर्व प्रयत्नांच्या केंद्रस्थानी असल्याने माझ्या मनातला आनंद आणि उल्हास तर खासच होता.

विमानामध्ये मी आफताबच्या समोर बसलो. त्याच्या हातातील बेड्या काढवल्या आणि त्याच्याशी बोलण्यास सुरुवात केली. पलीकडच्या बाजूला बसून डीएसपी एम सी साहनी हे राजू अनडकटशी बोलत होते. दुबईच्या अधिकाऱ्यांनी आम्हाला आफताबच्या औषधांचे एक पुडके दिले होते. त्यामध्ये इन्सुलिन हे औषधही होते. तोही माझ्यासारखाच एक मधुमेही आहे हे कळल्यावर माझी त्याच्याकडे बघण्याची दृष्टी थोडी सौम्य झाली. पोलिस आणि इतर जनता यांच्या मनात असा समज आहे की गुन्हेगाराची चौकशी जोरदारच करावी लागते परंतु या समजाच्या उलट खरी गोष्ट अशी आहे की गुन्हेगाराशी सौम्यपणे बोलले तर तो अधिक लवकर मोकळा होतो. याला आफताबही अपवाद नव्हता. त्या सकाळी त्याच्या आयुष्यामध्ये एक भयंकर उलथापालथ झाली असूनही तो लवकरच मोकळेपणाने बोलू लागला. मी त्याला जसजसे प्रश्न विचारत गेलो तसतशी तो उत्तरे देत गेला. त्या तीन तासाच्या विमानप्रवासामध्ये आम्ही सतत बोलत होतो. त्याने मला त्याच्या आयुष्याची कथा सांगितली. आणखी चौकशीच्या दरम्यान मिळालेल्या इतर फुटकळ बाबी एकत्रित केल्यावर एकूण चित्र तयार झाले ते पुढीलप्रमाणे होते.

~

वाराणसी शहराच्या लल्लापुरा विभागामध्ये १९६८ मध्ये आफताबचा जन्म झाला. त्याची विधवा आई, एक मोठा भाऊ आणि चार बहिणी असे त्याचे कुटुंब होते. उर्दू भाषेमध्ये आफताब या शब्दाचा अर्थ आहे 'सूर्य'. कदाचित तो पुढील आयुष्यामध्ये खूप चमकेल आणि कुटुंबाचे नाव उजळेल अशी त्याच्या आईवडिलांना आशा असावी. चमकलाच तो, पण वाईट अर्थाने.

बनारस हिंदु युनिव्हर्सिटीमधून त्याने पदवी मिळवली आणि नंतर पत्रकारितेच्या अभ्यासक्रमामध्ये नाव नोंदवले. पण लवकरच त्याच्या लक्षात आले की पत्रकारितेचे क्षेत्र त्याच्यासाठी नाही. त्याला गुन्हेगारी जग खुणावत होते, आपल्याकडे बोलावत होते. त्याचा मोठा भाऊ अन्वर अहमद हा अर्धवेळाचा वकील होता आणि पत्रकारही होता. गुन्हेगारीशी त्याची तोंडओळख आधीच झालेली होती. त्याने दिनेश ठाकुर या माणसाशी आफताबची ओळख करून दिली. हा वाराणसीतील एक कुप्रसिद्ध गुन्हेगार

होता. ठाकुरला आफताबमध्ये काहीतरी खास दिसले आणि त्याने त्याला आपल्या पंखाखाली घेण्याचे ठरवले. दोघांनी एकत्रितपणे खंडणीसाठीची अनेक अपहरणे पार पाडली. ठाकुरच्या शिकवणीखाली आफताब या व्यवसायाच्या सर्व क्लृप्त्या शिकला. त्यामध्ये श्रीमंत शिकार शोधणे, त्यांच्या रोजच्या कार्यक्रमाचा, सवयींचा अभ्यास करणे, अशा पळवून आणलेल्या व्यक्तींना ठेवण्यासाठी 'सुरक्षित घरे' मिळवणे, खंडणीसाठी वाटाघाटी करणे आणि ती रक्कम घेऊन ती सुरक्षित ठिकाणी नेणे या सर्व बाबी होत्या.

१९९५च्या जुलैमध्ये, ते दिल्लीमध्ये अशोक विहार येथे आले. त्यांना गिरीश अरोरा या उद्योजकाकडून खंडणीचे दोन लाख रुपये ताब्यात घ्यायचे होते. अरोराने दिल्ली पोलिसांना आधीच खबर दिली होती, त्यांनी या खंडणीबहाद्दरांसाठी एक सापळा रचला होता. त्यावेळी झालेल्या गोळीबारामध्ये दिनेश ठाकुरला गोळी लागली आणि तो मरण पावला. कधी नव्हे ते एकदाच, या गुरु-शिष्यांच्या हातून त्यांच्या कार्यपद्धतीत चूक झाली होती आणि त्या चुकीची किंमत त्यांना मोजावी लागली.

आफताबला अटक करण्यात आली आणि तिहार तुरुंगात ठेवण्यात आले. जुलै १९९५ पासून नोव्हेंबर १९९८ पर्यंत तो तेथेच होता. या काळात, त्याच तुरुंगामध्ये दहशतवादाच्या आरोपांखाली असलेल्या, अनेक कैद्यांची आणि आफताबची ओळख झाली. तासन्‌तास त्यांच्याशी बोलत राहिल्याने त्याची जिहादी विचारसरणीशी ओळख झाली आणि तो, त्या कायमचे झपाटून टाकणाऱ्या विचारांच्या प्रभावाखाली आला. तुरुंगातील जिहादी कैद्यांबरोबरच्या संभाषणांमुळे हा खंडणीबहाद्दर इस्लामवादी बनला.

तुरुंगामध्ये त्याला भेटलेल्या लोकांमध्ये काही काश्मिरी युद्धखोरही होते. काश्मीर खोऱ्यातील लष्करी अस्तित्वामुळे घडलेली अशी प्रत्येकाची एक दुःखद कहाणी होती. आसिफ रझा खान नावाच्या एका तरुण गुन्हेगाराशी त्याची अधिक जवळीक झाली. हा कोलकात्याचा सामान्य गुन्हेगार तरुण आता एक अट्टल युद्धखोर बनला होता. त्याचा संबंध हिज्ब-उल-मुजाहिदीन या भयानक अतिरेकी संघटनेशी होता. १९९४ मध्ये दिल्लीच्या आदर्श नगर पोलिस स्टेशनने दाखल केलेल्या टीएडीए (टाडा) च्या व एक्स्प्लोझिव्ह सब्स्टन्स ॲक्ट खाली लावलेल्या केससंबंधात तो कारावासाची शिक्षा भोगत होता. तुरुंगामध्ये आसिफ व आफताब हे दोघे अगदी घट्ट मित्र बनले आणि तुरुंगातून सुटल्यानंतरही पुढची अनेक वर्षे त्यांची मैत्री टिकून होती.

एकदा जेल रुग्णालयामध्ये गेलेले असताना आसिफने आफताबची भेट कुप्रसिद्ध ओमर शेख याच्याशी घडवून आणली. ओमर शेख हा लंडन स्कूल ऑफ इकॉनॉमिक्सचा पदवीधर होता. ऑक्टोबर १९९४ मध्ये चार परदेशी नागरिकांचे – तीन ब्रिटिश व एक अमेरिकन – अपहरण केल्याच्या गुन्ह्यासाठी तो शिक्षा भोगत होता. त्याचे साथीदार होते काश्मिरी युद्धखोर. जैश-ए-मोहम्मद, अल-कायदा, हरकत-उल-मुजाहिदीन, हरकत-उल-अन्सार आणि तालिबान या सर्व दहशतवादी संघटनांशी ओमर शेखचा संबंध होता. आधी सांगितल्याप्रमाणे, डिसेंबर १९९९ मध्ये त्याची सुटका करून त्याला विमानाने कंदाहारला पोचवण्यात आले. त्यावेळी त्याच्याबरोबर मौलाना मसूद अझर (जैश-ए-मोहम्मदचा संस्थापक) व मुश्ताक अहमद झार्गर हे दोन भयानक दहशतवादीही होते, पत्रकार डॅनिअल पर्लचा खून केल्याचा आरोप शेखवर सिद्ध झाला आणि त्याला मृत्यूची शिक्षा देण्यात आली. सध्या तो या शिक्षेची अंमलबजावणी होण्याची वाट बघत एका पाकिस्तानी तुरुंगात आहे.

तिहार तुरुंगामध्ये ओमर शेखशी झालेल्या संभाषणांचा आफताब अन्सारीवर फार खोलवर परिणाम झाला. आफताबच्या या जहालपणाकडे जाण्याच्या प्रवासामध्ये भर पडली ती त्याच्याच कोठडीमधला कैदी अख्तर हुसैन उर्फ हाशिम भाईमुळे. हा युद्धखोरांना पाठिंबा देणारा आणखी एक जहालवादी होता. दिल्लीपासून जवळच असलेल्या गुरगांव प्रांतातील एका लहानशा गावामधून आलेला अख्त धार्मिक पुस्तके आणि प्रार्थना यांमध्ये दिवसभर गढलेला असे. अख्तरच्या या धार्मिकपणामुळे आफताब फारच प्रभावित झाला आणि त्याचा निकटवर्ती बनला. तुरुंगातून सुटल्यावर, आफताब, अख्तर आणि आसिफ रझा खान हे तिघेही एकत्र आले आणि त्यांनी एकत्रितपणे अनेक गुन्हेही केले. काही वर्षांनंतर, एका अतिरेकी छावणीमध्ये आफताब आणि अख्तर यांची पुन्हा एकदा गाठ पडली. २६-२७ ऑक्टोबर २००१च्या रात्री संतलपूर रस्त्यावर सीबीआयने पकडलेल्या ट्रकमध्ये असलेला अख्तर तो हाच. ही आपल्या कथेची सुरुवात आहे. २०१२ मध्ये न्यायालयामध्ये आत्मसमर्पण करेपर्यंत अख्तरने अटकेला हुलकावणी दिली.

१९९८ मध्ये अशोक विहार खंडणीच्या केसमध्ये आफताबला जामीन मिळाला. परंतु त्याने न्यायालयामध्ये हजेरी लावणे आवश्यक होते. वकिलांसाठी लागणाऱ्या पैशामुळे त्याला पैशाची अतिशय गरज होती. अशाच एका न्यायालयातील हजेरीच्या वेळी त्याची हरप्रीत हॅपी सिंगशी गाठ पडली.

हा एक तरबेज असा अपहरणकर्ता होता. गुन्हेगारी जगतामध्ये त्याने आपले स्थान याधीच पक्के केले होते. अफताबप्रमाणेच त्यालाही पैशाची गरज होती. आपण दोघांनी मिळून एखाद्या श्रीमंत व्यक्तीचे अपहरण करावे असा आफताबचा प्रस्ताव त्याला लगेच मान्य झाला.

हॅपी बबलू श्रीवास्तव टोळीच्या संजय खन्ना उर्फ चंकीला ओळखत होता. नागरी विभागांतील अपहरणासाठी हा प्रसिद्ध होता ('ऑपरेशन डेझर्ट सफारी' ही कथा पहावी.). चंकीशी संपर्क साधून त्याने आपण आपल्या मित्रांसह आखत असलेल्या अपहरणासाठी लागणाऱ्या खर्चासाठी त्याच्याकडे पैसे मागितले. संजयने दोन हप्त्यांमध्ये सात लाख रुपये पाठवले. या पैशांतून दोन मारुती मोटारी - एक मारुती ८०० व दुसरी मारुती व्हॅन - विकत घेण्यात आल्या. हॅपीने आपल्या विश्वासू माणसांनाही सामील करून घेतले आणि आता तो प्रत्यक्ष काम करण्यास तयार झाला.

पहिल्या अपहरणासाठी वाराणसीतील एक कोळशाचा व्यापारी आनंद अगरवाल याचे नाव निश्चित करण्यात आले कारण आनंदकडे भरपूर पैसा असल्याची माहिती आफताबला होती. दोन घरे भाड्याने घेण्यात आली. एक वाराणसीतील अशोक विहारमध्ये व दुसरे लखनौमधील हैदराबाद कॉलनीमध्ये. दोन्ही घरे सुरक्षित घरे म्हणून वापरण्यात येणार होती. ५ ऑगस्ट १९९९ या दिवशी, आफताब अन्सारी, हॅपी आणि इतर यांनी सीबीआय अधिकाऱ्यांच्या वेषात आनंद अगरवालचे त्याच्या घरातून अपहरण केले. त्याची खंडणी म्हणून या लोकांना तीन कोटी रुपये मिळाले. या रकमेच्या वाटाघाटी आफताब आणि हॅपीचे देशबांधव राजू अनडकट आणि चंकी यांनी केल्या. त्यावेळी हे दोघेही दुबईमध्ये होते. या अपहरणानंतर, आफताब अन्सारीने खंडणीच्या गुन्ह्यांमधील आपली एका टोळीचा प्रमुख ही कारकीर्द पुन्हा सुरू केली.

यानंतरचे मोठे अपहरण होते निरंजन शहा याचे. हा मुंबईतील एक उचापतखोर माणूस होता. राजू अनडकटच्या भागीदारीत त्याने अंमली पदार्थांचा एक साठा कॅनडाला पाठवला होता. मिळालेल्या फायद्याची वाटणी करण्याची वेळ आली तेव्हा शहाने बतावणी केली की हा सर्व साठा कॅनेडियन पोलिसांनी वाटेतच पकडला आणि राजूला त्याचा वाटा देण्यास नकार दिला. आपला वाटा मिळवण्यासाठी राजूने शहाचे अपहरण करण्याचे ठरवले. त्याने आफताब अन्सारी आणि आसिफ रझा खान यांना शहाचे अपहरण करण्याच्या सूचना दिल्या. आपल्या कामानिमित्त शहा नेहमी नेपाळची राजधानी काठमांडू येथे

जात असे. तेथूनच त्याचे अपहरण करण्याचे ठरले. काठमांडूमधील महाराजगंज या विभागामध्ये त्याला पंचावन्न दिवस बंदिवासात ठेवण्यात आले. फझल-उर-रेहमान, ओ. पी. सिंग, छोटा राजन यांच्यासारख्या गुन्हेगारी जगातील अनेक थोरामोठ्यांनी राजू अनडकटकडे ही समस्या शांतपणे सोडवण्यासाठी व शहाला सोडून देण्यासाठी शहाच्या बाजूने रदबदली केली. अखेरीस राजू अनडकट व आफताब अन्सारी हे २० लाख रुपयांवर कबूल झाले आणि नेपाळच्या राजधानीमध्ये दरबार मार्गावर त्यांनी शहाला सोडून दिले.

परंतु सर्वात मोठे अपहरण तर यानंतरच व्हायचे होते. २००१ च्या जुलैमध्ये, या लोकांनी कोलकात्यातील खादिम शूजच्या अध्यक्ष-व्यवस्थापकीय संचालक असलेल्या पार्थ प्रतिम रॉय बर्मन याला लक्ष्य केले. दिल्लीमधून एक मोटार व हत्यारे मिळवण्याचे काम अकीब अली खान उर्फ फिरासत याच्यावर सोपवण्यात आले आणि त्याने ते पार पाडले. शहराच्या दक्षिण सीमेवर बर्मनचा कारखाना होता. त्या कारखान्याजवळच तिलजला येथे सी एन रोडवर बर्मनची टाटा सफारी ही मल्टी युटिलिटी मोटार पाच हत्यारबंद व्यक्तींनी अडवली. बर्मनला त्याच्या वाहनातून जबरदस्तीने बाहेर ओढण्यात आले आणि अपहरणकर्त्यांच्या मारुती व्हॅनमध्ये कोंबण्यात आले. त्याने प्रतिकार करण्याचा व पळून जाण्याचा प्रयत्न केला तेव्हा एका अपहरणकर्त्याने त्याच्यावर गोळी झाडली. ती त्याच्या हातावर लागली.

भारत-बांगलादेशाच्या सीमेजवळच्या उत्तर चोवीस परगणा जिल्ह्यामध्ये हारोआ येथील एका सुरक्षित घरामध्ये बर्मनला नेण्यात आले. तेथे अपहरणकर्त्यांनी बर्मनच्या जखमांवर उपचार केले. बर्मन कुटुंबीय या अपहरणामागचा सूत्रधार आफताब अन्सारीबरोबर खंडणीच्या रकमेबद्दल वाटाघाटी करत असताना त्याला याच ठिकाणी बंदिवासात ठेवण्यात आले. यावेळी अन्सारी दुबईमध्ये होता. अखेरीस हैद्राबादमधून 'हवाला'च्या माध्यमातून खंडणीचे ४ कोटी रुपये अन्सारीला देण्यात आले. (हवाला करणारे लोक पैसे घेऊन ते पैसे जगाच्या पाठीवर कोठेही पाठवू शकतात. यामध्ये कोणतीही बँक गुंतलेली नसते. हे काम सांकेतिक शब्दांच्या आणि आकड्यांच्या मार्फत केले जाते. उदाहरणार्थ, एखाद्या विशिष्ट नोटेच्या क्रमांकातील शेवटचे तीन आकडे पलीकडच्या व्यक्तीने खात्री करून घ्यायचे असतात. अर्थात, यासाठी हवाला करणारे लोक काही दलाली आकारतात. साहजिकच, हे पैसे स्वीकारणारा माणूस त्याच्याजवळच्या नोटेवरील आकडे पैसे पाठवणाऱ्याला कळवतो. मग पैसे पाठवणारा माणूस

ते आकडे आपल्या हवाला करणाऱ्या माणसाला कळवतो. हा माणूस पैसे स्वीकारणाऱ्या माणसाला हे कळवतो. ज्याला पैसे मिळणार असतात त्याने या विशिष्ट क्रमांकाची नोट त्या माणसापुढे ठेवणे आवश्यक असते. या लोकांचे जाळे जगभर पसरलेले आहे आणि पैशाची येजा सतत सुरू असते.)

आठ दिवसांच्या बंदिवासानंतर बर्मनची सुटका करण्यात आली. सॉल्ट लेक विभागातील त्याच्या निवासस्थानापासून काही किलोमीटर्स दूर अंतरावर डम डम भागामध्ये त्याला रस्त्यावर सोडून देण्यात आले. आधी सांगितल्याप्रमाणे, या अपहरणामधील खंडणीचा काही भाग न्यूयॉर्क मधील वर्ल्ड ट्रेड सेंटरवरील ९/११च्या हल्ल्यासाठी वापरण्यात आला. आफताबने एकोणपन्नास लाख रुपये या अतिरेकी हल्ल्याचा सूत्रधार मोहम्मद अट्टा याला दिले होते हे जॉन पिस्टोल यांनी वॉशिंग्टन डीसी मध्ये जुलै २००३ मध्ये टेररिस्ट फिनान्सिंग याविषयीच्या सिनेट कमिटीसमोर दिलेल्या जबाबामध्ये म्हटले आहे जॉन पिस्टोल हे एफबीआयच्या काउंटरटेररिझम डिव्हिजनचे डेप्युटी असिस्टंट डायरेक्टर होते.

कोलकातामधील अमेरिकन सेंटरवरील हल्ल्याची आखणी व कामगिरी कशी करण्यात आली याचीही माहिती आफताबने दिली. गुजरात पोलिसांनी आसिफ रझा खानला ठार केल्याच्या सूडापोटी त्याने ही माहिती दिली. ही कामगिरी करण्यामागचा हेतू युएसएला एक संदेश देण्याचाही होता. म्हणून एफबीआयच्या प्रमुखांच्या भेटीच्या वेळीच हा हल्ला करण्यात आला होता. आसिफ रझा खानचा धाकटा भाऊ आमिर रझा खान आणि आफताब या दोघांनी भारतातील आपल्या टोळीच्या सर्व सदस्यांची यासाठी मदत घेतली होती. हा अतिरेकी हल्ला आसिफ रझा खान कमांडो फोर्स याच्या नावाने केला गेला. ही टोळी नंतर इंडियन मुजाहिदीन या नावाने काम करू लागली ती आजपर्यंत भारतीय कायदारक्षकांना त्रास देत आहे. आमिर रझा खान हा कारभार पाकिस्तानहून चालवतो.

या हल्ल्यानंतर थोड्याच वेळात राजीव कुमार, एसएसपी, (सीआयडी) आणि कोलकात्यातील एक स्थानिक वृत्तपत्र *अमृत बझार पत्रिका* यांना दूरध्वनी केल्याचेही आफताबने कबूल केले.

दुबई ते दिल्ली या प्रवासातील विमानामधील वेळ चटकन गेला कारण आफताबबरोबरचे संभाषण फारच गुंतवून ठेवणारे होते. त्याच वेळी, विमानातील माझे इतर सहकारी राजू अनडकटची चौकशी करत होते. लवकरच आमचे विमान उतरण्याची परवानगी मिळण्याची वाट बघत दिल्लीवरून फेऱ्या मारू लागले. आमचे गल्फस्ट्रीम विमान दिल्लीच्या धावपट्टीवर टेकण्याआधीच मी माझा मोबाइल सुरू केला. क्षणार्धातच, तो वाजू लागला. राजदीप सरदेसाई पलीकडून बोलत होता. त्यावेळी तो एनडीटीव्हीमध्ये काम करत होता. मी आफताब अन्सारीला घेऊन पोचलो की नाही हे त्याला जाणून घ्यायचे होते. टाळाटाळ करत मी त्याला उलट विचारले की ही माहिती त्याला का हवी आहे. त्याने मला सांगितले की मीरतमधील एका सार्वजनिक सभेमध्ये पंतप्रधान अटल बिहारी वाजपेयींनी जाहीर केले होते की कोलकाता येथील अमेरिकन सेंटरवरील हल्ल्याचा सूत्रधार दुबईमध्ये पकडण्यात आलेला आहे आणि त्याला दिल्लीला आणण्यात येत आहे. म्हणजे या यशस्वी कामगिरीची बातमी देशभरच्या लोकांना खुद्द पंतप्रधानांकडूनच समजली होती तर. अखेरीस, पंतप्रधानांनीही या गुन्हेगाराला पकडण्याच्या यशस्वी कामगिरीमध्ये एक लहानशीच पण महत्त्वाची भूमिका बजावली होती. आता ही बातमी राजदीपला देण्याशिवाय मला दुसरा पर्यायच नव्हता.

जणू काही क्रिकेटच्या वर्ल्डकप स्पर्धेमध्ये भारताला विजयी करण्यासाठीची शेवटची धाव मी स्वत: फटकावली असावी अशा आनंदाने उड्या मारतच मी विमानाबाहेर उतरलो. दिल्ली पोलिसदलातील आणि इंटेलिजन्स ब्युरोमधील माझे काही सहकारी धावपट्टीवर उभे होते. विशेष म्हणजे केवळ माझे सहकारीच होते असे नव्हे तर माझे काही हितचिंतकही त्यामध्ये होते. त्यांना माझ्या यशाचा आनंद आणि माझ्याबद्दल अभिमान वाटत होता. माझ्या गटातील इतर सदस्य अटक केलेल्या त्या दोन गुन्हेगारांना घेऊन सीबीआयच्या मुख्यालयाकडे गेले आणि माझे स्वागत करण्यास आलेल्या माझ्या मित्रांबरोबर मी माझ्या घराकडे निघालो. माझे परतणे आणि या केसमध्ये मिळालेले यश हे दोन्ही साजरे करण्यासाठी माझ्या पत्नीने एक भला थोरला केक मागवला होता. आम्ही सर्वांनी भरपूर केक खाल्ला. त्या संध्याकाळी माझ्या घरामध्ये उत्सवाचे वातावरण होते.

सीबीआय मुख्यालयामध्येही सर्वांची मन:स्थिती काहीशी अशीच होती. अखेरीस, अशा अटका नेहमी नेहमी घडून येत नसतात. इतर गुप्तहेर खात्यातील अधिकाऱ्यांनाही आफताब अन्सारीशी प्रथम बोलण्याची संधी हवी होती.

काहीही आडकाठी न करता आम्ही ती संधी त्यांना दिली. मध्यंतरीच्या काळात मी माझ्या संचालकांना दुबईमध्ये घडलेल्या सर्व घटनांची संपूर्ण माहिती दिली. त्यांनी मला शास्त्री भवनमधील प्रेस इन्फर्मेशन ब्युरोमध्ये जाण्यास सांगितले. तेथे एक एकत्रित पत्रकार परिषद आयोजित करण्यात आली होती. या पत्रकार परिषदेला संबोधित करण्यासाठी गृहमंत्रालय आणि विदेश मंत्रालय या दोन्ही मंत्रालयांचे अधिकारी येणार होते. ते ही अटक व आफताब अन्सारीला भारतामध्ये परत आणल्याची बातमी जाहीर करणार होते. दुसऱ्या दिवशी, दूरचित्रवाणी वाहिका आणि वृत्तपत्रे ही याच मोठ्या बक्षीसाच्या बातमीने भरलेली होती हे वेगळे सांगायला नकोच.

आफताबच्या चौकशीमध्ये लष्कर-ए-तैयबाविषयीची भरपूर माहिती मिळाली. त्यांच्या प्रशिक्षण शिबिरांच्या जागा, प्रशिक्षणार्थी सैनिकांचे आकडे वगैरे वगैरे. त्याने त्याचे सहकारी आणि त्यांची सध्याची ठिकाणे यांचीही माहिती दिली. आफताब आणि राजू या दोघांच्याही चौकशीचे अहवाल अतिशय काळजीपूर्वक तयार करण्यात आले. आजही ते अहवाल म्हणजे गुन्हेगारी जगत आणि पाक-स्थित इस्लामिक दहशतवाद यांच्याविषयीच्या माहितीचे भांडारच आहेत.

~

इथे दुसरी एक गोष्ट सांगितल्याखेरीज मला राहावत नाहीये. आम्ही राजू अनडकटला दिल्लीला आणल्यानंतर थोड्याच दिवसात कोलकाता पोलिसांनी त्याला ताब्यात घेतले. त्यांना पार्थ रॉय बर्मन केससंबंधी चौकशी करावयाची होती. त्यांचे काम झाल्यावर सीबीआयने राजूला परत आणले. सीबीआयने दाखल केलेल्या जयपूर बनावट नोटा प्रकरणासंबंधी त्याची कोठडीत चौकशी झाल्यानंतर त्याला न्यायालयीन कोठडी देण्यात आली आणि जयपूर तुरुंगामध्ये ठेवण्यात आले. त्याच्याविरुद्ध भारतातील अनेक न्यायालयांची 'हजर' करण्याची वॉरंट्स जारी झालेली होती. काही विलक्षण कारणाने - किंवा नकळत झालेल्या चुकीमुळेही असेल, जयपूर बनावट नोटा प्रकरणातील त्याच्या न्यायालयीन कोठडीची मुदत संपली तेव्हा त्याच्या विरुद्धची ही सर्व वॉरंट्स गायब झालेली होती. राजूला जामिनावर सोडण्यात आले. राजू अनडकटच्या लक्षात आले की आपल्याला जामिनावर सोडून पोलिस एक मोठी चूक करत आहेत. त्याच्या विरुद्ध अनेक न्यायालयातील वॉरंट्स निघालेली होती. त्याने

तुरुंगातील कर्मचाऱ्यांना आपल्याला सोडू नये अशी विनंतीही केली. परंतु त्यांना वाटले की तुरुंगामध्येच राहण्यामागे त्याचा काहीतरी वाईट हेतू असावा किंवा तो जादा शहाणपणा करत असावा. तो काय सांगतो आहे याची शहानिशा न करताच त्यांनी त्याला अक्षरश: ढकलून तुरुंगाबाहेर काढले.

तुरुंगातून बाहेर काढल्यानंतर राजूने सीबीआयच्या इन्स्पेक्टर व्ही. के शुक्ला यांना जवळच्याच दूरध्वनी केंद्रावरून दूरध्वनी केला आणि त्याच्या विचित्र परिस्थितीसंबंधी त्यांना सांगितले. जयपूर बनावट नोटा प्रकरणाचा तपास शुक्लांनीच केला होता. कमालीचे आश्चर्यचकित होऊन त्या सीबीआय अधिकाऱ्याने दिल्लीला येऊन आपल्याला भेटण्यास त्याला सांगितले. दुसऱ्या दिवशी रविवार असल्याने राजूने शुक्लांकडे पुष्करजी मंदिराला भेट देण्याची परवानगी मागितली. सोमवारी त्यांना दिल्लीमध्ये येऊन भेटण्याचे त्याने मान्य केले. अतिशय मोठ्या संभ्रमामध्ये पडलेला असला तरी त्या अधिकाऱ्याने राजूचा प्रामाणिकपणा जाणून त्याला विष्णूच्या दर्शनासाठी पुष्करला जाण्याची परवानगी दिली.

आणि बघा – सोमवार सकाळ उजाडली तेव्हा राजू दिल्लीतील सीबीआयच्या मुख्यालयाबाहेर उभा होता. त्याच्या या अविश्वसनीय आणि अनपेक्षित वर्तनासंबंधी विचारल्यावर राजूने इन्स्पेक्टर शुक्लांना सांगितले की आता त्याला त्याच्याविरुद्धच्या सर्व खटल्यांना सामोरे जायचे आहे आणि एकदाचे ते सर्व संपवायचे आहेत. आता त्याला कायद्यापासून दूर पळत राहाण्याचा कंटाळा आला आहे. आता त्याला सर्वसामान्य माणसासारखे जगायचे आहे. न्यायालयाने शिक्षा दिली तर तो पुन्हा तुरुंगातही जायला तयार होता. तो म्हणाला, 'माझ्या गैरकृत्यांबद्दल पश्चात्ताप करण्याची वेळ आलीये. आता मी त्याबद्दलची शिक्षा भोगून नंतर मुलाबाळांबरोबर शांतपणे आयुष्य घालवीन.'

ही एक अगदी अशक्यातील अशक्य अशीच परिस्थिती होती. भारतीय गुन्हेगारांच्या इतिहासामध्ये आजवर एकाही गुन्हेगाराने आपल्या गैरकृत्यांबद्दलची शिक्षा भोगण्याची तयारी दाखवलेली नाही. सर्वसामान्यपणे राजू अनडकटसारखे अट्टल गुन्हेगार सीबीआय किंवा इतर कायदारक्षक संस्थांना चुकवतच असतात. आणि इथे हा माणूस लपून राहाण्याऐवजी, पळून जाण्याऐवजी किंवा वर्षानुवर्षे न्यायालयामध्ये लढण्याऐवजी सगळे काही सांगण्यास तयार होता.

आज, राजू अनडकट राजकोटमध्ये सर्वसामान्य आयुष्य जगत आहे. त्याच्यावर अजूनही काही आरोप आहेत, ते खटले सुरूच आहेत परंतु त्यामध्ये त्याला जामीन मिळालेला आहे. ज्या संस्थेमध्ये प्रवेश घेण्यासाठी स्पर्धा लागते

अशा एका सुप्रसिद्ध इंडियन इन्स्टिट्यूट ऑफ मॅनेजमेंटमध्ये त्याची मुलगी शिक्षण घेत आहे. त्याच्या मुलाचा एक यशस्वी व्यवसाय आहे. परमेश्वराच्या न्यायालयाने त्याचा पश्चात्ताप स्वीकारून त्याला क्षमा केली असावी असे दिसते.

मध्यंतरीच्या काळात, आफताब अन्सारीला अमेरिकन सेंटरवरील हल्ल्यासाठी मृत्युदंडाची शिक्षा झाली आणि आणि तो कोलकात्याच्या अलिपूर केंद्रीय कारागृहात या शिक्षेची अंमलबजावणी होण्याची वाट बघत आहे. पार्थ रॉय बर्मन अपहरणाच्या केसमधील त्याचा सहकारी हरप्रीत सिंग उर्फ हॅपी हा ५ मे २०१४ या दिवशी कोलकात्यातील प्रेसिडेन्सी जेलमध्ये एका सहकैद्याच्या हातून मारला गेला. या अपहरणाच्या केसमध्ये झालेली जन्मठेपेची शिक्षा हॅपी भोगत होता. तो योगासने करत असताना निझामुद्दीन नावाच्या दुसऱ्या एका कैद्याने त्याला विटेने मारून ठार केले.

~

आफताब अन्सारी आणि राजू अनडकट यांना अटक करणेही माझ्या कारकिर्दीतील एक अतिशय आनंददायी कामगिरी आहे असे मला वाटते. गुजरातच्या एका दुर्गम भागात पकडलेला हत्यारांचा, दारूगोळ्याचा आणि स्फोटकांचा साठा आम्हाला हजार मैलांवरील कोलकात्यामध्ये एक गंभीर हल्ला घडवून आणणाऱ्या गुन्हेगारांपर्यंत घेऊन जाईल असे मला स्वप्नातही कधी वाटले नव्हते. सूत्रधाराच्या मागावर आम्ही आखातामध्ये पोचलो आणि तेथून आम्ही त्याला अतिशय नाट्यमय रीतीने परत आणले. यातील एका कैद्याचा संबंध २००१ मधील ९/११च्या हल्ल्याच्या अर्थपुरवठ्याशी असल्याचे निष्पन्न झाल्यावर तर या बाबीला जागतिक महत्त्व प्राप्त झाले.

पुढचे मागचे सर्व धागेदोरे आम्ही काळजीपूर्वक तपासले होते आणि सर्वात महत्त्वाचे म्हणजे हे काम आम्ही देशातील अनेक राज्यांच्या पोलिसदलाबरोबर, आपले राजनैतिक अधिकारी आणि स्वत: पंतप्रधान यांच्या परस्परसाह्याने पार पाडले होते. योगायोगानेच केवळ मी या प्रयत्नांचा आधार बनलो होतो. यामुळेच एकत्रित ऊर्जा, परस्परविश्वास आणि परस्परसाह्य या भावनाच कायदाव्यवस्थेच्या यशाची गुरुकिल्ली ठरतात यावरचा माझा विश्वास अधिकच बळावला आहे. या कामगिरीचे उंचसखल भाग एका केंद्रीय संस्थेची गरज अधोरेखित करतात. सर्व हालचाली या ह्या संस्थेच्या केंद्राभोवती फिरत राहू शकतात. आज आपल्या देशामध्ये अशी एखादी संस्था आहे का हा एक वादग्रस्त प्रश्नच आहे.

2

ऑपरेशन डेझर्ट सफारी

एका अपहरणाची कथा

११ मार्च २००१ या दिवशी अगदी पहाटे पहाटे थेक्कत सिद्दिकी दिल्लीच्या इंदिरा गांधी आंतरराष्ट्रीय विमानतळावर उतरला तेव्हा त्याचा स्वत:वरच विश्वास बसत नव्हता. हा अबुधाबीचा एक उद्योजक होता. नेहमी अनोळखी प्रांतांमध्ये जाण्यासाठी उत्सुक असे. आज तो दिल्लीमध्ये आलेला होता ते विजय राठोड नावाच्या एका माणसाच्या निमंत्रणावरून. त्याची आणि या विजय राठोडची एकदाही भेट झालेली नव्हती. आपण दिल्लीतील एक यशस्वी उद्योजक असल्याचे सांगत विजयने त्याला पुन्हा पुन्हा दूरध्वनी, ई-मेल्स करून चिनी मातीच्या वस्तूंची आयात-निर्यात करण्याच्या व्यापारासंबंधी बोलण्यासाठी दिल्लीला बोलावले होते. राठोडने आपल्यालाच निवडले एवढी एकच बाब थेक्कतला या प्रवासाला निघण्यास पुरेशी होती.

आगमन गृहातून बाहेर पडताच त्याला दिल्लीच्या हवेतला वसंत जाणवला. हवा अजून थंड व काहीशी बोचरी होती. त्याच्या पावलातला वसंतही स्पष्ट दिसून येत होता. विजय राठोडने त्याला कळवले होते की त्याचा सचिव अमर त्याचे स्वागत करण्यासाठी येईल. आणि त्याच्या मोबाइलचा क्रमांक ९८१०१***** असा आहे. त्याने अमरला दूरध्वनी केला आणि त्या दोघांनी विमानतळाच्या मुख्य दरवाजाशी भेटण्याचे निश्चित केले. त्याची वाट बघत विजय त्याच्या कचेरी-निवासस्थानामध्ये थांबला आहे असे अमरने त्याला सांगितले. एका चंदेरी ह्युंदाई ॲक्सेंट मध्ये बसून ते दोघे निघाले. अमर मोटार चालवत होता. थेक्कतने अबु-धाबीमध्ये आपल्या पत्नीला दूरध्वनी करून आपण सुखरूप दिल्लीला पोचल्याचे सांगितले आणि लवकरच परत येतो असेही सांगितले.

थेक्कत सिद्दिकी हा मूळचा केरळातील कालिकत या गावचा. सुमारे वीसबावीस वर्षांपूर्वी नशीब अजमावण्यासाठी अबुधाबीला गेला. सुमारे पंचेचाळीशीचा, गहू वर्णी आणि मध्यम उंचीचा सिद्दिकी हा सभ्य चेहऱ्यामोहऱ्याचा सौम्य दिसणारा माणूस होता. अनेक कंपन्यांसाठी तो संपर्काधिकारी म्हणून काम करत असे. त्या कामासाठी अगदी योग्य असेच त्याचे व्यक्तिमत्व होते. त्याने बऱ्यापैकी पैसा कमावला होता हे खरे पण स्वत:च्या संपत्तीविषयी बढाया मारण्याची त्याला सवय लागली होती. या बढायांचे दुष्परिणामही होऊ शकतील हे त्याच्या गावीही नव्हते. (या बढायांमुळे लोकांचे नको तेवढे लक्ष वेधून घेतले जाते हे त्याच्या गावीही नव्हते.)

झाले होते असे की एका दुबईस्थित गुन्हेगाराला थेक्कतच्या या 'प्रचंड संपत्तीची' बातमी मिळाली होती. आणि त्याच्या भारतभेटीच्या वेळी त्याचे अपहरण करायचे असा बेतही त्याने रचला होता. आखातामध्ये असे काही करणे वेडेपणाचे ठरले असते हे त्याला चांगलेच माहीत होते. त्याचा हा बेत पार पाडण्यासाठी त्याचे भारतातही पुरेसे लागेबांधे होते.

दिल्लीच्या मोकाट वाहतुकीमधून ती ह्युंदाई ॲक्सेंट भरधाव चालली होती. थेक्कत आपल्याच विचारांमध्ये गर्क होता. इतका की दिल्लीचे कुप्रसिद्ध धुळीचे धुके किंवा दिल्लीचे बेदरकार वाहनचालक या कशाकडेच त्याचे लक्ष गेले नाही. दिल्लीचे भाग झपाट्याने मागे जात होते आणि त्याच्या नजरेसमोरून त्याच्या आयुष्यातील घटनाच सरकत होत्या. आपल्या प्रिय पत्नीसाठी एक भेटवस्तू विकत घेण्याची त्याने स्वत:ला पुन्हा एकदा आठवण करून दिली.

अर्ध्या तासानंतर ती ॲक्सेंट दिल्लीतील एका उच्चभ्रू भागामधील एका छानशा बंगल्याबाहेर थांबली. बंगल्यामध्ये चालत जाताना थेक्कत स्वत:शीच हसत होता. दिल्लीची माती त्याचे नशीब उजळून टाकेल आणि मग आपले आयुष्य पार बदलून जाईल अशी त्याला आशा वाटत होती. बंगल्याच्या दरवाजाशी पोचत असताना त्याला वाटत होते आपण आता थोड्याच वेळात टाय-सूट परिधान केलेल्या काही यशस्वी उद्योजकांशी हस्तांदोलन करत असू - अर्थातच त्यांच्या चेहऱ्यांवर मोठे हसू पसरलेले असेल. परंतु अनेकदा आशा पाऱ्यासारख्या हातातून घरंगळून जातात. बंगल्याच्या आत जाताच त्याला समोर दिसले ते गचाळ कपडे घातलेले गबाळे दिसणारे काही लोक. ते त्यांच्या आयुष्यभरात कधीही हसले नसावेत असे तर वाटत होतेच पण थेक्कतवर रोखलेल्या त्यांच्या रागीट

नजरांवरून अगदी उघडच दिसत होते की हे लोक कामाची बोलणी करण्यासाठी आलेले नाहीत. अर्थातच रीतसर स्वागत झाले नाहीच. आशा जसजशी मावळू लागली तसतसे भय वाढू लागले. सारे काही अस्पष्ट होऊ लागले. लवकरच त्यांनी त्याला बसायला सांगितले खरे पण ते अगदीच वेगळ्या रीतीने - एका खुर्चीत त्याला ढकलून बसवले गेले. लगेचच, त्याला इकडेतिकडे ढकलणे मारणे हेही सुरू झाले. त्यानंतर अगदी गुन्हेगारी भाषेमधील कडक शब्द त्याच्या आता चांगलेच लाल होऊ लागलेल्या कानांवर पडू लागले. हे सारे बोलणे त्याला साफ अनोळखीच होते. आपल्यासारख्याच सभ्य आणि स्वागतशील उद्योजकांबरोबर आरामात बसून चर्चा करण्याचे स्वप्न पहाणारा थेक्कत काही धोकादायक अपहरणकर्त्यांसमोर थरथरत उभा होता. एकाच्या हातातले पिस्तुल तर सरळ त्याच्यावरच रोखलेले होते. आपले कुटुंब परत दृष्टीस पडेल का आपल्या? की हे अपहरणकर्ते आपल्याला नाहीसेच करून टाकतील? ते त्याचा खूप छळ करतील का? अशा अनेक नकोशा विचारांच्या वावटळीत त्याचे मन गरगरत होते, त्याचे शरीर भीतीने ताठरू लागले. खाव्या लागलेल्या भरपूर मारामुळे त्याचे स्नायू दुखू लागले. दिल्लीला येणारे विमान पकडण्यापूर्वी आपण थोडी चौकशी का केली नाही असेही त्याच्या मनात आले परंतु आता फार उशीर झाला होता.

अपहरण झालेल्या या व्यक्तीला खंडणीची रक्कम सांगण्यात आली - २ मिलियन डॉलर्स (१२ कोटी रुपयांपेक्षा थोडे जास्त) सुटायचे असेल तर ही रक्कम द्यावी लागेल असे थेक्कतला सांगण्यात आले. ताबडतोब थेक्कतला कळून चुकले की आपल्या संपत्तीसंबंधी मारलेल्या थापाच आता आपल्याला भोवताहेत. एवढा पैसा आपल्याजवळ नाही असे त्याने सांगताच त्याला अतिशय निर्दयपणे मारहाण करण्यात आली. अबुधाबीमध्ये त्याच्या पत्नीशी त्याला दूरध्वनीवर बोलणे भाग पाडण्यात आले. तिला त्याच्या अपहरणाविषयी आणि खंडणीच्या रकमेविषयीही सांगण्यात आले. काही क्षणांतच थेक्कत आणि त्याच्या कुटुंबाची आयुष्ये पार उलटीसुलटी होऊन गेली. त्याने हवेत उभारलेले मनोरे त्याच्याच डोक्यावर येऊन कोसळले.

१२ मार्चला. त्याच्या अपहरणाच्या दुसऱ्या दिवशी, थेक्कतचे सैरभर झालेले कुटुंबीय अबुधाबीतील भारताचे राजदूत के सी सिंग यांना भेटले आणि मदतीची विनंती केली. राजदूतांनी लगेच अपहृताच्या पत्नीकडून एक तक्रार लिहून घेतली आणि ती ताबडतोब त्यावेळी सीबीआयचे संचालक असलेल्या आर के सिंग यांना फॅक्सद्वारे पाठवली.

२००१, १२ मार्च हा सोमवार होता. माझ्यासमोर कामाचा डोंगर पडला होता. आदल्या दिवशीचा गोल्फचा रंगलेला खेळ अजूनही माझ्या मनात ताजा होता. परंतु पुढे असलेले दिवस असे काही रोमांचक असणार होते की कोणताही गोल्फचा खेळ त्याची बरोबरी करू शकणार नव्हता. कचेरीत पोचल्यावर थोड्याच वेळात मला अबुधाबीहून एक दूरध्वनी आला. राजदूत सिंग स्वत: बोलत होते. त्यांना सांगण्यात आलेले सर्व तपशील त्यांनी मला सांगितले. शिवाय सिद्दिकीचे दोन जवळचे नातेवाईकही मला भेटण्यासाठी दिल्लीला येत असल्याचेही मला सांगितले. या दोघांपैकी एकजण केरळ पोलिसदलातून निवृत्त झालेला अधिकारी होता.

राजदूत के सी सिंग आणि मी एकमेकांना सुमारे एक दशकभर ओळखत होतो. १९९०च्या दशकाच्या मध्यावर मी जेव्हा मुंबई स्फोटाची केस हाताळत होतो तेव्हा ते विदेश मंत्रालयातील कॉन्सुलर, पासपोर्ट आणि व्हिसा (सीपीव्ही) या खात्याचे संयुक्त सचिव होते. कार्यालयीन कामानिमित्त आमची बऱ्याच वेळा भेट झालेली होती. आमच्या मागण्यांना ते नेहमीच उत्तम प्रतिसाद देत आणि मीही त्यांना आवडत होतो असे मला वाटते.

१५ मार्चला थेक्कतचे नातेवाईक मला भेटले आणि त्यांनी मला या अपहरणाची सबंध कथा सांगितली. या गुन्ह्याच्या संपूर्ण आंतरराष्ट्रीय आयामांसह हे अपहरण माझ्या नजरेसमोर उभे राहिले. एका अ-निवासी भारतीय व्यक्तीचे अपहरण झाले होते आणि त्याचे आयुष्य धोक्यात होते. खंडणीसाठीचे दूरध्वनी परदेशी घेतले जात होते परंतु अपहृत व्यक्ती मात्र भारतामध्ये कोठेतरी होती. ती दिल्लीमध्येच असेल असे नव्हते. थेक्कतच्या कुटुंबीयांना केलेले दूरध्वनी सॅटेलाइट फोनवरून केले जात होते त्यामुळे थेक्कतला दिल्लीमधून बाहेर नेले असल्याची शक्यता आम्ही नाकारू शकत नव्हतो.

याला कशी प्रतिक्रिया द्यावी हे मला नीटसे कळत नव्हते. सीबीआयचा नावलौकिक उत्कृष्ट असला तरी अशा प्रकारच्या केसेस हाताळण्यास आवश्यक ती साधने आमच्याकडे नव्हती. भ्रष्टाचार आणि आर्थिक गुन्हे हाताळण्यात आम्ही अतिशय कुशल असलो तरी आमची असे एखादे अपहरण हाताळण्याची क्षमता कधीच तपासली गेली नव्हती. हे काम स्थानिक पोलिसांचे किंवा त्यांच्या क्राइम ब्रँच किंवा स्पेशल सेल/अँटी टेररिझम स्क्वॉड सारख्या विशेष गटाचे होते. राजदूतांच्या दूरध्वनीनंतर थेक्कतच्या नातेवाईकांना दिल्ली पोलिसांकडे पाठवणे, त्यांना स्पेशल क्राइम डिव्हिजन ऑफ सीबीआयकडे

पाठवणे किंवा सीबीआयमधील इकॉनॉमिक ऑफेन्सेस विंग या माझ्या स्वत:च्या अधिकारक्षेत्रातील विभागामध्ये ही केस दाखल करून घेणे एवढेच पर्याय माझ्यापुढे होते. मी त्यावेळी या विभागाचा संयुक्त संचालक होतो. शेवटचा पर्याय हा सर्वात चांगला वाटणारा असला तरी त्यामध्ये अनेक मूलभूत धोके होते. त्याच वेळी, अबुधाबीमधील आपल्या राजदूतांनी माझ्यावर दाखवलेला विश्वासही मला जाणवत होता. त्यांची निराशा करणे मला आवडण्यासारखे नव्हते. शिवाय, या केसमध्ये एका अनिवासी भारतीयाला सोडवणे गुंतलेले होते – त्यामध्ये भरपूर साहस, उत्कंठा आणि थरार होता. कोणत्याही पोलिस अधिकाऱ्याला हे हवेच असते – किंवा तो हाडाचा पोलिस अधिकारी असेल तर त्याला हे हवे असायलाच हवे.

या ठिकाणी हे सांगणे गरजेचे आहे की सीबीआयचे तीन विभाग आहेत: अँटि-करप्शन विभाग, इकॉनॉमिक ऑफेन्सेस विभाग आणि स्पेशल क्राइम्स डिव्हिजन. खून, डाके आणि अपहरणे या केस सर्वसाधारणपणे क्राइम्स डिव्हिजनकडे जातात. या विभागाच्या शाखा दुसऱ्या दोन विभागांप्रमाणेच देशाच्या सर्व भागांमध्ये आहेत. आधी नमूद केल्याप्रमाणे, अशी शोध घेणे आणि सोडवणे या प्रकारची, जिवंत ओलीसाची केस सीबीआयने घेणे यापूर्वी कधी घडले नव्हते. अशी केस हाती घेण्यास आपणहून पुढे होणे आणि तेही इकॉनॉमिक ऑफेन्सेस शाखेने – म्हणजे आपणहून मान कापून घेण्यास तयार होण्यासारखे होते.

माझ्या कारकिर्दीमध्ये, तोपर्यंत मला, देवाच्या कृपेने, भरपूर स्तुतिसुमने आणि पदके मिळाली होती. खूप महत्त्वाच्या सनसनाटी गुन्ह्यांच्या शोधाचे नेतृत्व करण्याची संधी मला मिळाली होती. त्यामध्ये खूप वेळा गुन्हेगारी जगाचा संबंधही आलेला होता. मग मला एवढी कसली काळजी वेढून राहिली होती? सरळ पुढे होऊन या केसचा तपास सुरू करण्याऐवजी मी कसल्या काल्पनिक भीतीच्या आहारी जात होतो? त्याच वेळी, ही केस कशाला घ्यायची आणि आपल्यासह सीबीआयच्याही नावलौकिकाला बट्टा लावायचा हा प्रश्नही माझ्या मनात येत होता. सर्व गोष्टी जर नीट झाल्या नाहीत तर त्याचे परिणाम फार भयानक झाले असते. प्रसारमाध्यमे आणि माझे सहकारीही वर्षानुवर्षे मला बोल लावत राहाणार होते. मला त्या धाडसाचा थरार हवासा वाटत होता हे खरे असले तरी मी धोरणीपणा व योग्यायोग्यता यांच्याकडे दुर्लक्ष करू शकत नव्हतो.

मी याच कोड्याचा आणि सिद्दिकीच्या नातेवाईकांनी दिलेल्या तपशिलांचा विचार करण्यात गुंतलो असतानाच एक चांगली गोष्ट घडली. दिल्ली पोलिस स्पेशल सेलचे उपायुक्त राजबिर सिंग हे माझ्या कचेरीमध्ये आले. मी दक्षिण दिल्ली विभागाचा डीसीपी होतो तेव्हा राजबिरने माझ्याबरोबर काम केले होते. त्यांच्या तपासकामातील व प्रत्यक्ष कामगिरीतील कौशल्याबद्दल ते प्रसिद्ध होते. या आधीही, सीबीआयमध्ये आल्यानंतर मी अनेक कामगिऱ्यांमध्ये ते आणि त्यांच्या गटाबरोबर सहकार्याने काम केलेले होते. आणि नेहमी यशस्वीही झालो होतो. या केससंबंधीचे सर्व उपलब्ध तपशील त्यांना सांगून मग त्यांना ‘आता मी काय करू?’ असा प्रश्न मी विचारला तेव्हा त्यांचे उत्तर ताबडतोब आणि थेटच होते. अशी आह्वानात्मक केस दुसरीकडे जाऊ द्यायचीच नाही. मी ही केस हाती घेण्याचे ठरवले तर त्यामध्ये मला सहकार्य करण्याविषयीची त्यांची उत्सुकताही त्यांनी उघड केली. तांत्रिक साह्याखेरीज हत्यारबंद पाठिंबा पुरवण्यापर्यंत त्यांची साथ अतिशय मोलाची ठरणार होती. त्यांच्या हाताखाली एक अतिशय कुशल असा गट होता. त्या गटातील सर्वजण विश्वासू आणि धाडसी असे होते. या गटाबरोबरच स्वत:ही माझ्याबरोबर काम करण्याचा प्रस्ताव राजबिरने माझ्यासमोर ठेवला. दिल्ली पोलिसमधील त्याचे वरिष्ठ डी सी पी अशोक चांद आणि स्पेशल कमिशनर एस रामकृष्णन या दोघांनीही त्याला वेळ आल्यास माझ्याबरोबर काम करण्याची पूर्ण मुभा दिली होती.

माझ्या मनात जी काही लहानशी शंका बाकी होती तीही नाहीशी झाली. मी पी सी शर्मांकडे धावलो आणि त्यांना सर्व हकीकत सांगितली. त्यावेळी ते विशेष संचालक व माझे वरिष्ठ होते. आपल्या इकॉनॉमिक ऑफेन्सेस विंगच्या एखाद्या शाखेतर्फे आपण तपासासाठी ही केस हातात घेतलीच पाहिजे असे त्यांचेही ठाम मत होते. माझ्या ईओडब्ल्युमधील कारकिर्दीमध्ये अनेक कामगिऱ्या यशस्वी झाल्या होत्या तशीच हीही यशस्वी होईल याचा त्याना पक्का विश्वास होता. माझ्यावरील त्यांच्या या विश्वासाने मला स्फुरण आले आणि मी आणखी एकदा त्यांच्या माझ्याबद्दलच्या अपेक्षा पूर्ण करायच्या असा निश्चय केला.

आता सर्वात पहिले आणि सर्वात महत्त्वाचे काम होते ते म्हणजे संचालकांनी ती केस माझ्याकडे सुपूर्द करणे हे. सर्वसाधारणपणे ही केस स्पेशल क्राइम्स युनिटकडे गेली असती. पी सी शर्मांनी हे काम झटकन केले आणि काही मिनिटांच्या आतच आपल्या राजदूतांनी युएईमधून पाठवलेला फॅक्स माझ्या टेबलावर आला. परंतु जे दोन नातेवाईक आमच्याशी संपर्क

साधण्यासाठी आले होते त्यंना ही केस अधिकृतपणे नोंदली जायला नको होती. हा तर फार मोठा धक्काच होता. कदाचित त्यांना भारतीय कायदेपद्धतीच्या संपूर्ण चक्रामधून जायचे नसावे. कायदेशीर बाबींमध्ये न अडकता त्यांना फक्त थेक्कतला सोडवून घ्यायचे होते. एका माजी पोलिस अधिकाऱ्याकडून ही सूचना येणे हे फार निराशाजनक होते. तरीही आमची भूमिका अगदी स्पष्ट होती - आमच्या राजदूतांकडून एक तक्रार नोंदवण्यात आली होती आणि ती रीतसर नोंदवण्याखेरीज आमच्यासमोर दुसरा पर्यायच नव्हता. ही केस खुनाची धमकी देऊन खंडणीसाठी केलेले अपहरण (भारतीय दंडविधान-कलम ३६४-ए) आणि गुन्हेगारीचा कट (भारतीय दंडविधान-कलम १२०-बी) या कलमांखाली १६ मार्चला ही केस नोंदवण्यात आली आणि अधिकृतपणे तिचा तपास सुरू झाला. थेक्कत सिद्दिकीला सोडवण्यासाठीची ही कामगिरी सीबीआय आणि दिल्ली पोलिसांचा स्पेशल सेल या दोघांनी सहकार्याने करायची होती. तिचे सांकेतिक नाव ऑपरेशन डेझर्ट सफारी असे ठेवण्यात आले.

थेक्कतचे अपहरण झाल्यानंतर पाच दिवसांनी संध्याकाळी माझा मोबाइल वाजला. सिद्दिकीचा थोरला भाऊ अहमद कोया बोलत होता. खंडणीची रक्कम सांगण्यासाठी अपहरणकर्त्यांनी थेक्कतलाच त्याच्याशी बोलायला लावले होते. या संभाषणाच्या दरम्यान थेक्कतने त्याच्या मातृभाषेमध्ये, मल्याळममध्ये काही शब्द उच्चारले होते. आपल्या भावाशी बोलताना अतिशय हुशारीने त्याने काही तरी निरर्थक वाटावे असे शब्द वापरले होते आणि माहितीचे काही तुकडे पुरवले होते. एका इमारतीच्या दुसऱ्या मजल्यावर त्याला कैदेत ठेवण्यात आले होते, शेजारीच एक दुकान होते आणि त्या दुकानाचा दूरध्वनी क्रमांक ६६८३८९९ असा होता; शिवाय त्याला सतत इमारतीवरून विमाने उडत जाण्याचाही आवाज ऐकू येत होता. एक सार्वजनिक दूरध्वनी केंद्रही जवळपासच होते.

मी ताबडतोब सार्वजनिक दूरध्वनी चौकशी केंद्राकडे विचारणा केली आणि ६६८३८९९ या क्रमांकाच्या दूरध्वनीचा पत्ता निश्चित केला. हा पत्ता एफ-७३, बेगमपुर, मालवीय नगर. ही माहिती मी एसीपी राजबिर सिंग यांना कळवली आणि पुढचा बेत आखण्यासाठी भेट ठरवली. सुरुवातीच्या बाबी उरकेपर्यंत त्यांनी मला घरीच थांबण्यास सांगितले.

मध्यरात्रीनंतर, थोड्या वेळाने राजबिरचा दूरध्वनी आला. ते अतिशय उत्साहित वाटत होते. त्यांना ते दुकान तर सापडलेच होते परंतु कोयाला थेक्कतने सांगितलेल्या वर्णनासारखी एक इमारत शेजारीच असलेली दिसली

होती. दिल्लीच्या इंडियन इन्स्टिट्यूट ऑफ टेक्नॉलॉजीजवळच्या एसेक्स फार्म्स या बँक्वेट हॉलजवळ भेटण्याचे आम्ही ठरवले. मी त्याप्रमाणे रमनिश या तपासकाम करणाऱ्या अधिकाऱ्याला आणि हितेश अवस्थी या सीबीआयमधील माझ्या डीआयजीलाही कळवले आणि. या दोघांनाही भेटीच्या ठिकाणी ताबडतोब पोचायला सांगितले.

कपाटातून मी माझे २२ वॉल्दर पीपीके पिस्तुल काढून घेताना माझ्या पत्नीने पाहिले. काहीतरी मोठे व धोकादायक काम सुरू आहे याची तिला कल्पना आली. सीबीआयमधील माझ्या कारकिर्दीमध्ये मी सशस्त्र होऊन बाहेर पडताना तिने बघण्याची ही बहुधा पहिलीच वेळ होती. आणि तेही मध्यरात्रीनंतर. सामान्यपणे, मी जर दिल्ली पोलिसदलामध्ये याच पदावर काम करत असतो तर मला मदत करण्यासाठी हजार माणसे असती. पण माझ्या सध्याच्या कामामध्ये गोष्टी जरा वेगळ्या होत्या. सीबीआयमध्ये कायमच माणसांचा तुटवडा होता. ही एक लहानशी संस्था होती. बहुतेक बाबी स्वत:च केलेल्या बऱ्या असत. अर्थात यामध्ये तुम्हाला खूप काही शिकायला मिळत असले तरी कधी कधी तुम्ही एखाद्या अनोळखी परिस्थितीमध्येच जाऊन पडता. आता इथे, मध्यरात्र उलटून गेल्यावर मी घराबाहेर पडत होतो आणि माझ्याबरोबर होते ते केवळ माझे एक पिस्तुल. कोणत्याही पत्नीसारखीच माझी पत्नीही मला म्हणाली 'काळजी घ्या.' माझ्या अधिकृत वाहनासाठी थांबण्याएवढा वेळ नसल्याने मी स्वत:च माझी स्वत:ची खाजगी मोटार चालवत निघालो.

आमच्या गुप्त भेटीच्या ठिकाणी – एसेक्स फार्म्सवर पोचलो तेव्हा राजबिर आधीच तेथे पोचलेला होता. त्यांच्याबरोबर त्याचे सर्वात उत्तम असे सुमारे वीस लोक होते. स्पेशल सेलमधील त्यांचा उजवा हात मानले गेलेले इन्स्पेक्टर मोहन चंद शर्माही त्यामध्ये होते. राजबिरच्या माणसांचा उत्साह आणि तयारी विश्वसनीय वाटण्यासाठी ती प्रत्यक्ष बघावीच अशीच होती. त्यांनी बुलेटप्रूफ जॅकेट्स घातली होती, आणि एके बंदुका आणि सेमी–ऑटोमॅटिक्स अशी भरपूर शस्त्रेही बरोबर घेतली होती. निश्चय आणि कमालीचा आत्मविश्वास यांचे प्रत्यक्ष चित्रच जणू हे लोक दर्शवत होते. त्यांच्याबरोबर शक्तिवान विजेऱ्या आणि एक लांबलचक शिडीही होती. या लोकांची देहबोलीच स्फूर्तीदायक आणि विजेसारखी होती.

बेगमपुर हे दिल्लीजवळचे एक नागरी खेडे आहे. भारताच्या राजधानीमध्ये अनेक उच्चभ्रू वसाहती जशा शेतजमिनीवर उभ्या राहिल्या आहेत तशीच ही

वसाहतही शेतजमिनीवरच उभी राहिलेली होती. म्हणूनच शहरातील अशा अनेक सुखवस्तू वसाहती खेड्यांशी जोडल्या गेलेल्या आहेत आणि त्यामुळे ही खेडी कोणत्याही आराखड्याविना वाटेल तशी वाढत गेली आहेत. येथील घरे पक्क्या बांधणीची आहेत तशीच कच्च्या बांधणीचीही आहेत. सांडपाणी वाहून नेणारी गटारे, रस्ते यांसारख्या नागरी सुविधा इथे फारशा उपलब्ध नाहीत. खेड्यातील रहिवासी त्यांच्या जुन्या पद्धतीनेच राहतात. परंपरागत कपडे घातलेले, डोक्यावर *साफा* बांधलेले आणि हुक्का ओढत आपल्या घराबाहेरच्या खाटांवर बसलेले वयस्कर लोक बघताना गंमत वाटते. त्यांच्या घरातील बायकामाणसे चेहऱ्यावर दुपट्टे ओढून ये-जा करत असतात. तेथील अरुंद गल्ल्यांमध्ये दुचाकी आणि चारचाकी वाहनांबरोबर गाईम्हशीही वाट काढत जात असतात. प्रत्येक खेड्यामध्ये एक मुख्य असतो - त्याला सामान्यपणे *प्रधान* म्हणतात. गावात त्याचाच हुकूम चालतो. तेथील रहिवासी शहरीकरणाला दूर ठेवण्याचा प्रयत्न करत आपल्या जुन्या रीतीनेच जगत असतात. बीएमडब्ल्यू आणि मर्सिडिझ उडवणाऱ्यांच्या श्रीमंत वसाहती बहुधा या गावांपासून जेमतेम पन्नास मीटर्स अंतरावरच असतात.

बेगमपूर हे असेच एक खेडे आहे. ते सर्वोदय एन्क्लेव्ह आणि सर्वप्रिया विहार या दोन उच्चभ्रू वसाहतींच्या मध्ये वसलेले आहे. काही सुंदर परंतु काळजी न घेतल्याने मोडकळीला आलेली अशी ऐतिहासिक स्थाने या भागामध्ये विखुरलेली आहेत. जणू काही या बदलत्या काळाची गंमत बघताहेत.

~

दिल्ली पोलिस दलातील एक इन्स्पेक्टर राजेंद्र बक्षी हे बेगमपूरमध्ये राहातात. त्यांना उठवणे राजबिरला योग्य वाटले होते. इन्स्पेक्टर बक्षी हे स्वत:ही अतिशय कुशल अधिकारी आहेत. त्यांनी बेगमपूरच्या प्रधानाशी संपर्क साधून मदतीची विनंती केली होती. दिल्लीच्या आसपासच्या अशा कोणत्याही नागरीकरण झालेल्या खेड्यामध्ये कोणतीही पोलिस कामगिरी असेल तर त्या खेड्याच्या प्रधानाची मदत घेणे फायद्याचे ठरते. त्यामुळे गोष्टी सोप्या आणि सुरक्षित होतात. आम्ही बेगमपूरला पोचलो तेव्हा इन्स्पेक्टर बक्षी आणि प्रधान आमची वाटच पाहात होते. आम्ही ऑरोबिंदो मार्गाच्या शेवटाकडून सर्वोदय एन्क्लेव्ह ओलांडून पुढे आलो. सर्वोदय एन्क्लेव्ह ही वसाहत बेगमपूरच्या पश्चिमेला आहे आणि सबंध बेगमपूरभर पसरली आहे.

राजबिरने शोधलेली इमारत माहीत असल्याचे प्रधानाने सांगितले. ती इमारत कपडे व हस्तकौशल्याच्या वस्तू निर्यात करणाऱ्या एका उद्योजकाची होती. प्रधानाला हेही माहीत होते की या निर्यातदाराचा दुबईशी नियमित व्यापार होता आणि आखातातील अनेक लोक त्याला भेटण्यासाठी वारंवार येत असत. प्रधानाच्या मते, त्यांच्यापैकी काहीजण संशयास्पद दिसणारे होते. प्रधानाच्या या सांगण्यावरून आमची तपासाची दिशा योग्य आहे याची आम्हाला खात्री पटली.

बेगमपूरमधील त्या घराच्या मागचे अंगण खूप मोठे होते. त्या बाजूने त्या घराच्या दुसऱ्या मजल्यापर्यंत जाणे अशक्य होते. आता समोरूनच छापा घालण्याशिवाय आमच्यासमोर दुसरा पर्याय नव्हता. समोरचा दरवाजा हा मजबूत सागवानाचा होता. तो मोडून काढणे म्हणजे आतल्या माणसांना आणि शेजाऱ्यांनाही धोक्याची सूचना देण्यासारखे होते. आमच्या विनंतीवरून प्रधानाने दरवाजावरील घंटा वाजवली. आम्ही बाजूलाच लपून बसलो होतो. प्रथम पहिल्या मजल्यावरील दिवे लागले. एक नेपाळी नोकर थोडे बाहेर डोकावून प्रधानाशी बोलू लागला. प्रधानाने पुन्हा पुन्हा विनंती करूनही त्याने दरवाजा उघडायला साफ नकार दिला. आणि मग दिवेही मालवून टाकले. मग दुसऱ्या मजल्यावरील दिवे लागले आणि काहीतरी गडबड सुरू झाल्याचे आवाज आमच्या कानावर पडू लागले. आत घुसण्याची वेळ आली आहे हे आम्हाला कळून आले आणि आम्ही तो मजबूत सागवानी दरवाजा मोडून काढला. जो दरवाजा आत्तापर्यंत न तुटणारा दिसत होता तो एका मिनिटात तुटून पडला. तुमचं घर म्हणजे तुमचा किल्लाच असतो हे अगदी खरे पण ते पोलिस तुमच्या दाराशी येऊन उभे राहीपर्यंतच. आत घुसून आम्ही धावतच जिना चढलो. परंतु पहिल्या व दुसऱ्या अशा दोन्ही मजल्यांवर भयंकर घाबरलेले असे नेपाळी मजूर बघून आमची फार मोठी निराशा झाली. नंतर हे उघडकीस आले की बंगल्याचा काळजीवाहू नोकर – जो प्रथम प्रधानाशी बोलला होता त्याने आपल्या काही देशबांधवांना त्या इमारतीमध्ये राहण्याची परवानगी दिली होती म्हणूनच घाबरून जाऊन त्याने दरवाजा उघडण्यास नकार दिला होता. हे त्याच्या मालकाला माहीत नव्हते. इमारतही त्या मालकाचीच होती. अपहृताने दिलेल्या माहितीशी बेगमपूरमधील ही इमारत जुळती असली तरी अशी आमची पहिली धाड फुकट गेली.

आम्ही तो सारा भाग तपासणे सुरूच ठेवले. एकामागोमाग आम्ही घरे तपासत होतो. डोक्यावरून विमाने उडतच होती आणि आम्हाला जाणवून देत

होती की तुम्ही जवळ आहात पण पोचला नाहीत अजून. बहुतेक घरांमध्ये मानाच्या अशा आयआयटीच्या परीक्षेला बसण्याची तयारी करणारे विद्यार्थी राहात होते. हे विद्यार्थी त्या घरांमध्ये भाडेकरू म्हणून राहत होते. मध्यरात्र उलटल्यानंतरच्या आमच्या धाडीमुळे ते सर्व दचकूनच जागे झाले. अगदी पहाटे, आम्ही हा तपास थांबवायचे ठरवले. आम्ही सारेच जागरणाने थकलेले आणि निराश झालेले असे होतो. अगदी निश्चित वाटणारी अशी माहिती आणि थेट माहितीचे धागेदोरे मिळूनही आम्हाला यश का मिळाले नाही हे काही आम्हाला कळत नव्हते.

घरी पोचल्यावर, मी थोडी झोप घेण्याचा विचार केला पण मला झोप काही लागेना. घायकुतीला आलेल्या आंतरराष्ट्रीय टोळीच्या ताब्यात असलेल्या त्या माणसाच्या काळजीने माझी झोप उडाली होती. त्याच वेळी, माझी स्वत:ची प्रतिष्ठाही पणाला लागली होती त्याचीही मला काळजी वाटत होती हे मला कबूल केलेच पाहिजे. मी स्वत:लाच प्रश्न केला, *या वेळी मी तोंडापेक्षा मोठा घास तर घेतला नाहीये ना?* काही चुकले आणि अपहृत माणूस कुठेतरी मृतावस्थेत सापडला तर सीबीआयच्या आणि माझ्या नावाला बट्टा लागणार नाही का? माझ्या काल्पनिक काळज्यांनी माझ्यावर पगडा बसवायला सुरुवात केली.

त्याच सकाळी अकराच्या सुमारास अहमद कोयाने मला दूरध्वनी केला. अपहरणकर्त्यांनी पुन्हा एकदा थेक्कतला त्याच्या कुटुंबीयांशी बोलणे भाग पाडले होते. त्या संभाषणाच्या दरम्यान त्याने आणखी काही धागेदोरे दिले होते. त्याला जिथे पकडून ठेवले होते त्या इमारतीच्या गच्चीमध्ये पांढऱ्या प्लास्टिकच्या कुंड्या होत्या आणि हिरवी जाळी लावलेली होती. काही कपडेही वाळत घातलेले होते. जवळच काही मशिदींचे गोल घुमटही दिसत असल्याचे त्याने सांगितले होते.

आपला भाऊ फार मोठ्या दबावाखाली असल्याचे अहमद कोयाने मला बजावून सांगितले. त्याचा भाऊ त्याला जे काही सांगत होता ते सर्वच अगदी बरळल्यासारखे होते आणि कोया आम्हाला जे सांगत होता ते सर्व त्याच्या भावाच्या या बरळण्याचा तो जो काही अर्थ लावू शकत होता त्यावरच आधारलेले होते. मधल्या काळात कोया अपहरणकर्त्यांशी वेळकाढूपणा करत होता.

दिल्ली पोलिसदलातले लोक रात्रभर जागे होते. त्यांना अधिक त्रास देणे योग्य नाही असे ठरवून मी एकट्यानेच जाण्याचे ठरवले. विशेषत: मी सर्वोदय

एन्क्लेव्हमधील इमारतींवर लक्ष केंद्रित करण्याचे ठरवले पण मला त्यातील बहुसंख्य घरे कोयाच्या वर्णनाशी जुळणारीच दिसली. एखाद्या घरामध्ये पांढऱ्या कुंड्या होत्या तर हिरवी जाळी नसायची आणि दोन्ही गोष्टी असतील तर जवळपास एकही घुमटासारखे बांधकाम नसायचे. अगदी वैतागून जाऊन मी आदल्या रात्री आम्हाला मदत करण्यास आलेल्या आणि बेगमपूरमध्येच राहत असलेल्या इन्स्पेक्टर राजेंद्र बक्षींचे घर गाठले आणि त्यांची मदत मागितली. ताबडतोब ते माझ्याबरोबर आले. आम्ही दोघांनी सर्वोदय एन्क्लेव्ह आणि बेगमपूरमधील अनेक सदनिका स्थानिक जमीन खरेदीविक्रीचा व्यवसाय करणाऱ्या लोकांच्या मदतीने तपासल्या. परंतु आमच्या हाती काहीही लागले नाही.

~

मधल्या काळात, आम्ही या केसच्या तांत्रिक बाजूवर काम करण्यास सुरुवात केली होती. थेक्कतच्या कुटुंबीयांकडून आम्ही थेक्कतचा आंतरराष्ट्रीय रोमिंग मोबाइल क्रमांक मिळवला होता – ९७१५०६४१***. आमच्या विनंतीमुळे त्यांनी या क्रमांकावरून केल्या गेलेल्या आणि त्यावर आलेल्या सर्व कॉल्सची यादीही युएईमधील सेवादात्याकडून मिळवून आम्हाला दिली होती. या यादीच्या विश्लेषणावरून असे दिसत होते की या दूरध्वनीचा संपर्क एका सॅटेलाइट दूरध्वनी क्रमांकाशी झालेला होता. तो क्रमांक होता ००८७३७६२७५****. थेक्कतच्या अबुधाबीमधील दूरध्वनी क्रमांक नोंदवहीवरून असे दिसत होते की हा क्रमांक दिल्लीतील कुणा विजय राठोड नावाच्या व्यक्तीचा आहे.

दिल्लीमधील सेवादात्याकडे केलेल्या चौकशीमध्ये असे निष्पन्न झाले की दिल्लीमध्ये पोचल्यावर थेक्कतने दिल्लीतील ९८१०१***** या क्रमांकावर संपर्क साधला होता. ११ मार्चच्या सकाळी थेक्कतचे विमान दिल्लीमध्ये उतरले होते त्यावेळच्या दोन्ही क्रमांकांच्या स्थानांचे निकष असे दाखवत होते की हे दोन्ही क्रमांक त्यावेळी आयजीआय विमानतळाच्या आसपासच होते. दिल्लीतील भ्रमणध्वनी क्रमांकाच्या कॉल्सची यादी तपासून आम्ही त्या क्रमांकाला अडवण्याचे ठरवले. हा मोबाइल वापरणारी व्यक्ती वसंत कुंजमधील एका मुलीच्या संपर्कात होती आणि लवकरच तिच्याबरोबर एक भेट निश्चित करण्याच्या प्रयत्नात होती.

या मोबाइल क्रमांकांच्या आणि त्यांच्या कॉल्सच्या यादीच्या अधिक विश्लेषणानंतर असे स्पष्ट झाले की ९८१०१***** वापरणारा हा आणखीही

दोन क्रमांक वापरत होता - ९८१०२०***८ आणि ९८१००२***९. म्हणजे संबंधित गुन्हेगार हा आयएमईआयच्या ३३२१२९३५९२३****; ४४५१९९४६१३७**** आणि ४४७३६६८७४६९**** या तीन क्रमांकाचे तीन मोबाइल सेट्स वापरत होता. ९८१०१***** या क्रमांकाच्या कॉल्सच्या यादीमध्ये आयएमईआय क्रमांक ४४९१२३८७१५२**** हाही क्रमांक आढळला. सर्वात महत्त्वाची बाब अशी होती की ९८१०१***** हा मोबाइल सातत्याने बेगमपूरच्या आसपासच असल्याचे दिसत होते. याच भागामध्ये तर आम्ही अपहरणकर्त्यांना व त्यांच्या कैद्याला कसोशीने धुंडाळत होतो. काही प्रमाणात तरी आम्ही योग्य रस्त्यावर होतो हे बघून आम्ही थोडे आश्वस्त झालो.

स्पेशल सेलच्या अधिकाऱ्यांनी याआधी अपहरणाच्या एका केसचा तपास केला होता. २३ नोव्हेंबर २००० या दिवशी देशबंधू गुप्ता रोडवरील एम सी महाजन नावाच्या एका व्यक्तीचे अपहरण झाले होते. या अधिकाऱ्यांनी त्या केसमध्येही ४४९१२३८७१५२**** हाच आयएमईआय क्रमांक वापरण्यात आल्याचे सांगितले. महाजनला सोडवण्यात येऊन आठ अपहरणकर्त्यांना अटकही झाली होती. ते सर्वजण उत्तर प्रदेशातील होते. हा भ्रमणध्वनी वापरणारा विरेंदर पंत उर्फ छोटू नावाचा एक गुन्हेगार असल्याचे उघड झाले होते. विरेंदर पंत उर्फ छोटू हा युपीमधील एक माफिया डॉन बबलू श्रीवास्तवचा जवळचा साथीदार मानला जात असे. पंतच्या दूरध्वनींचे महाजन केसमधील कॉल्सच्या विश्लेषणावरून असे दिसत होते की तो अबु सालेमला 'राठोड' या सांकेतिक नावाखाली कॉल करत असे. त्या केसमध्ये विजय हे नावही वापरण्यात आले होते.

आता थेक्कत सिद्दिकी हा विरेंदर पंतच्या ताब्यात आहे याविषयी आमची जवळ जवळ खात्री पटली होती. विरेंदर पंत हा बहुधा सर्व वेळी आपला जवळचा साथीदार संजय खन्ना उर्फ चंकी याच्याबरोबरच काम करत असे. विरेंदर पंत हा हिमाचल प्रदेशातील एका मान्यवर कुटुंबातील होता. हरयानातील राय युनिव्हर्सिटीमध्ये त्याने शिक्षण घेतले होते. एक चांगला खेळाडू असूनही वाईट संगतीमुळे तो गुन्हेगारी जगामध्ये खेचला गेला होता. तो वयाने तरुण दिसायला चांगला आणि सभ्य असा होता. त्याला हिंदी व इंग्रजी या दोन्ही भाषा उत्तम रीतीने येत होत्या.

या गुन्ह्यांमधील त्याचा अतिनिकटचा सहकारी होता चंकी. हाही दक्षिण दिल्लीमधील एका चांगल्या कुटुंबातील होता. सफदरजंग डेव्हलपमेंटमध्ये

या कुटुंबाचा प्रशस्त बंगला होता. चंकी दिसायला चांगला व बोलायला चटपटीत होता. या दोघांची जोडी ही अपहरणकर्त्यांची एक जोरदार जोडी होती. हे दोघे पुष्कळ वेळा 'वरिष्ठ' गुन्हेगारांची हाणामारीची कामे करत असत. नागरी भागांमधील श्रीमंत व्यक्ती हेरून त्यांचे अपहरण करण्याची व त्यांच्या सुटकेसाठी प्रचंड रकमा मागण्यासाठीची तज्ञता आणि हिंमत या दोन्ही गोष्टी त्यांच्याजवळ होत्या. त्यांच्या सभ्य आणि रुबाबदार व्यक्तिमत्वांमुळे ते ही कामे मोठ्या शहरांमध्ये अगदी सहजतेने करू शकत असत. खंडणी मिळाली नाही तर अपहृतांना ठार करणे हा त्यांच्या कामाच्या पद्धतीचाच एक भाग होता. या आधी त्यांनी बबलू श्रीवास्तव, अबु सालेम, फझल्-उर-रहमान (फझ्लु), अलि बुदेश, आफताब अन्सारी इत्यादींसाठी अनेक अपहरणे केली होती. आणि तीही दिल्ली, कोलकाता, मुंबई, लखनऊ अशा भारतातील मोठमोठ्या शहरांमध्ये.

या नव्या घटकांमुळे आमची चिंता अधिक वाढली. आता दिल्लीच्या पोलिस कमिशनरांकडे मी मदतीची मागणी करणे आणि त्यांची सबंध ताकद या शोधासाठी वापरणे योग्य नव्हते का? म्हणजे या अपहरणकर्त्यांना पकडता येईल आणि त्या अपहृत व्यक्तीचे मोलाचे प्राण वाचतील? मी एका वेगळ्या विचारांच्या एसीपीच्या सल्ल्याने या अपहरणाच्या केसचा तपास करण्याचे आणि अपहृताला सोडवण्याचे काम अंगावर का घेतले हा प्रश्नही मी आता स्वत:ला विचारू लागलो होतो. अखेरीस, मी सीबीआयमध्ये होतो, सीबीआयचा संयुक्त संचालक होतो - आर्थिक गुन्हे तपासण्याचे माझे काम होते. अशा प्रकारच्या केसेस सोडवण्यासाठी आवश्यक असलेली कसलीही कुमक माझ्याजवळ नसताना ही अपहरणाची केस घेण्याची हिंमत मी का केली? काहीही बिघडले तर कुणीही एसीपीकडे किंवा दिल्ली पोलिसांकडे बोट दाखवणार नव्हते. त्याचा सारा दोष माझ्या आणि सीबीआयच्या गळ्यात घातला जाणार होता.

मधल्या काळात, साहजिकच अबुधाबीहून येणाऱ्या कोयाच्या कॉल्सची भाषा आणि सूर अधिकाधिक वाईट होऊ लागला होता. हळूहळू तो अधिक आक्रमक आणि चिडका होऊ लागला होता. 'मी भारतीय पोलिसांकडे आणि सीबीआयकडे ही केस सोपवण्यात मोठीच चूक केली आहे, नाहीतरी तुम्ही लोक फारसे कार्यक्षम किंवा तज्ज्ञ आहात असे कुणी मानत नाहीच.' असेही त्याने बोलून दाखवले. त्याच्या भावाला काहीही झाले तर दोष सर्वस्वी माझा एकट्याचा असणार होता. सतरा मार्चला - त्याच्या भावाचे अपहरण

झाल्यानंतर सहा दिवसांनी त्याने सांगितले की त्याच्या कुटुंबाने वाटाघाटी करून दुसऱ्या दिवशी खंडणीची रक्कम ७००,००० अमेरिकन डॉलर्स इतकी देण्याचे कबूल केले होते (सुमारे ४ कोटी रुपये). ही रक्कम देऊन तो त्याच्या भावाला सोडवणार होता आणि हे प्रकरण एकदाचे संपवणार होता.

त्या रात्री उशीरापर्यंत थेक्कतला शोधण्याचे आमचे सर्व प्रयत्न निष्फळ झाल्यावर मी राजबिरशी चर्चा करून या परिस्थितीविषयीचे माझे आकलन त्याला सांगण्याचे ठरवले. माझ्या मनातील गंभीर काळजी त्याला लगेच जाणवली आणि ती कमी करण्याचे सर्व प्रयत्न त्याने केले. या टोळीमधील एक गुन्हेगार आधीच आपल्या निशाणावर आहे आणि तो वसंत कुंजमधील आपल्या प्रेयसीला भेटणार आहे याची मला आठवण करून दिली. दुसरे काही जमले नाही तर निदान याला तरी आपण आपल्या सोयीने उचलू शकू आणि थेक्कतला कुठे ठेवले आहे याचे तपशील त्याच्याकडून काढून घेऊ असेही त्याने मला पटवले. त्याचे शांतपणे बोलणे आणि आत्मविश्वास यामुळे माझे विचारही सकारात्मक होऊ लागले. मी घराकडे परतलो तेव्हा बराच शांत झालो असलो तरी माझ्या मनातली काळजी पूर्ण गेली नव्हतीच.

~

दुसऱ्या दिवशी भल्या सकाळीच कोयाचा दूरध्वनी आला. त्याच्या कुटुंबियांनी खंडणीचे ७००,००० डॉलर्स देण्याचे मान्य केले आहे हे त्याने मला पुन्हा एकदा सांगितले आणि त्या धक्क्याने मी बिछान्यातून तात्काळ बाहेर पडलो. अपहरणकर्त्यांबरोबर ठरल्याप्रमाणे कोयाने त्याच दुपारी दुबईला जाऊन अपहरणकर्त्यांनी निश्चित केलेल्या मनी-चेंजरकडे ते पैसे द्यायचे होते. या बेतापासून त्याला परावृत्त करणे काहीही केले तरी मला शक्यच नव्हते. मी त्याला सांगितले, 'तू अबुधाबीहून दुबईला जाण्यास हरकत नाही पण पैसे त्या माणसाला देण्याआधी फक्त एकदा माझ्याशी बोलून घे.' त्यावेळेपर्यंत आमच्या येथे काही नवीन घटना घडल्या असतील तर त्याला त्या सांगण्यासाठी मी ही सूचना केली होती. माझी टिंगल करत तो उद्गारला, 'मला काहीही आशा नाहीये आता - आता पुरे झालं.' सिद्दिकी कुटुंबातील प्रत्येक सदस्याच्या भावना मी जाणू शकतो एवढेच नव्हे तर थेक्कतविषयी मला खूपच काळजी वाटते आहे हे मी त्याला कसे पटवू शकणार होतो? त्यापेक्षाही महत्त्वाचे होते ते त्याला अपहरणकर्त्यांच्या पकडीतून सोडवणे.

तो १८ मार्च २००१ हा दिवस होता, रविवार होता तरी आराम करण्याचा किंवा गोल्फ खेळण्याचा मात्र नक्कीच नव्हता. अतिशय अस्वस्थ अवस्थेमध्ये मी पुन्हा एकदा एकटाच ती सदनिका शोधण्यास बाहेर पडलो. मी दिल्लीच्या दक्षिणेस असलेल्या अधछनी गावामध्ये चौकशी करण्याचा विचार करत होतो, १९९५ मध्ये त्या गावामध्ये एका कामगिरीवर गेलो असताना तेथे अनेक घुमट असलेल्या मशिदी पाहिल्याचे मला आठवले. त्या कामगिरीमध्ये त्यावेळचे पंजबचे मुख्यमंत्री सरदार बेअंत सिंग यांच्या हत्येमधील पहिला आरोपी जगतार सिंग याला अटक करण्यात आली होती. (ही कथा *'बैठा है, सर, बैठा है'* यामध्ये सापडू शकेल.) मी सावकाश मोटार चालवत त्या गावातून फिरत होतो. पण व्यर्थ. मी पुढे दिल्लीच्या दक्षिणेलाच असलेल्या शिवालिक या गावाकडे निघालो. अधछिनी आणि शिवालिक ही दोन्ही गावे बेगमपूरच्या जवळच आहेत. थेक्कतने दिलेल्या अनेक खुणांपैकी अनेक गोष्टी या गावांमधील सदनिकांशीही जुळणाऱ्या होत्या. ही दोन्ही गावे विमानतळाजवळच आहेत, विमाने सततच या गावांवरून उडत असतात. त्यांच्या आसपास मशिदींसारख्या अनेक मोडकळीला आलेल्या इमारतीही भरपूर आहेत. कमालीच्या घायकुतीला येऊन मी मोटार उभी केली आणि साधारण त्याच भागामध्ये येणाऱ्या साधना एन्क्लेव्हसकट हा सर्व भाग पायी फिरून चाळून काढला. अनेक दोन मजली सदनिकांच्या इमारती घुमट असलेल्या बांधकामांजवळ होत्या. आणि त्यांच्यापैकी बऱ्याच सदनिकांच्या गच्चीत कुंड्याही होत्या. परंतु हिरवी जाळी किंवा जवळच असेलेले दूरध्वनीकेंद्र यांसारखे महत्त्वाचे मुद्दे मात्र त्यामध्ये नव्हते. मिनिटागणिक माझी अस्वस्थता वाढतच होती.

मी स्पेशल सेलच्या लोधी कॉलनीच्या कचेरीमध्ये जाण्याचे ठरवले. तेथे मी राजबिरला भेटून पुन्हा एकदा परिस्थितीचा विचार करणार होतो. तेथे दिल्ली पोलिसदलातील आणखी दोन अधिकारी असलेले मला दिसले – क्राइम ब्रँचचे इन्स्पेक्टर राजेंद्र बक्षी आणि इन्स्पेक्टर हरचरन वर्मा. इन्स्पेक्टर वर्मा हे त्यावेळी दक्षिण दिल्लीतील एका पोलिस चौकीमध्ये मुख्य अधिकारी म्हणून काम पाहात होते. आपल्या वरिष्ठांना न सांगता हे दोघेही आम्हाला मदत करत होते. राजबिरविषयीचे प्रेम आणि माझ्याविषयीच्या आदरापोटीच केवळ ते हे काम करत होते. त्यांनी त्यांच्या वरिष्ठांची परवानगी मागितली असती तर त्यांना ती कधीच मिळाली नसती. स्थानिक पोलिसांनी सीबीआयच्या कामामध्ये सामील होण्यासाठी अनेक प्रकारच्या अटींची पूर्तता करावी लागते. सीबीआयने केसचे सर्व तपशील सादर करून मगच एक अधिकृत परवानगी मागायची असते,

ही परवानगी पोलिस प्रमुखांनी मान्य करावी लागते. हे सर्व करण्याएवढा वेळ कुठे होता? अधिक लोकांना यामध्ये घेणे म्हणजे प्रसारमाध्यमांकडे ही बातमी पोचण्याची शक्यता अधिक. मी पुन्हा एकदा त्यांना पटवले की आता दिल्ली पोलिसांची मदत घेण्याची गरज आहे, स्थानिक पोलिस आणि पोलिस व्हॅन्स यांनी या विभागातील घराघरामध्ये जाऊन शोध घेणे आवश्यक झाले आहे. आता हे फारच आवश्यक झाले आहे असे मला वाटत होते कारण आमच्या प्रयत्नांना यश मिळत नव्हते. काहीही बिघडले असते तर ही सर्व माहिती स्वत:जवळच ठेवल्याचा, आणि लवकर दिल्ली पोलिसांना यामध्ये सहभागी करून घेऊन अधिक मोठ्या भागामध्ये तपास करण्याची संधी गमावल्याचा ठपका आमच्यावर ठेवण्यात आला असता.

राजबिर आणि दोघेही अधिकारी यांना ही कल्पना मान्य नव्हती. हे प्रकरण हाताळण्यासाठी ज्या कौशल्याची आवश्यकता आहे तेवढ्या कौशल्याने इथल्या पोलिसचौकीवरील कर्मचारी व पोलिस नियंत्रण कक्षातील व्हॅन्स हे काम करू शकणार नाहीत असे वर्माचे म्हणणे होते. त्यांच्या अशा हाताळणीमुळे अपहृताच्या जिवाला असलेले धोके अधिक वाढतील असे तो म्हणत होता. आपण योग्य मार्गाने चाललो आहोत आणि शांतपणे असेच पुढे जाणे योग्य ठरेल अशी त्यांनी मला पुन्हा खात्री दिली.

दुपारच्या जेवणासाठी मी घरी परतलो. परिस्थितीच्या गांभीर्यामुळे मी अजूनही फार मोठ्या तणावाखाली होतो. कोयाचा आणखी एक दूरध्वनी आला. त्याच्या भावाला पुन्हा एकदा त्याच्याशी बोलायला अपहरणकर्त्यांनी भाग पाडले होते. कदाचित हे शेवटचेच संभाषण असेल. अपहरणकर्त्यांनी 'झाले तेवढे पुरे' असे ठरवले होते आणि आता त्याला आजवर ज्या सुरक्षित ठिकाणी ठेवले होते तेथून त्याला बाहेर काढणार होते. ते त्याला साधारण विमानतळाच्या दिशेने नेणार होते. दोन्ही पक्षांनी ठरवल्यानुसार दुबईमध्ये जर खंडणी दिली गेली तर थेक्कतला विमानतळावर सोडून देण्यात येईल, त्याचे पारपत्रही परत करण्यात येईल. त्याचे तिकीट व इतर खर्चासाठी त्याला थोडे पैसेही देण्यात येतील. आणि खंडणी जर दिली गेली नसेल तर त्याला गोळी घालण्यात येईल आणि त्याचे प्रेत एखाद्या दुर्गम भागामध्ये रस्त्याच्या कडेला फेकून देण्यात येईल.

या संभाषणाच्या वेळी थेक्कत रडत होता परंतु त्याही प्रसंगामध्ये त्याने आणखी काही खुणा सांगितल्याच. अपहरणकर्त्यांच्या या लपण्याच्या

ठिकाणाजवळच कुठेतरी एक विवाहसमारंभ सुरू होता, खूप मोठ्याने गाणी लावण्यात आली होती ते ऐकू येत होते, कॅन्व्हासचे कव्हर असलेली एक मोटार जवळच उभी केलेली होती. जेथे त्याला अडकवून ठेवले होते तेथून एक लाल रंगाची अनेक मजली इमारतही दिसत होती.

मी ताबडतोब ही सर्व माहिती राजबिरला कळवली. त्या विभागामध्ये आधीच शोध घेत असलेल्या गटांना त्याने ही माहिती पोचवली. त्यापैकी एका गटाला सर्वप्रिया विहारमधील एका बागेमध्ये एक विवाहसमारंभ सुरू असल्याचे दिसले. तेथे, मोठ्याने गाणीही वाजवण्यात येत होती. एक गोष्ट स्पष्ट होती, आम्ही आमचे तपासाचे सर्व प्रयत्न बेगमपूर आणि सर्वोदय एन्क्लेव्हवर केंद्रित केले होते आणि अपहृताला शेजारच्याच सर्वप्रिया विहारमध्ये बंदी बनवून ठेवले असण्याची शक्यता खूपच होती. अपहृताने दिलेल्या दूरध्वनी क्रमांकामुळे आम्ही सर्वप्रिया विहारकडे साफ दुर्लक्ष करून बेगमपूर आणि सर्वोदय एन्क्लेव्ह यांच्या भोवतीच घुटमळत राहिलो होतो.

राजबिरने या नव्या बातम्या मला दिल्यावर आम्ही हौझ खास पोलिस कॉलनीमध्ये भेटण्याचे ठरवले. ही कॉलनी आय आय टी क्रॉसिंगजवळ आउटर रिंग रोडवर वसलेली आहे. तेथून सर्वप्रिया विहार हाकेच्या अंतरावर आहे.

ताबडतोब आम्ही ठरलेल्या ठिकाणी जमलो. दुपारचे साडेचार वाजले होते. पोलिसांची चिन्हे नसलेल्या साध्या मोटारींमधून आम्ही सर्वप्रिया विहारमध्ये गेलो आणि एका बागेमध्ये पुन्हा एकत्र जमलो. आमच्या तेथे येण्याने कॉलनीतील काही सुरक्षारक्षकांना संशय आला. टळटळीत भर दिवसा इतके अनोळखी लोक एकत्र येऊन मोठमोठ्याने काहीतरी बोलत आहेत हे त्यांच्या दृष्टीने काही वेगळेच होते. एक गोष्ट मात्र स्पष्ट होती – या शेवटच्या खाणाखुणा लक्षात घेतल्या तर अपहरणकर्त्यांची लपण्याची जागा बेगमपुरमध्ये नसून सर्वप्रिया विहारमध्येच होती. आता कळीचा प्रश्न होता तो हा की सर्वप्रिया विहारमध्ये पण नक्की कुठे? ही चांगली मोठी वसाहत आहे आणि तीमध्ये शेकडो घरे एकमेकांना चिकटून उभी आहेत. आता अपहृताने सांगितलेल्या खुणांशी मिळतेजुळते घर शोधण्यासाठी प्रत्येक गल्लीतील प्रत्येक घर तपासण्याशिवाय दुसरा पर्यायच नव्हता. आम्ही आमच्या ध्येयाजवळ पोचलो होतो पण अगदी त्या ठिकाणी पोचलो नव्हतो.

राजबिरला बाजूला घेऊन मी त्याच्याशी माझ्या मनातील बेताविषयी चर्चा केली. गटातील प्रत्येक सदस्याला पुन्हा एकदा आपण काय शोधतो

आहोत ते समजावून सांगण्याची गरज होती. अपहृताकडून मिळालेली सर्व माहिती त्यांच्यापैकी प्रत्येकाला सांगणे भाग होते. भर दिवसा आम्ही हे करत असल्याने शक्य तेवढे कुणाच्या लक्षात न येता हे काम करणेही आवश्यक होते. याचा एकच उपाय होता तो म्हणजे एकेकट्याने किंवा एकदोन जणांनी एकत्रित जायचे. प्रत्येक गल्लीतील प्रत्येक घर तपासायचे असल्याने एकाने गल्लीच्या एका बाजूने जावे आणि दुसऱ्याने दुसऱ्या बाजूने जावे असे ठरले. कुणालाही काही विशेष सापडले तर त्याने राजबिरला त्याच्या मोबाइलवर कॉल करायचा होता, ती माहिती तो मला लगेच देणार होता. लक्षात आलेल्या इमारतीजवळच्या एखाद्या ठिकाणी आम्ही सगळे एकत्र होणार होतो आणि एकत्रितपणे पुढची पायरी ठरवणार होतो. आम्ही जर एखाद्या इमारतीवर धाड घालण्याचे ठरवले तर शेवटचा शब्द माझा असेल हे मी सर्वांना वारंवार बजावून सांगितले.

एका लहानशा स्फूर्तिदायक संभाषणाने सर्व लोक उत्साहित झाले. तांत्रिकदृष्ट्या मी त्यांचा वरिष्ठ नसलो तरी अखेरीस ही माझी मोहीम होती आणि ते मला मदत करत होते ही गोष्ट त्या सर्वांना चांगलीच ठाऊक होती. दिल्ली पोलिसदलामध्येही मी बरीच वर्षे कार्यरत असल्याने ते सर्व मला ओळखत होते. आणि दलाच्या सर्व स्तरांमध्ये मी बऱ्यापैकी लोकप्रियही होतो. शिवाय, याआधीही आम्ही एकत्रितपणे एकदोन कामगिऱ्या पार पाडल्या होत्या आणि त्यांमध्ये यशस्वीही झालो होतो.

पछाडलेल्या व्यक्तींसारखे आमच्यापैकी वीसजण आधी ठरवलेल्या दिशांनी विखुरले. तो रविवारचा दिवस असल्याने सर्वप्रिया विहारमधील बहुतेक पुरुषमंडळीही घरात दूरचित्रवाणी बघत होती किंवा वामकुक्षी करत होती. गल्लीबोळ जवळजवळ निर्मनुष्य होते. मधूनच एखादा आपल्या सदनिकेमधून बाहेर येऊन आमच्याकडे संशयाची नजर टाकत होता. कुणीतरी पोलिस नियंत्रण कक्षाला दूरध्वनी करेल आणि मग भोंगे वाजवत पोलिसांच्या गाड्या इथे धावत येऊन सगळ्यावर पाणी पडण्याआधी काम उरकणे गरजेचे असल्याने आमच्या हाती फार थोडा वेळ होता.

आम्हाला काहीही सापडत नव्हते. मिळालेल्या वर्णनाशी जुळणारी एकही सदनिका सापडत नव्हती. कुणी अनोळखी माणसे कॉलनीमध्ये फिरत आहेत अशी बातमी सगळीकडे पसरू लागली होती. आमचा धीर सुटू लागला होता. तेवढ्यात केवळ योगायोगानेच मी मुख्य गटापासून दूर होऊन पूर्वेच्या दिशेला

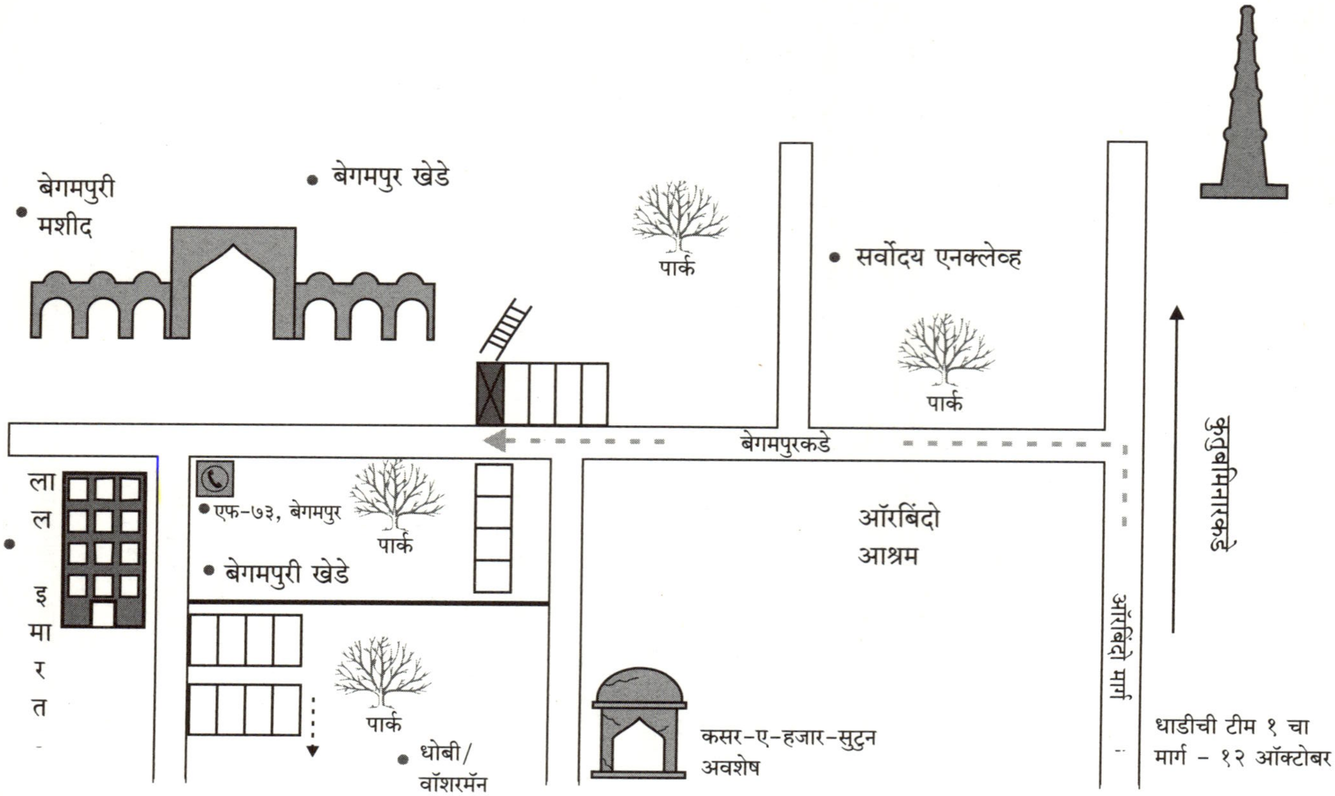
बेगमपुरी
मशीद
बेगमपुर खेडे
पार्क
सर्वोदय एनक्लेव्ह
पार्क
कुतुबमिनारकडे
बेगमपुरकडे
लाल इमारत
एफ-७३, बेगमपुर
पार्क
बेगमपुरी खेडे
ऑरबिंदो
आश्रम
ऑरबिंदो मार्ग
पार्क
धोबी/
वॉशरमॅन
कसर-ए-हजार-सुटुन
अवशेष
धाडीची टीम १ चा
मार्ग – १२ ऑक्टोबर

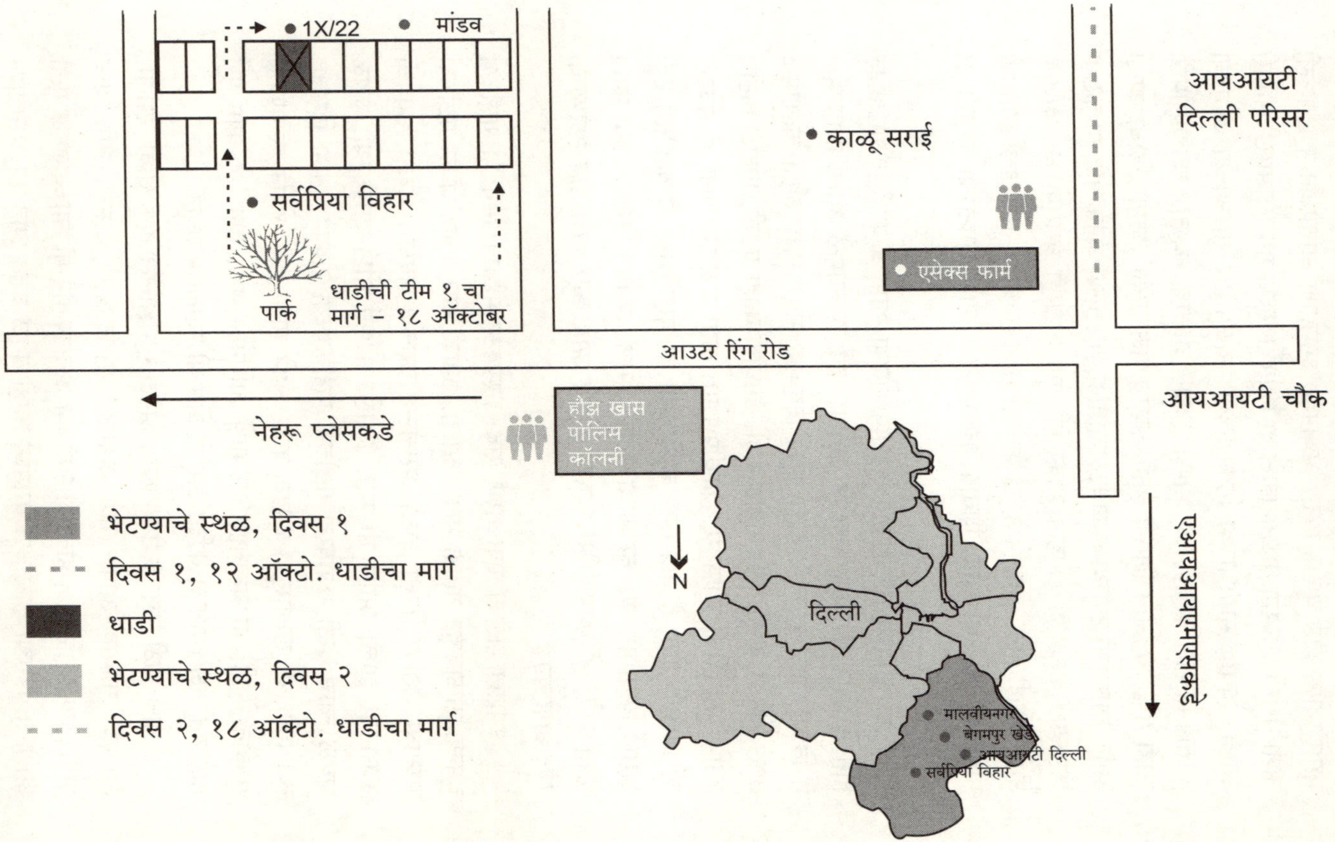
1X/22
मांडव
सर्वप्रिया विहार
पार्क
धाडीची टीम १ चा
मार्ग – १८ ऑक्टोबर
काळू सराई
एसेक्स फार्म
आयआयटी
दिल्ली परिसर
आउटर रिंग रोड
आयआयटी चौक
नेहरू प्लेसकडे
हौझ खास
पोलिस
कॉलनी
एआयआयएमएसकडे
N
दिल्ली
मालवीयनगर
बेगमपुर खेडे
आयआयटी दिल्ली
सर्वप्रिया विहार
भेटण्याचे स्थळ, दिवस १
दिवस १, १२ ऑक्टो. धाडीचा मार्ग
धाडी
भेटण्याचे स्थळ, दिवस २
दिवस २, १८ ऑक्टो. धाडीचा मार्ग

सुमारे पन्नास यार्ड चालत गेलो. अचानक. आम्हाला आत्तापर्यंत न दिसलेली अशी घरांची एक रांग वाळवंटातील दूर क्षितिजावरच्या मृगजळासारखी सामोरी आली. विवाह समारंभाच्या ठिकाणाच्या जवळपासच राहण्याच्या आमच्या आत्तापर्यंतच्या निश्चयामुळे आम्ही इथवर आलोच नव्हतो. त्या गल्लीमध्ये काही पावलेच आत शिरलो होतो तेव्हाच मला एका छतावर हिरवी जाळी आणि त्याखाली टपोऱ्या लालबुंद गुलाबांनी बहरलेल्या अनेक पांढऱ्या कुंड्या दिसल्या. कॅन्व्हास कापडाने झाकलेली एक मोटारही घरासमोरच्या बाजूला उभी केलेली होती. थेक्कतने उल्लेख केलेली लाल रंगाची अनेक मजली इमारतही माझ्या पूर्वेला उभी होती. शिवाय, विवाहस्थळ आणि घुमटाच्या इमारती तर होत्याच.

या गल्लीमध्ये चालत जात असताना माझ्या मनात जे काही विचार उमटत होते ते वर्णन करण्यापलीकडील आहेत. खूप दमल्यामुळे आणि तणावामुळे ते विचार आले होते की त्याच एका विषयावर संपूर्ण लक्ष केंद्रित केल्यामुळे आले होते ते काही मला माहीत नाही. आधीही काही प्रसंगी, एखादी कठीण आणि गुंतागुंतीची कामगिरी यशस्वीपणे पुरी करत असताना मला ही संवेदना जाणवलेली होती हे मात्र खरे. कधी कधी तर मला वाटते हे काहीतरी दैवी असावे किंवा मग त्या 'वरच्याचा संदेश' असेल. असंख्य विचार माझ्या मनात घुमत होते. *ही कामगिरीही यशस्वी होणार आहे का? हाच डाव फिरण्याचा बिंदू आहे का?*

स्पेशल सेलचा एक तरुण सब-इन्स्पेक्टर मेहताब सिंग हा गल्लीच्या दुसऱ्या टोकाकडून येताना मला दिसला. आम्ही दोघे जवळ जवळ गल्लीच्या मध्यावर छतावर हिरवी जाळी असलेल्या घराच्या जवळच भेटलो. आमची नजरानजर झाली आणि मी मला दिसलेल्या सर्व गोष्टी दाखवल्या. जवळ जवळ त्याच वेळी राजबिरही गल्लीच्या पलीकडच्या टोकाने येताना दिसला. त्यालाही त्या खाणाखुणा दाखवल्यावर त्याने माझा हात जोराने हलवण्यास सुरुवात केली. या यशाबद्दल तो माझे अभिनंदन करत होता. हे काम पूर्ण होईपर्यंत लक्ष त्यावरच केंद्रित असू दे असे मी त्याला बजावले.

याच वेळी मला इस्त्री करण्यात अगदी गुंग झालेला एक धोबी दिसला. आपल्या कामात आपण गर्क आहोत असे दाखवत असला तरी त्याचे आमच्याकडे नीट लक्ष होते. पोलिसाच्या अंतःस्फूर्तीने मी त्याच्याजवळ गेलो आणि या हिरव्या जाळीच्या घरामध्ये काही वेगळे घडत आहे का असा प्रश्न

त्याला विचारला. परंतु त्याने संपूर्ण अज्ञान असल्याचे दाखवले. त्याच्या बोलण्यावरून मला कळत होते की तो बिहारचा रहिवासी आहे. या गोष्टीचा फायदा घेत मी त्याला सांगितले की मी बिहारचा पोलिस अधिकारी आहे आणि एका अपहरण झालेल्या व्यक्तीला सोडवण्याचा प्रयत्न करत आहे. काहीसा आश्वस्त होऊन पण काहीशा नाखुषीनेच त्याने सांगितले की त्या हिरव्या जाळीच्या घरामध्ये शोधण्याचा उपयोग नाही – त्याच्या पुढच्या घरामध्ये शोधायला पाहिजे. त्या घराच्या अगदी वरच्या मजल्यावर बरेच तरुण राहत होते आणि ते काही फार सज्जन नव्हते.

ताबडतोब, राजबिरने त्याच्या उत्तम लोकांना घेऊन त्या घराच्या जिन्याने वर जाण्यास सुरुवात केली. त्या घराचा क्रमांक होता – १x/२२. सर्वप्रिया विहार. दुसऱ्या गटाने त्या सबंध विभागाला वेढा घातला. काही क्षणांनंतरच एकदम गोळीबाराचा आवाज उठला आणि त्यामागोमाग एक किंचाळी आणि काहीतरी पडल्याचा धाडकन आवाजही आला. कुणीतरी धावत बाहेर येऊन शेजारच्या घराच्या जिन्याच्या पोकळीत उडी मारली होती. गोळीबाराचे आणखी आवाज उठले. शेजारच्या घराच्या बाल्कनीमध्ये 'आम्हाला इथून बाहेर काढा' अशी विनवणी करत एक जोडपे एका रडणाऱ्या लहान बाळाला घेऊन आले. त्यांना शांत करून त्याना काहीही धोका नाहीये हे पटवण्यात मला खूप कष्ट करावे लागले. गल्लीच्या दोन्ही तोंडांशी गर्दी जमा होऊ लागली होती. सर्व इमारतींच्या बाल्कन्या आणि गच्च्या गंभीर चेहऱ्यांच्या घाबरलेल्या लोकांनी भरून गेल्या. हळूहळू गोळीबाराचा आवाज कमी कमी होऊ लागला. अचानक मला थेक्कत सिद्दिकी स्पेशल सेलच्या दोन अधिकाऱ्यांबरोबर गच्चीमध्ये आलेला दिसला. लवकरच त्या अधिकाऱ्यांनी त्याला खाली आणले. त्याला प्रचंड धक्का बसला होता, अक्षरश: रडत होता, त्याला हे खरेच वाटत नव्हते. मी त्याला माझी ओळख करून दिली आणि माझ्या मोबाइलवरून त्याच्या भावाचा मोबाइल क्रमांक लावला. अपेक्षेनुसारच, दुसऱ्या बाजूला आनंदाचा कल्लोळ उठला. थेक्कतच्या कुटुंबातील प्रत्येक सदस्य आपली कृतज्ञता व्यक्त करण्यासाठी माझ्याशी बोलला. आपल्या उद्धटपणाबद्दल आणि उतावळेपणाबद्दल कोयानेही माझी क्षमा मागितली. आमच्या कामाविषयी त्याने दिल्ली पोलिस आणि सीबीआयची खूपच स्तुती केली.

काहीसा सावरल्यावर थेक्कतने आम्हाला सांगितले की आम्ही येण्याच्या थोडाच वेळ आधी त्याचा छळ करणाऱ्यांपैकी दोघेजण मोटारीतून निघून गेले

होते. त्याचे स्वागत करण्यासाठी विमानतळावर आलेला अमर हा त्याच्या एका साथीदाराला भेटण्यासाठी रेल्वे स्थानकावर गेला होता. तेव्हाच एक अशक्य वाटावी अशी घटना घडली. आम्ही सारे तेथेच उभे होते, गल्लीमध्ये गर्दी होती. परंतु अचानक एक मोटार गल्लीत शिरली. हीच ती गाडी आहे असे थेक्कत ओरडला. आमच्यापैकी काहीजण मोटारीकडे धावले आणि चालकाला अटक करण्यात आली. त्याने स्वत:चे नाव राकेश सराहा असे सांगितले. तो ज्याला निरोप देण्यास गेला होता तो होता संतोष आचार्य. मुंबईच्या – फझलु–अलि बुदेश टोळीचा एक धोकादायक सदस्य.

राजबिर मला वर घेऊन गेला दोन गुन्हेगार तेथे मरून पडले होते. त्यांची हत्यारेही त्यांच्याशेजारीच पडलेली होती. ते दोघे दुसरे तिसरे कुणी नसून वीरेंद्र पंत उर्फ छोटू आणि संजय खन्ना उर्फ चंकी हे होते. जिन्याच्या पोकळीत नंतर सापडलेले मृत शरीर होते सुनिल नाथानी नावाच्या एका व्यक्तीचे. त्याच्या नावावर कोणताही गुन्हा दाखल झालेला नव्हता. तो आणि त्याचे दोघे मित्र कार्तिक आणि विपिन चौधरी हे अजाणताच अपहरणकर्त्यांच्या टोळीमध्ये अडकले गेले होते ही दुर्दैवाची बाब होती. ते सर्वजण चांगल्या कुटुंबांतील होते. कदाचित त्यांची राकेश सराहाशी त्याची गुन्हेगारी पार्श्वभूमी न कळता झालेली मैत्री याला कारणीभूत असावी. वीरेंद्र पंतच्या विनंतीवरून राकेशनेच कार्तिक आणि विपिनकडे त्यांच्या सदनिकेमध्ये अपहरण केलेल्या व्यक्तीला काही दिवस ठेवण्याची परवानगी मागितली होती. त्यांनी राकेशची विनंती मान्य का केली हे मात्र त्यांचे त्यांनाच माहीत. थेक्कतच्या बंदिवासाचा सबंध काळ, काय चालले आहे हे त्यांना कळत होते परंतु थेक्कतच्या मदतीच्या याचनेकडे दुर्लक्ष करत त्याकडे त्यांनी काणाडोळाच केला होता. या गुन्ह्याला मदत करणे, कारस्थान रचणे या कलमांखाली त्यांच्यावर गुन्हे दाखल करण्यात आले आणि त्यांना शिक्षाही झाली.

स्पेशल डायरेक्टर पी सी शर्मा यांना मी या सर्व घटना कळवल्या. ताबडतोब घटनास्थळी येऊन त्यांनी आम्हा सर्वांना शाबासकी दिली. आमच्या यशाने त्याना फार आनंद झाला असला तरी आश्चर्य मात्र फारसे वाटले नव्हते. त्यांचा आमच्यावरचा विश्वास हा असा होता. आमच्या क्षमतांवरील हा कमालीचा विश्वास आणि त्यांचे हस्तक्षेप न करता केवळ उत्तेजन देणारे नेतृत्व यांनीच या कामगिरीच्या यशामध्ये एक महत्त्वाची भूमिका बजावली होती.

परंतु आमचे काम अजून पूर्ण झाले नव्हते. ताबडतोब आम्ही आगगाडीचा क्रमांक, डब्याचा आणि त्या डब्यातील संतोष आचार्यच्या बैठकीचा क्रमांक ही

माहिती राकेश सराहाकडून घेतली आणि ती माहिती डी सिवानंदन यंच्याकडे दिली. सिवानंदन हे मुंबई मध्ये सीबीआयमध्ये माझ्याबरोबरच होते. या आधी जेसीपी (क्राइम) म्हणून मुंबईच्या गुन्हेगारी जगतामध्ये त्यांनी गाजवलेल्या पराक्रमामुळे त्यांना भरपूर प्रसिद्धी मिळाली होती. सिवा लगेचच कामाला लागले. दुसऱ्या दिवशी सकाळी ऑगस्ट क्रांती ही आगगाडी मुंबई सेंट्रल स्थानकामध्ये शिरली आणि मुंबई पोलिसांबरोबर केलेल्या संयुक्त कारवाईमुळे आचार्य पकडला गेला. हा संयुक्त गट आधीच्याच वापी या स्थानकावर गाडीत चढला होता. आपला माणूस हेरून त्यांनी त्याच्यावर नजर ठेवली होती आणि मुंबईला पोचताच त्याला अटक केली होती.

सराहाने दिलेल्या माहितीच्या आधाराने आम्ही लगेच अपहरणकर्त्यांच्या आणखी एका लपण्याच्या जागेवर छापा मारला - बी-६ एक्स, साउथ एक्स्टेंशन पार्ट २. दिल्लीमध्ये आल्याबरोबर थेक्कतला प्रथम याच जागी आणण्यात आले होते आणि मारहाण करून अडकवून ठेवण्यात आले होते. या ठिकाणाहूनही काही महत्त्वाचे पुरावे ताब्यात घेण्यात आले.

या वेळेपर्यंत, प्रसारमाध्यमे आमच्या मागे लागली होती. सीबीआयच्या मुख्यालयामध्ये एक पत्रकार परिषद आयोजित करण्यात आली. या परिषदेमध्ये थेक्कतच्या मनाचा बांध फुटला. स्वत:ला सावरत, त्याने सर्व घटनांचे तपशीलवार वर्णन केले. बंदिवासात असताना त्याने हळूहळू अपहरणकर्त्यांचा विश्वास प्राप्त करून घेतला होता. त्यामुळे ते त्याला कधी कधी गच्चीमध्ये फेऱ्या मारण्याची परवानगी देऊ लागले होते. त्यावेळी त्याच्याबरोबर एखादा त्यांचा माणूस असे. या अशा फेऱ्यांच्या दरम्यानच त्याला आजूबाजूच्या काही गोष्टी दिसल्या होत्या आणि त्याच त्याने जेव्हा जेव्हा शक्य झाले तेव्हा तेव्हा आपल्या दूरध्वनी संभाषणांमध्ये खुणांच्या स्वरूपात मल्याळी भाषेमध्ये आपल्या कुटुंबीयांना सांगितल्या होत्या. सुरुवातीला अपहरणकर्त्यांना त्याचे हे त्याच्या भाषेत बोलणे मंजूर नव्हते, परंतु त्याने त्यांना नीटपणे पटवले होते की त्यांना खंडणीची रक्कम हवी असेल तर त्याला त्याच्या भाषेत बोलण्याची परवानगी द्यावी लागेल. कारण त्याच्या कुटुंबीयांना तीच एक भाषा नीटपणे समजते. त्या सदनिकेच्या स्वयंपाकघरामध्ये एक दिनदर्शिका टांगलेली होती. त्यावरून त्याने ते दुकान व त्याचा ६६८३८९९ हा दूरध्वनी क्रमांक कळवला होता. परंतु ही माहिती चुकीची निघाल्याने आमच्या कामगिरीची सुरुवातच चुकीच्या मार्गाने झाली होती.

माध्यमांशी बोलताना, थेक्कतने सीबीआय आणि स्पेशल सेलची खूप प्रशंसा केली आणि आपण आज जिवंत असल्याचे श्रेयही आम्हाला दिले. खटला सुरू होईल तेव्हा तो भारतामध्ये येईल अशी आमची अपेक्षा नसतानाही तो भारतामध्ये आला आणि त्याने खटल्यामध्ये साक्षही दिली. त्यामुळेच उरलेल्या आरोपींवरील गुन्हा शाबीत झाला आणि त्यांना जन्मठेपेची शिक्षा सुनावण्यात आली. अशा गुन्ह्यांमध्ये अडकलेले सामान्य लोक, विशेषत: परदेशात राहाणारे लोक सहसा भारतामध्ये साक्ष देण्यासाठी येत नाहीत म्हणून बऱ्याच वेळा हे गुन्हेगार साफ सुटून जातात. सुदैवाने, थेक्कत हा याला अपवाद ठरला.

~

माझ्या व्यावसायिक जीवनातील, ऑपरेशन डेझर्ट सफारी ही कामगिरी सर्वात सनसनाटी व समाधानकारक अशी आहे. आपण होऊन पुढे झालेल्या लोकांच्या एका गटाचे मी नेतृत्व केले. ही कामगिरी अतिशय धोकादायक अशा गुन्हेगारांच्या कब्जातून एका सामान्य माणसाला सोडवण्याची होती. आमची शर्यत वेळाशी चाललेली होती, कसलाही उशीर घातक ठरला असता. काहीही चुकले असते तर आमच्यावर फार मोठी टीका अधिकृतपणे करण्यात आली असती. शिवाय वैयक्तिक पातळीवर मला निराशेला आणि पश्चात्तापाला सामोरे जावे लागले असते. प्रत्यक्ष अपहृत व्यक्तीकडून अपहरणकर्त्यांच्या लपण्याच्या जागेसंबंधीच्या सतत येणाऱ्या खाणाखुणा हा या कामगिरीमधील एक विलक्षण भाग होता. त्यामुळेच आम्हाला अखेरीस अपहृताला अटळ अशा मृत्यूच्या जबड्यातून सुखरूप वाचवता आले. आणि या कार्यामध्ये देशातील दोन 'मोस्ट वाँटेड' गुन्हेगारांना ठार करता आले. हे आमच्या व्यावसायिक व वैयक्तिक आयुष्यातील आणखी एक यश होते. आणखी एक बाब म्हणजे कामानिमित्त भारतामध्ये येऊ इच्छिणाऱ्या अनिवासी भारतीयांच्या मनातील असुरक्षिततेची अनावश्यक भीती आम्ही कमी करू शकलो. सर्वप्रिया विहारमधील सदनिकेच्या तपासामध्ये आम्हाला पंचवीस अनिवासी भारतीयांच्या नावांची यादी सापडली. आणि त्याचबरोबर एक उपग्रह-दूरध्वनीयंत्र व चार भ्रमणध्वनीसंचही सापडले. गुन्हेगारांच्या या टोळीने याच पद्धतीने आणखी अनिवासी भारतीयांचे अपहरण करण्याचे ठरवले होते असेही थेक्कतला सांगण्यात आले होते.

इतरही काही बाबतीत ही केस अगदी वेगळीच होती. दाखल करण्यात आलेला पहिला अहवाल हा परदेशामध्ये नोंदवला गेला होता. अबुधाबीतील भारतीय राजदूताकडे. अपहृत व्यक्ती ही मूळची भारतीय असली तरी परदेशामध्ये स्थायिक झालेली होती आणि अधिक पैसे कमावण्याच्या उद्देशाने भारतामध्ये आलेली होती. स्वत:च्या मायदेशामध्ये अपहरण होऊन खंडणीसाठी कैदेत ठेवण्यात आले असताना त्याच्या कुटुंबीयांनी खंडणीची रक्कम दुबईमध्ये पोचवायची होती. नंतरच्या चौकशीत असे निष्पन्न झाले की हे सर्व कारस्थान परदेशी स्थायिक झालेल्या गुन्हेगारांचेच होते. एकूणात पाहता, ही केस म्हणजे आंतरराष्ट्रीय संघटित गुन्हेगारीचे उदाहरण होती आणि ती केस अत्यंत वेगाने व कौशल्याने हाताळली गेली होती.

या केसने समोर ठेवलेल्या आह्वानाला दिलेले उत्तरही विशेष लक्षात घेण्यासारखे आहे. आपल्याकडे आलेल्या गुन्ह्याच्या प्रथम अहवालाला कसे सामोरे जायचे हे आपल्या राजदूतांना नीट माहीत होते. राजनैतिक वर्तुळातील नेहमीच्या रीतीनुसार बाबूशाहीच्या चक्रामध्ये न सापडता त्यांनी थेट सीबीआयलाच ही माहिती दिली. आम्हीही आपले काम करण्यास तत्पर होतो. दिल्ली पोलिसांच्या स्पेशल सेलला आम्ही या कामामध्ये सहभागी करून घेतले. या कामासाठी आवश्यक असलेली माहिती व सक्षमता त्यांच्याजवळ होती. या दोन्ही गटांमध्ये जे सामंजस्य व एकसंधपणा होता तो आपल्या देशातील पोलिस समाजामध्ये अजूनही शिल्लक असलेल्या चैतन्याचे मूर्तिमंत प्रतीकच आहे. तांत्रिक माहितीचा वापर व वेगवान असे प्रत्यक्ष काम याही या कामगिरीतील काही लक्षणीय बाबी आहेत. एसीपी राजबिर सिंग यांच्या मानसिक गुंतवणुकीमुळे व बांधिलकीच्या जाणिवेमुळेच हे काम फत्ते झाले. त्यांची करावी तेवढी स्तुती थोडीच आहे.

आणि अखेरीस–ही कामगिरी यशस्वीपणे पूर्णत्वाला गेली ती केवळ आमच्या प्रयत्नांमुळे नव्हे तर प्रत्येक पायरीवर आम्हाला मार्गदर्शन करणाऱ्या दैवी कृपेचाही यात मोठाच भाग आहे.

अतिशय दु:खाने मला वाचकांना सांगावे लागत आहे की या कामगिरीमध्ये महत्त्वाची भूमिका बजावणाऱ्या तीनही व्यक्ती – एसीपी राजबिर सिंग, इन्स्पेक्टर मोहनचंद शर्मा व सब–इन्स्पेक्टर मेहताब सिंग – आता या जगामध्ये नाहीत. एकाचा मृत्यू वैयक्तिक वैमनस्यामुळे गोळी लागून झाला. आणि दुसरे दोघे कर्तव्य बजावताना बळी पडले. या पोलिस कामगिरीचे वर्णन

करताना मला त्यांच्या आठवणी सुखावत आहेत. मी त्यांना श्रद्धांजली अर्पण करतो. हे अद्वितीय असे पोलिस अधिकारी होते. त्यांच्यासारखे अधिकारी आज सापडणे कठीण आहे. मला त्यांचे नसणे अस्वस्थ करते. त्या सर्वांच्या आत्म्याला शांती लाभो. आणि हो, जुलै २०१५ च्या पहिल्या आठवड्यात हे पुस्तक छपाईला जाण्याच्या काही महिनेच आधी, मला कळले की राजबिरचा मुलगा रोहित सिंग हा भारतीय पोलिस सेवेमध्ये अधिकारी म्हणून रुजू झाला आहे. आज जे काही माझ्याजवळ आहे ते सर्व या सेवेनेच मला दिले आहे. आता रोहित हा आपले वडील व आजोबा यांच्यासारखा पोलिस अधिकारी बनला आहे. त्याच्या कारकिर्दीमध्ये तो एक गोष्ट मोठ्या प्रमाणात सिद्ध करेल याबद्दल मला तिळमात्र शंका नाही ती म्हणजे धैर्य. त्याच्या डीएनए मध्ये 'करेज – धैर्य' हे शब्द मोठ्या अक्षरांमध्ये लिहिलेले असतील.

3

डायल डी फॉर डॉन

दाऊद इब्राहीमबरोबरची माझी संभाषणे

२३ जुलै १९९३ ची दुपार. दिल्ली पोलिसांच्या क्राइम ब्रँचची, परंतु कसलीही खूण नसलेली मोटार दिल्लीतील गोंधळाच्या वाहतुकीमधून वाट काढत नव्या दिल्लीतील सरदार पटेल मार्गावरून चालली होती. त्यातील पोलिस गटाचा नेता इन्स्पेक्टर पृथ्वी सिंग याचे संपूर्ण लक्ष पुढेच चाललेल्या, फिकट निळ्या रंगाच्या मारुती मोटारीवर होते. दोन्ही मोटारी धौला कुँवा येथील मधले वर्तुळ पार करून राष्ट्रीय राजमार्ग क्र. ८ वर पोचल्या. हा अधिकारी शांतपणे वाट बघत होता. रस्त्याच्या डाव्या बाजूला भरपूर मोकळी जागा असल्याचे बघताच त्याने त्याच्या चालकाला वेगाने पुढे जाण्यास सांगितले. चालकाला ही सारी कसरत चांगलीच माहीत होती. त्याने पुढील मोटारीच्या पुढे आपली गाडी काढली आणि अचानक वळण घेऊन मागच्या गाडीला थांबण्यास भाग पाडले. पोलिस त्यांच्या गाडीतून उड्या घेऊनच उतरले आणि आपली हत्यारे मारुतीमधील व्यक्तींवर रोखून त्यांना बाहेर येण्यास फर्मावले. पश्चिम उत्तर प्रदेशातील एक कुप्रसिद्ध टोळीवाला अमित त्यागी खून, दरोडे आणि अशाच अनेक गुन्ह्यांमध्ये पोलिसांना हवा होता. त्याच्या लक्षात आले की आपला खेळ संपलेला आहे आणि प्रार्थनेसाठी हात उंचवावे तसे हात उंचावत तो मारुतीमधून बाहेर पडला. त्याचा तरुण सहकारी अनिल त्यागी आणि तिसरा एक इसम – ज्याने नंतर आपले नाव श्याम किशोर असल्याचे सांगितले – त्या दोघांनीही पोलिसांसमोर शरणागती पत्करली. या तिघांचीही अंगझडती घेण्यात आली तसेच ती मोटारही तपासण्यात आली परंतु त्यांच्या विरुद्ध काहीही पुरावा हाती लागला नाही.

क्राइम ब्रँचच्या खबऱ्याची अमित त्यागीसंबंधीची खबर अगदी बरोबर होती. हे दोघे त्यागी श्याम किशोरला विमानतळावर सोडण्यासाठी निघाले होते. श्याम किशोर मुंबईला निघाला होता. परंतु हा श्याम किशोर होता तरी कोण? त्या अनुभवी इन्स्पेक्टरच्या हे नाव काही लक्षात येत नव्हते. दिल्ली पोलिसांच्या क्राइम रेकॉर्ड ऑफिसकडे चौकशी करूनही काही साध्य झाले नाही. परंतु या गुप्त पोलिसाने त्यागींची चौकशी सुरूच ठेवली कारण त्यांच्याविरुद्ध भरपूर माहिती त्याच्याजवळ होती. युपीतील त्या गुन्हेगारांनी लवकरच त्यांचा साथीदार श्याम किशोरचे डी-कंपनीशी (मुंबईच्या गुन्हेगारी जगाचा नेता दाऊद इब्राहीम - एक भीतीदायक डॉन - आता जागतिक स्तरावरचा दहशतवादी याच्यासंबंधी हे शब्द वापरले जातात.) लागेबांधे असल्याचे उघड केले.

श्याम किशोरवर दाऊदच्या माणसांसाठी हत्यारे मिळवण्याचे काम सोपवण्यात आले होते असे दिसत होते. त्यासाठी त्याने अमित त्यागीशी संपर्क साधला होता. (नंतरच्या चौकशीमध्ये त्याने आपले आडनाव गरिकापट्टी असल्याचे सांगितले होते.) दाऊदची माणसे दिल्लीमध्ये एक तळ स्थापन करत होती असेही उघडकीला आले. खूप कष्ट घेऊन काम केल्यानंतर, पूर्व दिल्लीतील गगन विहार येथील एक सदनिका नक्की करण्यात आली आणि डी-कंपनीतील आणखी चार सदस्य - सुभाष सिंग ठाकुर, भाई ठाकुर, चंद्रकांत पाटील आणि परेश देसाई - यांना अटक करण्यात आली. त्यांची सदनिका तपासल्यानंतर हत्यारांचा आणि दारूगोळ्यांचा मोठा साठा पोलिसांच्या हाती लागला.

त्यांच्या अटकेने एक मोठेच घटनाचक्र फिरू लागणार होते आणि ते चक्र पुष्कळ फिरून माझ्या आणि 'बिग बॉस ऑफ मुंबई गँगलँड' यांच्यातील संभाषणांची सुरुवात करून देणार होते. या सगळ्या वेगवेगळ्या घटनांमधून शक्य तेवढ्या सुरळीतपणे वाट काढत मी वाचकांना पुढे नेण्याचा प्रयत्न करतो.

~

मी सीबीआयमध्ये कामाला सुरुवात करण्याआधी दिल्लीच्या क्राइम ब्रँचमध्ये डीसीपी या हुद्यावर काम करत होतो. इन्स्पेक्टर पृथ्वी सिंग आणि त्यांच्या वरिष्ठांना माझ्या नव्या कामामध्ये मी दाऊद आणि त्याचे साथीदार यांच्यासंबंधी काम करत असल्याची कल्पना होती. त्यांनी मला या अटकांची खबर दिली आणि मुंबईच्या गुन्हेगारी जगाविषयी जी काही थोडी फार माहिती मी

मिळवली होती त्यावरून मला या घटनेचे महत्त्व जाणवले. दिल्ली पोलिसांनी या गुन्हगारांविरुद्ध जी केस नोंदवली होती ती टाडाखाली होती. सीबीआयमधील आम्हा लोकांनी दिलेल्या संदर्भावरून या टाडा केसेस एसटीएफ, सीबीआयकडे देण्यात आल्या. एसटीएफ ही सीबीआयची नव्याने स्थापन करण्यात आलेली शाखा होती. भारत सरकारने या शाखेकडे १९९३ मध्ये मुंबईमध्ये झालेल्या बाँबस्फोट साखळीची चौकशी करण्याचे काम सोपवले होते. अटक करण्यात आलेले लोक या स्फोटसाखळीमधील सर्वात मोठा संशयित दाऊद याच्याशी संबंधित असल्याने सरकारने या केसचा तपास करण्यास सीबीआय अधिक योग्य असल्याचा निर्णय घेतला. सीबीआय संपूर्ण चित्र तपासेल आणि सर्व सुटे धागे गोळा करेल अशी सरकारला खात्री होती.

८ ऑगस्ट १९९३ या दिवशी, सुभाष सिंग ठाकुर, भाई ठाकुर, श्याम किशोर गरिकापट्टी, चंद्रकांत पाटील आणि परेश देसाई या सर्वांना एसटीएफमध्ये आमच्या हवाली करण्यात आले. आम्ही केस नोंदली आणि त्यांची चौकशी करण्यास सुरुवात केली. ते सर्व, विशेषत: सुभाष सिंग ठाकुर आणि भाई ठाकुर हे तर दाऊद इब्राहीमसंबंधीच्या आणि त्याची टोळी कशा रीतीने काम करते यासंबंधीच्या माहितीचे भांडारच होते. परंतु मी ही कथा पुढे सांगण्याआधी आमच्याकडे असलेल्या या पाच 'सद्गृहस्थांची' रेखाचित्रे वाचकांसमोर सादर करणे आवश्यक आहे.

मूळचा वाराणसीजवळच्या निवाडा नावाच्या एका खेड्याचा रहिवासी असलेल्या सुभाष सिंग ठाकुरचा जन्म १९६० मध्ये मुंबई येथे झाला. त्याच्या वडिलांचा खार येथे दुधाचा लहानसा धंदा होता. १९८१ मध्ये काल्या अँथनी नावाच्या एका स्थानिक गुंडाशी अचानक पडलेल्या गाठीमुळे सुभाष सिंग गुन्ह्याच्या जगामध्ये ओढला गेला. काल्या अँथनीसाठी त्याने अनेक खून केले आणि सगळीकडे त्याची दहशत पसरली. मुंबई क्राइम ब्रँचच्या इन्स्पेक्टर फतेह सिंग गायकवाड यांच्याशी झालेल्या एका चकमकीमध्ये त्याने या पोलिस अधिकाऱ्यावर गोळी झाडली आणि उलट झालेल्या गोळीबारामध्ये जखमी झाला. तो जवळच्या क्रिकेटच्या मैदानावर पळत गेला. तिथे श्याम किशोर गरिकापट्टी क्रिकेट खेळत होता. जखमी सुभाष सिंगला श्याम किशोरने रुग्णालयामध्ये नेले आणि तेव्हापासून हे दोघे एकमेकांचे जानी दोस्त बनले.

एक निर्दयी खुनी अशी सुभाष ठाकुरची असलेली प्रसिद्धी लवकरच डी कंपनीपर्यंत पोचली आणि त्याला डी कंपनीच्या पंखाखाली घेण्यात आले.

भराभर प्रगती करत तो सुनिल सावंत उर्फ सौत्या–दाऊदचा डिफेन्स मिनिस्टर याचा विश्वासू साथीदार बनला. श्याम किशोरचे वडील हे केंद्र सरकारच्या सेवेत होते. सुभाष ठाकुरशी असलेल्या मैत्रीमुळे तोही डी कंपनीच्या सर्वात वरिष्ठ 'हिट टीम'चा एक अत्यावश्यक सदस्य बनला.

जयेंद्र ठाकुर उर्फ भाई ठाकुर हा मुंबईच्या सीमेवरील ठाणे प्रांतातील वसई - विरार भागातील होता. हा एक स्थानिक गुंड होता. त्याच्या निर्दय आणि अविचारी वर्तनाने त्या भागामध्ये दहशत पसरलेली होती. दाऊदने त्याच्याशी संपर्क साधून त्याला जवळच्या किनाऱ्यावर उतरणार असलेल्या आपल्या टोळीच्या बेकायदेशीर सामानाची सुरक्षा सांभाळण्याचे काम सोपवले. एप्रिल १९९१ मध्ये भाई ठाकुरच्या राज्यातील वडराई नावाच्या एका लहानशा गावाजवळ डी कंपनीने तस्करीने आणलेल्या चांदीच्या लगडींनी भरलेले जहाज उलटले. ती सर्व संपत्ती गावकऱ्यांनी लुटली. दाऊदने स्वत: भाई ठाकुरशी संपर्क साधला आणि मध्ये पडून ती सर्व चांदी परत मिळवण्यास सांगितले. त्या गुंडाने रात्रभर त्या गावावर भीतीचे वादळ उठवले, गावकऱ्यांना अतिशय निर्दयपणे झोडपून काढले आणि शेवटच्या लगडीपर्यंतची सर्व चांदी परत मिळवली. त्या रात्री तीन गावकरी प्राणाला मुकले. परंतु पोलिसांकडे कुणीही गेले नाही. जवळ जवळ एका वर्षानंतर, ३ जानेवारी १९९२ला ही घटना उघडकीला आली. आणि पोलिस कामाला लागले. भाई ठाकुरला दुबईला पळून जाऊन दाऊदकडे आश्रय घ्यावा लागला. त्यानंतर तो आपला मित्र सुभाष ठाकुर याच्याबरोबर दुबई, काठमांडू आणि दिल्ली असा पळतच राहिला. २३ जुलै १९९३ या दिवशी त्याला अटक करण्यात आली.

चंद्रकांत पाटील हा वसईतील जागा खरेदीविक्रीचा व्यवसाय करणारा लहानसा व्यावसायिक होता. भाई ठाकुरच्या आश्रयाने त्याचा हा व्यवसाय खूपच वाढला होता. पाटीलने वादातील जमिनी विकत घेतल्यामुळे १९८७ मध्ये तो दोन वेळा स्थानिक पोलिसांच्या निशाण्यावर आला होता. वडराई गावामधील दहशतीच्या वेळीही तो भाई ठाकुरच्या सैन्याबरोबर होता. त्याने तीन गावकऱ्यांना ठार केले होते. जानेवारी १९९२ मध्ये ही गोष्ट उघडकीला आली तेव्हापासून तो फरारच होता. पूर्व दिल्लीमध्ये राहाणाऱ्या रजनी नावाच्या एका तरुण वेश्येबरोबर असलेल्या बेकायदेशीर संबंधांमुळे त्याने आपले लपण्याचे ठिकाण म्हणून दिल्लीचीच निवड केली. गगन विहार मध्ये त्याने एक सदनिका स्वत:साठी सुरक्षित घर म्हणून विकत घेतली. रजनी व तिचे कुटुंबीय

यांच्यासाठी त्याने गणेश नगर एक्स्टेंशन मध्ये एक घर घेतले. ते या घरापासून फार दूर नव्हते. कधी कधी भाई ठाकुर आणि सुभाष सिंग हे पाटीलच्या घराचा वापर लपून राहाण्यासाठी किंवा तात्पुरत्या निवासासाठी वापरत असत. याच घरामध्ये अखेरीस दिल्ली पोलिसांच्या क्राइम ब्रँचने त्याना अटक केली.

अटक केलेल्यांपैकी पाचवा गुंड होता परेश देसाई. हा भाई ठाकुरचा चालक व हरकाम्या नोकर होता. आपल्या मालकाच्या सर्व कामगिऱ्यांमध्ये तो त्याच्याबरोबर असायचा. वडराई कत्तलीच्या वेळी ही तो भाई ठाकुरबरोबर होता.

~

त्यांच्या चौकशीमध्ये आणखी उघड झाले की डी कंपनी ही संघटित गुन्हेगारीच्या अगदी ठराविक आराखड्यानुसारच काम करत होती. अगदी वरिष्ठ स्थानावर एक डॉन आणि मग त्याच्याखाली त्याच्या कार्यकर्त्यांची उतरंड. एसटीएफमधील आमच्यापैकी कोणीच मुंबईमध्ये काम केलेले नसल्याने मुंबईतील गुन्हेगारी जगासंबंधीची आमची माहिती जवळ जवळ नाहीच्या बरोबर किंवा अगदीच जुजबी होती. या 'सद्‌गृहस्थांशी' बोलण्याने आम्हाला दाऊद इब्राहीमच्या टोळीच्या कार्यपद्धतीविषयी आणि त्यातील 'लीडिंग लाइट्स' महत्त्वाच्या नेत्यांविषयी फार मौल्यवान माहिती मिळाली. वारंवार समोर येणारी दोन नावे होती – अहमद मन्सूर (टोळीचा हवाला व्यवहार सांभाळणारा.) आणि मनिष लाला ('डी'चा कायदामंत्री).

दिल्लीच्या जामा मसजिद भागामधून अहमद मन्सूरला अटक करण्यात आम्ही यशस्वी झालो. अहमद मन्सूर हा दाऊद बरोबरच लहानाचा मोठा झाला होता त्यामुळे त्याच्या जडणघडणीच्या आणि नंतरच्याही काळाची अहमदला पूर्ण माहिती होती. दाऊदचे वडील हे पोलिस कॉन्स्टेबल होते. त्यांच्या सातही मुलांशी ते अतिशय कडक शिस्तीने वागत असत. दाऊद आणि त्याच्या धाकट्या भावाने काही खोडी केली की ते त्या दोघांना सर्वांसमोर अक्षरश: झोडपून काढत असत. एका गजबजलेल्या चाळीतील एका खोलीमध्ये हे कुटुंब राहात असे. दाऊदच्या दृष्टीने तो जगाचा शेवटच होता. या वातावरणामध्ये त्याला कसल्याही प्रगतीची अपेक्षाच नव्हती. अहमद मन्सूरने दुबईतील दाऊदच्या राजेशाही जीवनाविषयीही आम्हाला सांगितले. दाऊदची *'मुजरा'* बघण्याची आवड, स्त्रिया, क्रिकेट आणि बॉलिवुडमधील त्याचा प्रचंड

रस याविषयीही आम्हाला माहिती देताना अहमदने मुंबईमध्ये दाऊदचा शब्द म्हणजे कायदा आहे असेही सांगितले. जमीनजुमल्याविषयीचे अनेक कज्जे, पैशाच्या व्यवहारातील वाद, वेगवेगळ्या बॉलिवुड निर्मात्यांच्या चित्रपटांच्या रिलीज डेट्स, चित्रपटांमधील भूमिका देणे, इत्यादी बाबी दुबईमधील त्याच्या 'दरबारात' निश्चित केल्या जात असत. बॉलिवुडमधील जवळजवळ सर्व व्यक्ती त्याला भेटून मुजरा करून जात असत. एक चित्रपट अभिनेत्री त्याला विशेष प्रिय होती आणि तिच्याशी त्याने गुप्तपणे विवाहही केला होता. या जोडप्याला एक मुलगा असून त्याला बंगलुरुमध्ये त्या अभिनेत्रीची बहीण वाढवत आहे असे म्हटले जाते.

संकटातील लोकांना मदत करून दाऊदने आपली रॉबिन हुडची प्रतिमा कशी निर्माण केली हेही मन्सूरने आम्हाला सांगितले. त्यामध्ये नेपियन सी रोडवर राहाणारी एक वृद्ध हिंदू विधवा होती. तिच्या मृत नवऱ्याचे भाऊ तिला त्रास देत होते. त्यांनी जबरदस्तीने तिच्या बंगल्यातील काही भाग बळकावला होता आणि काही गुंड तेथे आणून ठेवले होते. अधिकाऱ्यांकडून काही मदत मिळेनाशी झाली म्हणून त्या असहाय्य स्त्रीने दाऊदला दुबईमध्ये दूरध्वनी केला. तिच्या सुदैवाने, दाऊदने स्वत:च तो उचलला आणि तिची कर्मकहाणी ऐकून घेतली. त्याने तिचा पत्ता घेतला आणि आपली माणसे तिच्या घरी पाठवली. स्वत: डॉन त्या वृद्धेच्या बाजूने यामध्ये पडला आहे हे पाहिल्यावर तिच्या घरात घुसलेले गुंड जीव घेऊन पळाले एवढेच नव्हे तर तिचे दीरही मागे हटले.

मन्सूरची चौकशी आणि मग पाठपुरावा करणारी चौकशी या दोन चौकशांनी आम्हाला ईस्ट-वेस्ट एअरलाइन्सचे डी कंपनीशी असलेल्या संबंधांपर्यंत पोचवले. ईस्ट-वेस्ट एअरलाइन्स ही भारतातील पहिली खाजगी विमान कंपनी होती. आता ती अस्तित्वात नाही. या विमानकंपनीचा प्रांत व्यवस्थापक आणि दाऊदचे लोक त्यांच्यातील दुवा आम्हाला सापडला.

याखेरीज, त्या काळचा ऊर्जा मंत्री व एक आजी संसद सदस्य यांनी या गुंडांना आश्रय दिला होता हेही उघडकीला आले. न्यायालयाने आदेश दिल्यानंतर मंत्रीमहाशय, संसद सदस्य व विमान कंपनीचा प्रांत व्यवस्थापक यांना अटक करून दिल्लीतील तिहार तुरुंगामध्ये पाठवण्यात आले.

खटल्याच्या अखेरीस आठही आरोपींना पाच वर्षांची सक्तमजुरीची शिक्षा सुनावण्यात आली. आरोपींनी सर्वोच्च न्यायालयामध्ये अपील केले. तेथे,

सुभाष सिंग व भाई ठाकुर यांची शिक्षा वाढवून दहा वर्षे करण्यात आली. सर्वोच्च न्यायालयामध्ये दाखल करण्यात आलेल्या एखाद्या अपीलामध्ये आधीच्या न्यायालयाने दिलेली शिक्षा वाढवली जाणे आणि तीही १००% वाढवली जाणे ही भारतीय न्यायालयाच्या इतिहासातील अतिशय क्वचित घडलेली गोष्ट आहे. श्याम किशोर गरिकापट्टी, चंद्रकांत पाटील आणि परेश देसाई यांच्या शिक्षांमध्ये काही बदल करण्यात आला नाही. ऊर्जामंत्री, संसद सदस्य आणि विमान कंपनीचा प्रांत व्यवस्थापक यांची सुटका करण्यात आली. आपण दहशतवाद्यांशी संपर्क करत आहोत हे या लोकांना जाणवले नव्हते असे सर्वोच्च न्यायालयाने मत नोंदवले.

अहमद मन्सूरने मनीष लालाची 'डी'शी असलेली जवळीक आणि डी कंपनीमध्ये त्याची अतिशय वेगाने झालेली प्रगती याविषयीही माहिती दिली. मुंबईमधील मनीष लालाच्या मालकीच्या प्रॉपर्टीज शोधून काढण्यात आम्हाला यश मिळाले. नंतर त्या इमारतींवर धाडी घालण्यात आल्या. सीबीआय मनीष लालामध्ये घेत असलेला रस पाहून मुंबई पोलिस आश्चर्यचकितच झाले होते. दाऊदच्या टोळीतील इतर सदस्यांचा ज्या आवेशाने त्यांनी पाठलाग केला होता तेवढा मनीष लालाचा केला नव्हता. १२ सप्टेंबर १९९२ मध्ये जे जे हॉस्पिटलमधील गोळीबारातील तो एक फरारी आरोपी होता. भारताच्या औद्योगिक राजधानीला हादरून टाकणारे हे सर्वात सनसनाटी ठरलेले प्रकरण होते. या गोळीबारानंतर सुभाष ठाकुर व श्याम किशोर गरिकापट्टी यांना आश्रय देण्याचा व इतर साह्य उपलब्ध करून देण्याचा आरोप मनीष लालावर ठेवण्यात आला.

~

येथे जे जे हॉस्पिटल गोळीबाराची थोडी अधिक माहिती वाचकांना देणे योग्य होईल. १९८०च्या व ९०च्या दशकाच्या उत्तरार्धात, मुंबईमधील टोळ्यांमध्ये परस्परांविरुद्ध जे टोळीयुद्ध सुरू होते त्याच्या भीषणतेची कल्पना वाचकांना देणे गरजेचे आहे. डी आणि दुसरा एक गुंड अरुण गवळी यांच्यातील अतिशय कडव्या शत्रुतेने याधीच दोन्ही बाजूंचे अनेक लोक मारले गेले होते. अशाच एका गोळीबारात २६ जुलै १९९२ ला डीचा मेहुणा इस्माइल पारकर हा मारला गेला. मुंबईच्या नागपाडा भागामध्ये त्याच्या मालकीच्या एका हॉटेलबाहेर त्याला मारण्यात आले. पोलिसांनी चार मारेकऱ्यांपैकी एकाला ओळखले होते –

त्याचे नाव होते शैलेश हळदणकर. तो अरुण गवळी टोळीचा सदस्य होता. इस्माइल पारकरच्या खुनानंतर एका महिन्याने शैलेशने नागपाड्यातील एका उद्योजकाला गोळ्या घालून ठार केले. परंतु स्थानिक लोकांकडून तो पकडला गेला. पोलिस तेथे येण्यापूर्वी लोकांनी त्याला बेदम मारहाण केली. त्याच्या जखमांमुळे त्याला नागपाड्यातील जे जे रुग्णालयामध्ये दाखल करण्यात आले. रुग्णालयातील १८ क्रमांकाच्या वॉर्डमध्ये सशस्त्र पोलिसांच्या पहाऱ्यात तो बिछान्यावर पडून होता. १२ सप्टेंबर १९९२ या दिवशी, दाऊदने २४ सशस्त्र लोकांचा एक गट तेथे पाठवला. रुग्णालयामध्ये घुसून त्यांनी सुमारे ५०० फैरी झाडल्या. मुंबईच्या गुन्हेगारी इतिहासामध्ये एके ४७ रायफल्सचा वापर होण्याची ती पहिलीच वेळ होती. या गोळ्यांच्या वर्षावामध्ये शैलेश हळदणकर आणि दोन पोलिस जागच्या जागीच मारले गेले. अनेक रुग्ण, त्यांचे नातेवाईक आणि काही पोलिस यांच्यासह अनेक जण गंभीर जखमी झाले. जे जे हॉस्पिटल गोळीबाराच्या मुख्य आरोपींमधील दोघे – श्याम किशोर गरिकापट्टी आणि सुभाष ठाकुर हे अनेक दिवस पोलिसांना हुलकावणी देत होते ते आता आमच्या ताब्यात होते. चौकशीच्या दरम्यान त्यांनीही मनीष लालाची डीशी असलेली जवळीक उघड केली आणि मुंबईतील मनीषच्या प्रॉपर्टीजचीही माहिती दिली.

मुंबई पोलिस आणि सीबीआय या दोघांनी मिळून घातलेल्या त्याच्या प्रॉपर्टीजवरील धाडींनंतर त्यावेळी दुबईमध्ये असलेल्या मनीष लालाच्या लक्षात आले की आता तो पोलिस आणि सीबीआय या दोघांच्याही निशाण्यावर आहे. भारतीय न्यायव्यवस्थेबद्दल त्याला खात्रीच होती आणि तिचा सरळ सामना करण्यास तो तयार होता. ७ जानेवारी १९९४ ला त्याने मुंबई न्यायालयासमोर शरणागती पत्करली. त्याला न्यायालयीन कोठडी देण्यात आली आणि मुंबईतील आर्थर रोड तुरुंगामध्ये ठेवण्यात आले.

~

१९९३च्या मार्च मध्ये, जे जे हॉस्पिटलमधील गोळीबारानंतर जेमतेम सहा महिन्यांनी मुंबई शहर बॉंब स्फोटांच्या साखळीने हादरून गेले. (या कथेच्या अधिक तपशीलांसाठी ‘अवर मॅन इन दुबई’ – ‘दुबईतील आपला माणूस’. हे प्रकरण पाहावे.) मुंबई पोलिसांच्या क्राइम ब्रँचने हे प्रकरण उलगडले, सोडवले आणि मग १९९३ च्या डिसेंबरमध्ये आरोपपत्र दाखल केले. टाडा कायद्याखाली हा खटला चालवण्यासाठी एका खास न्यायालयाची निर्मिती करण्यात आली.

सुरक्षितता सांभाळण्याच्या दृष्टीने हे खास न्यायालय तुरुंगाच्या आवारातच ठेवण्यात आले. इतक्या आरोपींना रोजच्या रोज न्यायालयामध्ये नेणे व परत आणणे यामध्ये सुरक्षिततेला धोका होता.

या साखळी स्फोटांच्या पुढील चौकशीचे काम एसटीएफवर सोपवण्यात आल्याने, महत्त्वाचे मुद्दे समोर येत त्या वेळी मी या न्यायालयामध्ये जात होतो. मनीष लाला आर्थर रोड तुरुंगातच आहे याची माहिती असल्याने १९९४ च्या जूनच्या पहिल्या आठवड्यात मी त्याला भेटण्याचे ठरवले. आवश्यक त्या सर्व परवानग्या मिळाल्यानंतर 'डी'च्या या विश्वासू व्यक्तीची आणि कायदा सल्लागाराची आणि माझी भेट तुरुंग अधीक्षकांच्या कचेरीमध्ये झाली. जुलै १९९४ मध्ये भेटलेल्या डी कंपनीच्या इतर पाच सदस्यांपेक्षा मनीष फारच वेगळा होता - व्यवस्थित बोलणारा, गोड वागणारा - माझ्या त्या लहानशा चौकशीच्या अखेरीस, त्याने मला टाडा न्यायालयातून त्याच्यासाठी रिमांड मिळवण्याची विनंती केली. सुभाष सिंग ठाकुर, भाई ठाकुर इत्यादींबरोबर एक अधिक दीर्घ काल चालणारी चौकशी करावी असे त्याचे म्हणणे होते. सीबीआयने असा अर्ज केल्यास तो त्यावर आक्षेप घेणार नाही आणि दिल्लीला येण्याची त्याची तयारी आहे हेही त्याने मला सांगितले. हे काहीतरी विचित्रच होते परंतु तो मात्र याबद्दल आग्रही होता.

अर्थात, आम्ही त्याच्या ताब्यासाठी अर्ज केला आणि काहीही अडचण न येता आम्हाला त्याचा ताबा मिळाला कारण त्याच्या बाजूने काही अडवणूक नव्हतीच. दिल्लीला आणल्यावर त्याची चौकशी सुरू झाली. एके दिवशी माझ्या तपास अधिकाऱ्याला मी त्याला माझ्या कचेरीत घेऊन येण्यास सांगितले. माझा पहिलाच प्रश्न असा होता की गरज नसताना त्याने स्वत:ला टाडा केसमध्ये का गुंतवून घेतले आहे? इतर आरोपींनी त्याचे नाव घेतले असले तरी त्या केसमध्ये कायद्याने तो आम्हाला नकोच होता. भारतीय पोलिस दलामध्ये वीस वर्षे काम केल्यानंतरही मला त्याच्या उत्तराने धक्काच बसला. तो उत्तरला, सर. मी आर्थर रोड जेलमध्ये तुम्हाला भेटलो तेव्हा तुम्ही मला बसायला खुर्ची दिलीत. माझ्या कामाच्या निमित्ताने मी अनेक पोलिस कचेऱ्यांमध्ये गेलो आहे आणि अनेक पोलिस अधिकाऱ्यांना भेटलो आहे. पण आजवर एकानेही मला बसायला सांगितले नाही मग खुर्ची देणे तर दूरच. तुम्हाला भेटल्यावर मला खात्री वाटली की तुमच्या ताब्यात मी असेन तर मला वाईट वागणूक मिळणार नाही. म्हणून मला जी काही माहिती आहे ती सर्व सीबीआयला देण्याचे मी ठरवले.

मनीष लाला हा वेगळ्याच मुशीत घडलेला माणूस होता – शारीरिक शक्तीपेक्षा त्याला बुद्धी अधिक होती. तो सर्वसामान्य गुंडांपेक्षा वेगळा होता. तो नेहमीच्या गुंडांसारखा वाटला नाही. स्वत:च्या आयुष्याविषयी आणि 'डी' कंपनीविषयीही त्याने पुष्कळ काही सांगितले. २३ मे १९५२ ला मुंबईतील एका सधन कुटुंबामध्ये त्याचा जन्म झाला. एका निपुत्रिक गुजराती जोडप्याने त्याला दत्तक घेतले. तो तेरा–चौदा वर्षांचा असतानाच त्याचे दत्तक आईवडील मरण पावले. त्यानंतर अनेक आयात–निर्यात कंपन्या, हॉटेल्स, वास्तुरचनाकार आणि वकील अशांच्या कचेऱ्यांमध्ये फुटकळ नोकऱ्या करत तो पोट भरत होता. दोन मोठ्या वकिलांकडे काम करण्याची त्याला संधी मिळाली आणि कायद्यामध्ये आपल्याला चांगली गती आहे हे त्याला कळून आले.

तो तीस वर्षांचा झाला तेव्हा मुंबईच्या फोर्ट भागामध्ये ७५, पोद्दार चेंबर्स येथे त्याची स्वत:ची कचेरी होती. त्याचा एक पोटभाडेकरू, सगिर अहमद हा एक प्रवासी कंपनी चालवत होता. सगिरच्या एका ग्राहकाचा या प्रवासी कंपनीबरोबर एक मोठा आर्थिक वाद झाला आणि त्या ग्राहकाने अनीस इब्राहीमला मध्यस्थ म्हणून बोलावले. अनीस इब्राहीम हा दाऊद इब्राहीमचा धाकटा भाऊ. मुंबईमध्ये हा अगदी नेहमीचा रिवाज होता. कोणताही वाद सोडवण्यासाठी गुंडराज्यातील माफिओसी – कुणालातरी बोलवायचे व त्याची 'फी' देऊन त्याच्याकडून वाद सोडवून घ्यायचा. अनीस इब्राहीमने त्याचे गुंड त्या प्रवासी कंपनीमध्ये पाठवले. सगिर अहमद काही कामानिमित्त बाहेर गेलेला होता म्हणून मग त्या गुंडांनी सगिरच्या ऐवजी मनीष लालालाच उचलले आणि अनीससमोर सादर केले. मनीषने अनीसला सांगितले की 'सगिर हा माझा पोटभाडेकरू आहे आणि तो कचेरीत आला की मी तुम्हाला खबर देतो.'

शब्दाला जागून मनीषने सगिर परतताच अनीसला खबर दिली. अनीस फोनवर सगिरशी बोलला आणि मग बहुधा अनीसला समाधानकारक वाटेल अशा रीतीने तो वाद मिटला असावा. जगव्यवहारामध्ये हुशार असलेल्या मनीषने या अचानक झालेल्या भेटीचा फायदा घेऊन हळूहळू डी कंपनीच्या या दोन क्रमांकाच्या माणसाशी संबंध निर्माण केले. अनीसच्या विस्तृत कुटुंबातील सर्व समारंभांना तो हजर राहात असे.

६ सप्टेंबर १९८३ ला दाऊदने पठाण टोळी या आपल्या विरोधी टोळीतील एक भयानक गुंड अमिरजादा नवाब खान याला भर न्यायालयामध्ये ठार मारले. हे काम एक नवशिक्या गुंडाने – डेव्हिड परदेशी याने पार पाडले

होते. 'डी'च्या थोरल्या भावाला साबीरला पठाण टोळीने ठार मारले होते त्याचा सूड घेण्यासाठी हे काम करण्यात आले होते. १२ फेब्रुवारी १९८१ या दिवशी पहाटेच्या सुमारास प्रभादेवी येथील एका पेट्रोल पंपावर साबीरला गोळ्या घालण्यात आल्या होत्या. मुंबईच्या गुन्हेगारी जगामध्ये वर्चस्व मिळवण्यासाठी पठाण टोळी आणि साबीर-दाऊद टोळी यांच्यामध्ये काही दिवस हे युद्ध सुरूच होते. (*'आइसा क्या?'* या कथेमध्ये याविषयीची अधिक तपशीलवार माहिती दिली आहे.) हाजी मस्तान या जुन्याजाणत्या डॉनच्या मध्यस्थीने या दोन टोळ्यांमध्ये समझौता झाला असला तरी त्या दोन्ही टोळ्या परस्परांच्या मागावरच असत. अमिरजादाला गोळ्या घातल्यानंतर लगेचच तो नवखा खुनी डेव्हिड परदेशी त्याच ठिकाणी पकडला गेला आणि आपण 'डी'च्या सांगण्यावरून पिस्तुल चालवले हे त्याने कबूल करून टाकले.

आता मुंबई पोलिस दाऊदच्या मागावर होते. तो फरार होता. त्याच्या इतक्या ओळखी आणि दबावगट असूनही त्याच्या विरुद्धच्या या शिकारीमध्ये खंड पडत नव्हता. एकदा या बाबीची चर्चा सुरू असताना मनीष लाला हाही अनीसबरोबर तेथे हजर होता. कायद्याचे काम कसे चालते याचे त्याला भरपूर ज्ञान होते. त्याच्या जोरावर त्याने यामध्ये मदतीचा हात पुढे केला. त्याने एक वरिष्ठ वकील नेमला - शामराव सावंत - आणि त्यांच्या मार्फत त्याने दाऊद इब्राहीमला अटकपूर्व जामीन मिळवून दिला. दाऊद अटक होण्यापासून वाचला. मनीष लालाने त्यांच्यासाठी जे काही करून दाखवले होते त्यावर डी कंपनीतील वरिष्ठांचा विश्वासच बसेना. या सर्व प्रकरणामध्ये मनीष लाला हा मुंबईच्या गुन्हेगारी जगातील पहिल्या क्रमांकाच्या कुटुंबाचा कायमचाच लाडका झाला. नंतर, कालांतराने तो 'डी' कंपनीचा खराखुरा 'कायदे मंत्री' बनणार होता. दाऊद आणि अनीसचा खास विश्वासू माणूस बनणार होता.

~

माझ्याबरोबरच्या एका चौकशीच्या वेळी, मनीष लालाने म्हटले की दाऊद सीबीआयसमोर शरणागती पत्करण्यास तयार होऊ शकेल. हा प्रस्ताव दाऊदसमोर ठेवण्यास आणि त्याच्याशी याबद्दल चर्चा करण्याची आणि त्याला परत येण्यासाठी उत्तेजन देण्याचीही तयारी त्याने दाखवली. माझ्या वरिष्ठांना या गोष्टीची कल्पना देऊन मी त्याला माझा कचेरीतील गुप्त दूरध्वनी वापरून दाऊदशी संपर्क साधण्याची परवानगी दिली. त्या काळात नोंदणी नसलेले

आणि संरक्षित असे दूरध्वनी काही निवडक अधिकाऱ्यांना दिले जात असत. हे दूरध्वनी अतिमहत्त्वाच्या कामांसाठीच वापरले जात असत. त्यांचे संभाषण मी केवळ ध्वनिमुद्रितच केले असे नाही तर स्पीकरफोनवरून ते स्वत: ऐकलेही. त्या वेळी माझ्या कचेरीत मी व लाला यांच्याखेरीज दुसरे कुणीही नव्हते.

मनीष लालाने प्रथम सुनिल सावंत उर्फ सौत्या (डी-कंपनीचा 'डिफेन्स मिनिस्टर') याला दूरध्वनी केला. त्याने इक्बाल (दाऊदचा धाकटा भाऊ) याच्याशी संपर्क साधला. कॉन्फरन्स सुविधेचा वापर करत त्याने दाऊदलाही त्या कॉलवर घेतले. मनीष लाला आणि दाऊद इब्राहीम यांच्यामधील हे संभाषण दीर्घकाळ चालले. आपण स्वत: सीबीआयच्या ताब्यात का आहोत यामागची घटनासाखळी दाऊदला सांगून लालाने दाऊदला पटवले की सीबीआयचे लोक हे अतिशय समजूतदारपणे आणि सरळपणे माझ्याशी वागत आहेत त्यामुळे तू स्वत:ही (दाऊद) उघड्यावर येऊन स्वत:ची बाजू सीबीआय समोर मांडण्याची वेळ आलेली आहे. दाऊदचा या कल्पनेला विरोध नसावा असे दिसत होते. त्यानंतर लालाने त्याला विचारले, 'तू डीआयजीशी बोलायला तयार आहेस का? मी आत्ता आपणहून त्यांच्या ताब्यात गेलो आहे.' या प्रस्तावाला दाऊद लगेच कबूल झाला आणि त्यानंतर तीन वेगवेगळ्या वेळी मी आणि डॉन यांच्यामध्ये संभाषणे झाली: १० जून, २० जून आणि २२ जून १९९४.

माझे आणि त्याचे पहिले संभाषण काहीशा अवघडल्या अवस्थेतच सुरू झाले. माझे अधिकृत पद सांभाळत मी विचारले, *'हां बताईये, आप मुझे कुछ बताना चाहते हैं... जैसा मनीषने मुझे कहा है...'* (हं, तर मग तुम्ही मला काहीतरी सांगू इच्छिता... असं मनीषनं मला सांगितलंय.)

डॉन अगदी खास मुंबईच्या ढंगामध्ये बोलू लागला. त्याच्या आवाजामध्ये भीतीचा लवलेशही नव्हता उलट आत्मविश्वासच ओतप्रोत भरला होता. तो साधेपणाने म्हणाला, *'साहेब, इसके पहले कि मै कुछ बताऊं, पेहले आप बताइये कि आपको क्या लगता है कि मैने मुंबईमें ब्लास्ट करवाये हैं?'* (साहेब, मी तुम्हाला काही सांगण्याच्या आधी तुम्ही मला सांगा, मुंबईमधले स्फोट मी घडवून आणले असं वाटतं तुम्हाला?)

'सवाल का जवाब आप सवालसे दे रहे हैं. मुझे क्या लगता है ये मायने नही रखता. अगर आप कुछ कहना चाहते है तो कहिये.' (तुम्ही प्रश्नाचं उत्तर प्रश्न विचारूनच देताहात. मला काय वाटतं याला काही अर्थ नाहीये. तुम्हाला काही सांगायचं असेल तर सांगा.)

सुरुवातीच्या या एकमेकांना शह देण्याच्या खेळानंतर त्याने पुढील गोष्टी सांगितल्या.

बॉंबस्फोटांनंतर थोड्याच दिवसात, जेव्हा प्रसारमाध्यमांमध्ये या संबंधात त्याचे नाव प्रमुख संशयित म्हणून येऊ लागले तेव्हाच त्याने त्यावेळच्या मुंबईच्या पोलिस कमिशनरांना भेटून त्यांना आपली बाजू सांगण्याची इच्छा व्यक्त केली होती. परंतु, दुर्दैवाने, दाऊदच्या म्हणण्याप्रमाणे, त्यावेळच्या कमिशनरांनी त्याच्याशी बोलण्यास नकार दिला.

दाऊद टकल्या आणि टायगर मेमन यांच्याशी आपली भेट झाल्याचे 'डी'ने कबूल केले. (बॉंबस्फोट साखळीमध्ये हे दोघे प्रमुख आरोपी होते.) परंतु, ती भेट ही टायगर मेमन आणि हाजी अहमद, सलिम सारंग आणि अस्लम पटनी यांच्या तस्करीच्या कंपूतील वादासंबंधी होती असेही 'डी'ने सांगितले. दाऊद इब्राहीमच्या मते, दाऊद टकल्या हा टायगर मेमनबरोबर काम करत असे परंतु अलीकडच्या काळात त्याने हाजी अहमदच्या कंपूबरोबर काम करण्यास सुरुवात केली होती. आणि त्यामुळे अनेक वाद उसळले होते. दाऊद इब्राहीमने दोन्ही बाजूंचे म्हणणे ऐकून घेतले होते आणि मग निर्णय दिला होता की टकल्याने त्याचा पहिला मालक टायगर याच्याकडेच पुन्हा काम करण्यास सुरुवात करावी. त्याने आपल्या या निर्णयामागचे तर्कशास्त्रही टकल्या आणि टायगर दोघांना समजावून सांगितले होते – हाजी अहमदशी ओळख होण्याच्या कितीतरी आधीपासून टकल्या टायगरकडे काम करत होता. म्हणून, त्याने (टकल्याने) आपल्या पहिल्या मालकाकडेच काम करणे योग्य ठरते. या निर्णयानंतर, टायगर मेमनने, टकल्याच्या देखत 'डी'ला सांगितले होते की टकल्या कमालीचा धार्मिक आहे (मजहबी) आणि इस्लामसाठी तो काहीही करेल. मग 'डी'ने टकल्याची पाठ थोपटली आणि आपली कट्टर धार्मिकता तशीच जोपासण्यास सांगितले. दाऊद इब्राहीमने सांगितले की अशा घातपाती कृत्यांसाठी मुंबईमध्ये शस्त्रास्त्रे, दारूगोळा आणि स्फोटके पाठवण्यासाठी टायगर मेमन टकल्याचा वापर करेल असे मला कधीही वाटले नव्हते.

अनीसने संजय दत्तकडे शस्त्रे पाठवली हे तू नाकारू शकशील का असे मी दाऊदला विचारले तेव्हा तो उत्तरला, होय, माझ्या धाकट्या भावाने संजय दत्तकडे शस्त्रे पाठवली होती. हे खरे आहे. परंतु त्याचा आणि या स्फोटांचा काही संबंध नाही. दुबईमध्ये *'यल्गार'* या चित्रपटाचे चित्रीकरण सुरू असताना संजय दत्त आणि अनीस इब्राहीम यांची मैत्री झाली होती. त्याने अनीसकडे

काही शस्त्रे मागितली होती ती त्याच्या स्वत:च्या आणि त्याच्या कुटुंबीयांच्या सुरक्षेसाठी होती. मुंबईतील जातीय दंगलीनंतर त्याला आपल्या सुरक्षिततेची काळजी वाटू लागली होती. अनीसने संजयची विनंती मान्य केली होती हे खरे असले तरी त्याची माहिती 'डी'ला नव्हती. नंतर, आपल्याला न सांगता आणि आपली परवानगी न घेता अनीसने संजयला शस्त्रे दिली म्हणून दाऊदने अनीसला काळानिळा होईपर्यंत मारलेही होते. डी प्रामाणिकपणे बोलतो आहे हे मला पटावे म्हणून तो हे सर्व माझ्याजवळ मान्य करत होता असेही त्याने सांगितले. आणि असे करताना तो आपल्या भावाला यामध्ये गोवत होता याचीही कल्पना त्याला होती.

डी ने असेही सांगितले की दुबईमधील टकल्याशी झालेल्या भेटीच्या वेळी त्यांच्यामध्ये संपूर्णपणे वेगळ्याच बाबतीवर चर्चा झाली होती. परंतु त्या भेटीमध्येच त्या साखळी स्फोटांचा आराखडा तयार झाला असा आरोप 'डी'वर केला जात होता. ही गोष्ट टकल्याशी खरेखोटे करून सिद्ध करता येईल असेही 'डी'चे म्हणणे होते. त्या भेटीमध्ये चर्चा झाली होती ती टकल्याच्या गावामध्ये एक विहीर खणण्यासाठी डी देणगी देणार होता त्यासंबंधी. ते कंत्राट एका सय्यद मुनिम नावाच्या माणसाला देण्यात आले होते. या मुनिमने 'डी'ने दिलेल्या देणगीतील काही रकमेचा अपहार केला होता अशी तक्रार टकल्याने 'डी'कडे केली होती. त्या बाबतीमध्ये लक्ष घालून योग्य ती कारवाई करण्याचे आश्वासन 'डी'ने दिले होते.

एका संभाषणामध्ये तो म्हणाला, *'साहेब, मुझे यह सब करना होता तो मुझे हथियार भेजनेकी जरूरत नही होती. हमारे लडकोंके पास काफी हथियार पडे हैं.'* (साहेब, मला हे सगळं करायचं असतं तर मला हत्यारे पाठवण्याची जरूर नव्हती. माझ्या पोरांकडे भरपूर हत्यारं पडली आहेत.)

'क्या आपके लडकोंके पास इतना आरडीएक्स पडा है कि आप सिरिअल धमाके करा सकते हैं?' (तुमच्या पोरांकडे असे सिरीयल धमाके करण्याइतकं आरडीएक्स आहे?) मी विचारले.

योग्य शब्द शोधत गोंधळलेला डॉन क्षणभर बावचळला आणि मग माझ्या आरडीएक्ससंबंधीच्या प्रश्नाला बगल देत उत्तरला, *'देखो साहेब, अगर मैं यह सब करता ना तो इतनी सफाईसे करता कि पोलिसके पास अक्खा सबूत मेरे खिलाफ नही मिलता. आप यह बात समझो. आप तो सीबीआयमे हैं. एक बात और, मैं भी अपनी पूरी फॅमिलीको वहाँसे हटा देता जैसा टायगरने*

कियेला है. मेरी मा, मेरी बेहन, सब उधर बंबईमेंही बैठा है.' (हे बघा साहेब, मला जर असं काही करायचं असतं तर मी ते इतक्या शिताफीने केलं असतं की पोलिसाना माझ्याविरुद्ध एकही पुरावा सापडला नसता. आणखी एक गोष्ट, मी माझ्या सबंध फॅमिलीला तिथून बाहेर काढलं असतं – टायगरने केलं तसं – माझी आई, बहिणी सगळे तिथेच मुंबईमध्येच बसलेले आहेत.)

थोडक्यात, दाऊद इब्राहीमला मला सांगायचे होते ते असे की टायगर मेमन त्याच्याकडे (डी) कडे आला होता तो वर वर त्याचा आणि हाजी अहमदचा वाद मिटवण्यासाठी म्हणून आला होता. त्याच भेटीमध्ये, टायगरने टकल्याला असे भासवले होते की डी या सबंध कामगिरीमध्ये – हत्यारे आणि स्फोटके पाठवण्याच्या कामगिरीमध्ये सहभागी आहे. हा कट रचण्यात आला तेव्हा डीला त्यासंबंधी काहीही माहिती देण्यात आली नव्हती. त्याला यामध्ये घेण्यत आले असते तर त्याने ही कामगिरी खूपच जास्त हुशारीने सफाईने पार पडली असती आणि आपल्या कुटुंबालाही मुंबईच्या बाहेर काढले असते–जसे टायगरने केले होते.

डॉनने सादर केलेल्या सर्व सबबी खोट्या आहेत हे मला आधीपासूनच ठाऊक होते. आमच्या केस फाईलमध्ये त्याच्याविरुद्धचे भरपूर भक्कम पुरावे जमा झालेले होते. या स्फोटांच्या साखळीमागे त्याचा हात असल्याचे ते पुरावे होते. परंतु मी त्याच्या हो ला हो म्हणत राहिलो. मला आशा होती की बाकी काही नाही तर निदान त्याच्या टोळीतील इतर फरारी सदस्यांबद्दल काहीतरी माहिती मिळेल किंवा पाकिस्तानच्या आयएसआयबद्दल तरी काही माहिती मिळेल. मनीष लालाचे मनधरणीचे कौशल्य मला मदत करत असताना, दाऊदला भारतामध्ये परत येण्यासाठी राजी करणेही थोडेफार शक्य होतेच.

मध्यंतरी, माझ्या एका वरिष्ठाने – का कोण जाणे – पण मला 'डी'शी बोलणे थांबवण्यास सांगितले. कदाचित इतर भारतीय गुप्तहेर खाती आमचे बोलणे चोरून ऐकतील आणि त्यांच्या कामामध्ये मी घुसखोरी करतो आहे असे वाटून त्यावर आक्षेप घेतील असे त्यांना वाटले असावे. भारतामधील स्वायत्त संस्थांमधील एक अलिखित नियम असा आहे की सीबीआयने केवळ तपासकाम करायचे आणि इतर संस्थांनी अशा छुप्या कामगिऱ्या पार पाडायच्या. माझ्या वरिष्ठांनी बरीच वर्षे अशा एका संस्थेमध्ये काम केलेले होते आणि अशी 'साहसे' दुसऱ्या संस्थांकडेच सोपवणे अधिक चांगले असे त्यांना वाटले असावे. काहीही असो, दाऊद इब्राहीमशी माझ्या गप्पांचा शेवट झाला ही गोष्ट मात्र खरी.

सीबीआयने मनीष लालावर कोणतेच आरोप ठेवले नाहीत कारण आमच्या केसमध्ये त्याच्याविरुद्ध काहीचे पुरावा नव्हता. त्याला आर्थर रोड तुरुंगामध्ये परत पाठवण्यात आले आणि लवकरच तो जामिनावर सुटला कारण मुंबई पोलिसांनीही जेजे हॉस्पिटल गोळीबाराच्या केसमध्ये त्याच्यावर कोणतेच आरोप ठेवले नाहीत.

डी कंपनी अशी विस्कळीत झालेली आणि त्याचे बिग बॉसेस दाऊद आणि अनीस कराचीमध्ये लपलेले – त्यामुळे मनीषला वकिली सल्ला देण्यास कुणीच उरले नाही. तो गुन्हेगारी जगापासून दूर झाला आणि शेअरबाजारमध्ये काहीतरी करू लागला. दक्षिण मुंबईच्या फोर्ट भागामध्ये ६५, ओल्ड ओरिएंटल बिल्डिंग, एम जी रोड या ठिकाणी त्याने लहानशी कचेरी सुरू केली. दाऊदचा जुना मित्र परंतु आता शत्रू बनलेल्या छोटा राजनच्या निशाण्यावर आपण आहोत याची त्याला अजिबात कल्पना नव्हती. छोटा राजन हा एके काळी दाऊदचा उजवा हात आणि सर्वात विश्वासू अधिकारी समजला जात असे. तोच छोटा शकील, सुनिल सावंत आणि शरद शेट्टी यांच्यासारख्या डी कंपनीच्या इतर मोठ्या लोकांना काटा बनून खुपू लागला होता. दाऊदचे छोटा राजनवर फारच अवलंबून राहाणे हे त्यांच्या सर्वांच्या एकत्रित मत्सराचे कारण बनले होते. दाऊदचे कान त्याच्याविरुद्ध भरण्यास ते सारे एकत्र आले आणि मार्च १९९३ मधील मुंबईतील स्फोटांच्या मालिकेनंतर हळू हळू त्यांना छोटा राजनला दाऊदपासून दूर करण्यात यशही आले. डी–कंपनी साधारणपणे धार्मिक कारणांनी फुटली आणि राजनने कडवटपणे आपल्या जुन्या मालकाला रामराम ठोकला. आपल्याबरोबर त्याने आपले विश्वासू लोकही घेतले – जे केवळ त्याचेच हुकूम मानत असत – आणि स्वत:ची नवी टोळी बनवली. डी कंपनीचे सदस्य शोधून शोधून ठार करणे हे काम त्याने स्वत:च्या अंगावर घेतले. डी कंपनी व छोटा राजनची टोळी यांच्यातील हे एकमेकांच्या सदस्यांना मारणे अजूनही सुरूच आहे. मनीष लाला हिंदू असला तरी राजनच्या मते तो दाऊदचाच शिष्य होता. या सतत चालू असलेल्या टोळी युद्धामध्ये कधी ना कधी त्याचाही बळी पडणारच होता.

४ जून १९९८ या दिवशी संध्याकाळी, सुमारे ६ वाजता, छोटा राजन टोळीचे तीन पिस्तुलधारी–वेंकटेश रेड्डी, संजय वाडकर आणि किरण डोग्रे यांनी ओल्ड ओरिएंटल बिल्डिंगच्या दुसऱ्या मजल्यावरील मनीष लालाच्या कचेरीत घुसून त्याला गोळ्या घातल्या. तो जागीच ठार झाला. अशा रीतीने

डी-कंपनीचा आणखी एक महत्त्वाचा सदस्य मुंबईच्या गुन्हेगारी जगातील या टोळीयुद्धामध्ये गारद झाला.

डी-कंपनीशी संबंधित अशा केसेस वेळोवेळी माझ्याकडे येत राहिल्या. आणि आम्ही वारंवार एकमेकांना भेटत राहिलो. आमची शेवटची भेट ही २०१३ मध्ये इंडियन प्रीमियर लीग (आयपीएल) च्या स्पॉट-फिक्सिंगच्या दरम्यान झाली. बुकीज, फिक्सर्स, गुन्हेगारी जग आणि क्रिकेटपटू यांच्यातील एका आंतरराष्ट्रीय पातळीवर सुरू असलेल्या करोडो रुपयांच्या गफल्याची केस दिल्ली पोलिसांनी सोडवली. त्यावेळी मी दिल्लीचा पोलिस कमिशनर होतो. आणि या कामगिरीतील माझी भूमिका लहानशी पण महत्त्वाची अशी होती. आयपीएल ६ मधील बेटिंग आणि स्पॉट फिक्सिंगचा मागे मागे जात शोध घेताना तो थेट दाऊदपर्यंत पोचला. (अधिक तपशीलांसाठी 'बावीस यार्डांमध्ये...' हे प्रकरण पाहावे.)

या केसमधील डॉनचा सहभाग हा जागतिक स्तरावर गाजला. कराचीमधील क्लिफ्टन भागातील आपल्या गुहेतून दाऊद कोणत्या तरी गुप्त ठिकाणी पळून गेल्याच्या खऱ्याखोट्या बातम्या झिरपतच होत्या. परंतु आम्ही - दिल्ली पोलिसांनी या बातम्यांची सत्यता किंवा असत्यता पारखण्याची कोणतीही शक्यता नव्हती.

एक दिवस मला माझ्या खाजगी मोबाइलवर एक कॉल आला. २०१३च्या जूनचा शेवटचा आठवडा होता तो. त्यावर आलेला क्रमांक 'अनोळखी' होता. तो दाऊदच असण्याची फार मोठी शक्यता होती. तो म्हणाला, *'क्या, साहेब, आप रिटायर होने जा रहे हो. अब तो पीछा छोड दो.'* (अहो साहेब आता निवृत्त होणार आहात ना - आतातरी माझा पिच्छा सोडा.) मी काही उत्तर देण्याआधीच समोरच्या व्यक्तीने मोबाइल बंद केला. मी स्वत:शीच थोडा गोंधळून जाऊन हसलो. त्या व्यक्तीने मला माझ्या निवृत्तीची आणि त्यामुळे माझी सुरक्षाव्यवस्था संपण्याची आठवण करून देऊन एक गर्भित धमकीच दिली होती.

निवृत्त होण्याआधी मी आयपीएल स्पॉट-फिक्सिंग केसचे आरोपपत्र दाखल करण्याचे काम पूर्ण केले. मिस्टर डी यांचे नाव त्याच्या इतर दोन सहकाऱ्यांसह 'फरार आरोपी' म्हणून नोंदण्यात आले. त्यांचा तळ दुबई/ कराची हा असल्याचेही नोंदले गेले. आवश्यक त्या सर्व बाबी पूर्ण करण्यात आल्या-जसे इंटरपोलची रेड नोटिस, दक्ष राहण्याची सूचना, आणि खटला

चालणार असलेल्या न्यायालयाकडून अटक वॉरंट्सही घेण्यात आली. खरे तर यापूर्वी करण्यात आलेल्या या सर्व गोष्टी वाया गेल्या होत्या हे माहीत असूनही ही कामे करण्यात आली. डी हा पाकिस्तानात सुरक्षित आहे. त्याला भारतामध्ये परत आणण्याची काहीही शक्यता नाही. तो कोठे लपला आहे याचे बिनचूक तपशील दिल्यानंतरही पाकिस्तान सरकार तो तेथे नसल्याचे सांगत आले आहे.

उलट पक्षी, भारत सरकारच्या पाकिस्तानशी चर्चा करण्याच्या कार्यक्रमपत्रिके वरचा पहिला मुद्दा कायमच दाऊद हा राहिला आहे. पाकिस्तान सरकारला दाऊदला परत देणे फार कठीण जाणार आहे कारण भविष्यामध्ये भारताबरोबर अतिरेकी कारवायांना पायबंद घालण्याच्या बाबतीतील त्यांचे गुप्तहेर खाते, आयएसआय यांची विश्वासार्हता नष्ट होणार आहे.

4

'अतिथि देवो भव'

'लप्का टोळी'चा नायनाट

भारतातील दूरचित्रवाणीच्या प्रेक्षकांनी बऱ्याच वेळा 'अतिथि देवो भव' या नावाच्या, भारत सरकारच्या एका कार्यक्रमाचे सूत्रसंचालन करत असलेल्या आमिर खान या नटाला पाहिले असेल. थोडक्यात सांगायचे तर हे संस्कृत सूत्र तैत्तरीय *उपनिषदा*मधील शिक्षावली १.२० मधून घेतलेले आहे. या प्राचीन संस्कृत श्लोकाचा अर्थ 'पाहुणा हा देवासमान असतो' असा आहे. हिंदु धर्मातील आचार संहितेमधील हे सूत्र आहे. यानुसार, आईवडील, गुरु आणि अतिथि यांना देव मानून एकाच स्तरावर उभे केले आहे.

'तिथि' म्हणजे तारीख आणि अतिथि म्हणजे जो कोणत्याही दिवशी आधी न सांगता न ठरवता येतो तो. प्राचीन काळी, एखादा माणूस कधी आणि कोणत्या वेळी येईल हे सांगणे कठीण असे. पाहुण्याला आपण केव्हा पोचू हे सांगता येणे अशक्यच असे. यामुळे, अचानक आलेल्या पाहुण्यामुळे आपली काही गैरसोय होऊ नये, आपल्याला आश्चर्याचा धक्का बसू नये म्हणून आपल्या पूर्वजांनी *अतिथी*चे देवासारखे स्वागत करण्याची शिकवणच आपल्याला दिली.

ही संस्कृती आजही भारताच्या ग्रामीण भागामध्ये दिसून येते. माझे लहानपण बिहारमध्ये गेले. त्यावेळी 'मी आलो तर चालेल का – तुमची काही गैरसोय तर होणार नाही' असे कुणी विचारले तर लोकांचा अपमान होत असे हे मी पाहिलेले आहे. इतक्या औपचारिकपणे वागणे म्हणजे आपले नाते दूरचे आहे असे दर्शवण्यासारखे होते. मित्रमंडळी, कुटुंबीयांनी सरळ येऊन धडकायचे तेही पूर्ण विश्वासाने की आपले इथे स्वागतच होईल, उत्तम पाहुणचार होईल.

दुर्दैवाने ही परंपरा आता पाहुण्यांना येण्यापासून परावृत्त करण्याकडे आणि आधी न सांगता आपल्या दाराशी येणाऱ्या लोकांना टाळण्याकडे एवढेच नव्हेतर त्यांच्याशी वाईट वागण्याकडेही जाऊ लागली आहे. अर्थात आधुनिक जगाच्या मागण्या आणि इतर संस्कृतींची झालेली ओळख हे कारणही यामागे आहेच. परंतु ही कथा काही सामान्य पाहुण्यांना वाईट वागवण्याची नाही तर आपल्या देशातील जयपूर, दिल्ली, आग्रा, वाराणसी, उदयपूर, खजुराहो यांसारख्या अतिप्रसिद्ध व लोकप्रिय अशा पर्यटन स्थळांना भेट देण्यासाठी येणाऱ्या परदेशी पर्यटकांवर कोसळणाऱ्या संकटाची आहे.

२००१च्या अखेरीस, माझ्या मित्राने डेव्हिड जोन्सने मला दूरध्वनीवर त्याच्याकडे आलेल्या अनेक तक्रारींची माहिती दिली. डेव्हिड जोन्स हा यु.के.मधील न्यू स्कॉटलंड यार्डमधील अँटी-किडनॅप युनिट या विभागामध्ये वरिष्ठ डिटेक्टिव्ह म्हणून काम करत होता. या तक्रारी वेगवेगळ्या कॉमन वेल्थ देशांमधून आणि काही युरोपियन देशांमधून आलेल्या होत्या. कमी पैशांमध्ये सफर करण्यस आलेल्या व्यक्ती-विशेषत: गौरवर्णीय तरुण मुली या उत्तर भारतातील जयपूर, दिल्ली आणि आग्रा या तथाकथित 'पर्यटनाचे सोनेरी वर्तुळ' मानल्या गेलेल्या स्थानांना भेट देण्यासाठी आलेल्या असताना कसलाही विधिनिषेध नसलेल्या गुन्हेगारांच्या कारवायांना बळी पडलेल्या होत्या. फसवणूक, खोटे कागदपत्र, चोरी, अपहरण, खंडणीची मागणी, विनयभंग आणि काही बाबतीत बलात्कारही असे गुन्हे त्या व्यक्तींनी नोंदवले होते. माझ्या विनंतीवरून डिटेक्टिव्ह जोन्सने या तक्रारींचे व यु के, ऑस्ट्रेलिया, न्यूझीलंड, फ्रान्स, जर्मनी आणि अशाच अनेक देशांच्या नागरिकांकडून आलेले इतर कागदपत्र माझ्याकडे पाठवले. या देशांतील नागरिकांनाही हे अनुभव भारतातील पर्यटनाच्या वेळी आलेले होते.

त्या वेळी मी सीबीआयच्या इकॉनॉमिक ऑफेन्सेस विंग या विभागाचा संयुक्त संचालक होतो. मी माझ्या डीआयजींना एक उत्तम गट निवडण्याची विनंती केली. हा गट त्या सर्व कागदपत्रांचे विश्लेषण करणार होता. डीएसपी व्ही के शुक्ला, अंडर एसपी एच सी अवस्थी आणि त्यांना मदतनीस म्हणून इन्स्पेक्टर अजय बस्सी यांच्यावर हे काम सोपवण्यात आले. हे कागदपत्र तपासल्यावर या तरुण पर्यटकांना फसवण्यासाठी गुन्हेगारांनी एकाच प्रकारच्या कार्यपद्धतीचा वापर केल्याचे उघड झाले. रेल्वे स्थानकांवर किंवा बस स्थानकावर ऑटो रिक्षाचालक किंवा टॅक्सीचालक यांच्या मदतीने हे गुन्हेगार

आपली सावजे निश्चित करत असत. हे ऑटोरिक्षा किंवा टॅक्सीचालक या पर्यटकांना एखाद्या आधीच नक्की केलेल्या ठिकाणी - स्वस्त हॉटेल्स किंवा लॉजिंग हाऊसेस - घेऊन जात असत. तेच चालक त्या पर्यटकांसमोर त्यांच्या-पर्यटकांच्या सोयीनुसार प्रेक्षणीय स्थळे दाखवण्यास घेऊन जाण्याचा प्रस्ताव ठेवत असत. प्रेक्षणीय स्थळे पाहून झाल्यावर किंवा त्याही आधी, ते पर्यटकांना एखाद्या सराफाच्या दुकानामध्ये घेऊन जात. हे दुकान बहुधा त्या टोळीतल्याच एखाद्या सदस्याचे असे. दुकानदार मग त्यांच्यासमोर एक आकर्षक प्रस्ताव ठेवत असे. तो प्रस्ताव असा - पर्यटकांनी त्यांना हवे ते दागिने खरेदी करावे आणि ते सर्व स्वतःच्या पत्त्यावर पाठवून द्यावे. असे केल्याने त्यांना भारत सरकारने दागिन्यांच्या निर्यातीवर लागू केलेला भारी कर भरावा लागणार नाही. स्वदेशात गेल्यानंतर हे पर्यटक तो सर्व माल खूप जास्त किंमतीने विकू शकतील आणि मोठा फायदा मिळवू शकतील. पर्यटकांनी नकार दिला-बहुतेक पर्यटक नकारच देत असत तर त्यांना अडकवून ठेवण्यात येई, जबरदस्तीने त्यांची पारपत्रे, परदेशी चलन, क्रेडिट कार्ड्स हे सर्व काढून घेण्यात येई आणि अनेक प्रकारांनी त्यांची पिळवणूक करण्यात येई. त्यांच्यापैकी काही मुलींवर बलात्कारही करण्यात आले. जे काही पर्यटक या गुंडांच्या बोलण्याला बळी पडून त्यांचा प्रस्ताव स्वीकारत असत त्यांना स्वदेशात पोचल्यावर आपली फसवणूक झाल्याचे कळून येत असे. उत्तम रत्नांच्या जागी काचेचे तुकडे मिळत. जयपूरमध्ये, पोलिस या प्रकाराने चोऱ्या करणाऱ्या गुन्हेगारांना सामान्यपणे *'लप्का गँग'* असेच म्हणतात. लप्का - लपकाना हा हिंदी भाषेतील शब्द आहे आणि त्याचा अर्थ आहे 'बळकावणे.'

या तक्रारी वाचून माझे पित्त खवळले. डीआयजी बी. के. शर्मा यांना मी प्रारंभीचे काम सुरू करण्याची विनंती केली. न्यू स्कॉटलंड यार्डने पाठवलेल्या दूरध्वनी क्रमांकांच्या याद्यांवर काम सुरू करण्याची जबाबदारी बी. के. शर्मा यांनी इन्स्पेक्टर अजय बस्सीवर सोपवली. आणि डीएसपी शुक्ला यांच्यावर प्रत्यक्ष त्या त्या ठिकाणी जाऊन तपास करण्याची कामगिरी सोपवली. काळजीपूर्वक विश्लेषण केल्यानंतर इन्स्पेक्टर बस्सींना दोन मोबाइल क्रमांक असे आढळले ज्या क्रमांकावरून हे बळी गेलेले पर्यटक भारतामध्ये असताना त्यांना दूरध्वनी केले गेले होते. अधिक चौकशीमध्ये असे आढळून आले की आता हे क्रमांक अस्तित्वात नाहीत. परंतु या क्रमांकांचे हँडसेट्स मात्र नवीन सिम कार्ड्स घालून अजूनही वापरात आहेत (त्यांच्या खास अशा

आयएमईआय क्रमांकावरून हे शोधता येते.) या दोन नव्या फोन क्रमांकावर आधारून लियाकत अली उर्फ माइक उर्फ अली या नावाच्या माणसाचा माग काढण्यात आला. लियाकत हा जयपूरचा एक अट्टल गुंड होता. पर्यटकांना त्रास देण्याच्या अनेक केसेस त्याच्यावर दाखल केल्या गेलेल्या होत्या. जयपूरमधील जलुपुरा पोलिस चौकीमध्ये त्याच्यासंबंधीची सर्व माहिती होती. डीएसपी व्ही. के. शुक्लांनी लियाकत अलीसंबंधीच्या सर्व कागदपत्रांचा संच आणि त्याच्या मदतनीसांची पोलिसांकडे असलेली सर्व माहिती मागवली. शिवाय याच प्रकारच्या कार्यपद्धतीने दिल्ली व जयपूर या ठिकाणी गुन्हे करणाऱ्या सर्व व्यक्तींचीही माहिती मागवून घेतली.

या टप्प्यावर, मी डेव्हिड जोन्सला दूरध्वनी केला आणि या सर्व घटना त्याच्या कानावर घातल्या. 'डेव्ह, आता मला एक औपचारिक तक्रार नोंदवून हवी आहे. ती व्यक्ती या चोरांना ओळखण्यासाठी, तपासकाम करणाऱ्या (आयओ) अधिकाऱ्यासमोर आणि न्यायालयासमोर आपला जबाब नोंदवण्यासाठी आणि जेव्हा ही केस न्यायालयामध्ये उभी राहील तेव्हा साक्ष देण्यासाठी भारतामध्ये येण्यास तयार असली पाहिजे.' त्याचे ताबडतोब उत्तर आले, 'छान काम केलेस मित्रा. खूपच छान प्राथमिक काम झाले आहे. परंतु तुला हवी तशी व्यक्ती शोधणे हे मात्र थोडे कठीणच काम आहे.माझ्या माहितीप्रमाणे यापैकी एकाही व्यक्तीला आता कधीही भारतामध्ये जाण्याची इच्छा नाहीये. पण मी शोधतो.'

न्यू स्कॉटलंड यार्डला अशी व्यक्ती दक्षिण ऑस्ट्रेलियातील ज्युली क्लाइड हिच्या रूपाने सापडली. तीस वर्षे वयाच्या या वास्तुरचनाशास्त्राच्या विद्यार्थिनीचा विवाह जे के प्रुडी नावाच्या एका पेन्शन फंड व्यवस्थापकाशी झालेला होता. २००१च्या नोव्हेंबरमध्ये ती भारतामध्ये आली असताना तिला एका भयानक अनुभवाला तोंड द्यावे लागले होते. त्यामुळे तिचा छळ करणाऱ्या त्या गुंडांना शिक्षा करण्यासाठी ती काहीही करायला तयार होती. न्यायाच्या या शोधामध्ये तिला साथ द्यायला तिचा पती तिच्याबरोबर होता. २४ जानेवारी २००२ या दिवशी तिने लेखी तक्रार दिली आणि ती २९ जानेवारीला यार्डकडून सीबीआयकडे पोचली. त्यानंतर, एका स्त्रीचा विनयभंग करणे, तिला पळवून नेणे, बेकायदेशीरपणे डांबून ठेवणे, फसवणे आणि खंडणी उकळणे या कलमांखाली एक गुन्हा दाखल करण्यात आला. या केसचा आय ओ-तपास अधिकारी म्हणून इन्स्पेक्टर अजय बस्सी यांची नेमणूक करण्यात आली.

थोडक्यात, ज्युलीची तक्रार अशी होती : युनिव्हर्सिटी ऑफ ॲडलेड येथे वास्तुरचनाशास्त्राचे शिक्षण घेणारे काही विद्यार्थी अभ्यासदौरा करण्यासाठी गुजरातच्या भूज प्रांतामध्ये आले होते. त्यामध्ये ज्युलीही होती. या भागामध्ये झालेल्या भूकंपामुळे तेथील इमारतींना किती धोका पोचला आहे, त्यांचे किती नुकसान झाले आहे त्याचा अभ्यास करण्यासाठी हे विद्यार्थी मंडळ आले होते. तीन आठवड्यांच्या अभ्यासदौऱ्यानंतर या सर्व विद्यार्थ्यांना भारतामध्ये इतर ठिकाणी प्रवास करून येण्यासाठी थोडा मोकळा वेळ देण्यात आला. त्यांच्यापैकी ६ जणांचा एक गट राजस्थानला गेला. ते १५ नोव्हेंबर २००१ च्या पहाटे ५ वाजता बसने जयपूरला पोचले. त्यापूर्वी त्यांनी उदयपूर, जोधपूर आणि जैसलमेर ही शहरे पाहिली होती. या सबंध गटाला ऑटोरिक्षा चालक बस स्थानकावरून चमेलीवाला मार्केटमध्ये असलेल्या एव्हरग्रीन हॉटेलमध्ये घेऊन गेले. या गटाने त्याच हॉटेलमध्ये राहावे असा आग्रह ते सारे रिक्षाचालक एकत्र होऊन करत असावे असे वाटत होते. ज्युली आणि तिची २२ वर्षांची मैत्रीण जोन डॉफ या दोघी त्या हॉटेलमधील ३५० क्रमांकाच्या खोलीमध्ये राहिल्या.

त्याच दिवशी दुपारी, जोन डॉफ जवळच्या पोस्ट ऑफिसमधून हॉटेलवर परतत असताना एका तरुणाने तिला अडवले. त्याने स्वत:चे नाव चिकू असे सांगितले. तिच्याशी जवळीक करण्याचा प्रयत्न तो करू लागताच जोनने त्याला हुसकावले. नंतर त्या दिवशी संध्याकाळी, जोन सिटी सेंटरवरून परत येत असताना त्याच चिकू नावाच्या माणसाने तिला अडवून सांगितले की त्यांच्या सहा जणांच्या गटापैकी एक जण हरवली आहे. त्या 'हरवलेल्या मुलीला' शोधण्यात मदत करतो असेही त्याने तिला सांगितले. परंतु जोनने पुन्हा एकदा त्याचा प्रस्ताव नाकारला.

दुसऱ्या दिवशी सकाळी १६ नोव्हेंबरला, ज्युली आणि जोन दोघी आपली ई-मेल बघण्यासाठी हॉटेलजवळच्या एका सायबर कॅफेमध्ये गेल्या. चिकूही तेथे होता. प्रेक्षणीय स्थळे पहाण्यासाठी या दोघींना जयपूरमध्ये फिरवण्याचा प्रस्ताव त्याने त्यांच्यासमोर ठेवला. या वेळी त्याच्या गळाला त्या लागल्या आणि त्यांनी हा प्रस्ताव स्वीकारला. चिकूने त्याच्या दुसऱ्या एका नूरी नावाच्या मित्राला मोटार घेऊन तेथे बोलावले. त्या मोटारीतून ते सर्वजण आमेर फोर्टला जायला निघाले. हे जयपूरचे सर्वात मोठे आकर्षण आहे. दहा मिनिटे गेल्यानंतर त्या दोन गुंडांनी एका गजबजलेल्या बाजारात मोटार थांबवली.

जवळच असलेल्या त्यांच्या दुकानातून काही वस्तू घ्यायच्या आहेत असे कारण त्यांनी या मुलींना सांगितले. त्या दोघांनी या मुलींना त्यांचे दुकान बघण्यास व चहा घेण्यासाठी दुकानात येण्यास आमंत्रित केले. त्या मुली त्यांच्याबरोबर एका अंधाऱ्या अरुंद गल्लीतून एका जुन्या इमारतीकडे गेल्या. गोलाकार जिन्यावरून त्या पहिल्या मजल्यावरील एका दुकानात पोचल्या. त्या दुकानावर कसलीही पाटी नव्हती. एक गणेशाचे चित्र कोरलेले काचेचे दार होते. या पर्यटक मुलींना चहा देण्यात आला आणि काही किंमती खडे आणि रत्ने दाखवण्यात आली. मधल्या काळात, माइक नावाचा आणखी एक माणूस दुकानात आला. त्याने या मुलींना एका 'स्कीम' मध्ये सामील होण्यासंबंधी विचारले. त्या स्कीममुळे या मुलींना झटपट खूप पैसे कमावता येणार होते. मग त्याने भारतीय नागरिकांनी केलेल्या निर्यातीवर भारत सरकारने लावलेल्या प्रचंड करासंबंधी बऱ्याच थापा मारल्या. भारतामध्ये पर्यटनासाठी आलेले पर्यटक स्वत:च्या पत्त्यावर लहान लहान पाकिटे टपालाने पाठवू शकतात आणि हा प्रचंड कर वाचवल्याने भरपूर नफा कमवून ते खडे विकू शकतात असेही त्याने त्यांना सांगितले.

'आम्हाला यात काही रस नाही' असे सांगून दोन्ही मुलींनी त्याचा प्रस्ताव नाकारला. या वेळेपर्यंत दुकानातील गुंडांची संख्या वाढत १० पर्यंत गेली होती. मुली दुकानात आल्या त्याला आता ६ तासांपेक्षाही जास्त वेळ झाला होता. आपल्याला इथे अडकवून ठेवण्यात आले आहे हे त्या मुलींच्या लक्षात येऊन चुकले. या परिस्थितीतून बाहेर पडण्यासाठी समोर ठेवलेला प्रस्ताव स्वीकारण्याचे आणि संधी मिळताच तेथून पळण्याचे त्या दोघींनी ठरवले. त्यांच्याकडून त्यांची पारपत्रे व क्रेडिट कार्डस् काढून घेण्यात आली. त्या गुंडांनी खोटी बिले तयार केली आणि लहान लहान पुडकी या पर्यटकांच्या पत्त्यावर पाठवण्यासाठी तयार केली. मग जबरदस्तीने त्यांच्या सह्या घेऊन त्यांच्या डेबिट/क्रेडिट खात्यांवरून मोठ्या रकमा काढून घेण्यात आल्या.

आता तरी आपल्याला जाऊ देण्यात येईल अशी ज्युली आणि जोनला आशा वाटत होती. परंतु, थेट हॉटेलमध्ये जाऊन तिचे व ज्युलीचे सामान घेऊन इथे परत येण्याची सूचना देऊन एकट्या जोनला सोडून देण्यात आले. 'आम्ही एका पक्षी अभयारण्यात जात आहोत' असा निरोप आपल्या मित्रांसाठी ठेवण्याचेही जोनला सांगण्यात आले.

जोन हॉटेलमधून परत आल्यानंतर, त्या दोघींना जबरदस्तीने एका मोटारीत बसवण्यात आले. मोटार दिल्लीकडे निघाली. माइक आणि नूरी हे आलटून

पालटून मोटार चालवत होते. ते दिल्लीला पोचले तेव्हा मध्यरात्र उलटून गेली होती. प्रथम ते मुख्य टपाल कचेरीत गेले (गोल डाक खाना). तेथून माइकच्या जयपूरच्या दुकानांमध्ये तयार केलेली पुडकी ज्युली आणि जोनच्या नावांनी केअर ऑफ-मेन पोस्ट ऑफिस, लंडन या पत्त्यावर पाठवण्यात आली.

त्यानंतर त्यांना करोल बागमधील अर्पित पॅलेस हॉटेलमध्ये नेण्यात आले आणि खोली क्रमांक २०६ मध्ये डांबून ठेवण्यात आले. दुसऱ्या दिवशी (१७ नोव्हेंबर २००१) त्या दोघी मुलींना एका सराफाच्या दुकानातून दुसऱ्या दुकानामध्ये फिरवण्यात आले. या दुकानांचे दुकानदार माइक, चिकू आणि नूरी यांना चांगले ओळखत असावे असे दिसत होते. त्या दुकानदारांनी त्या गुन्हेगारांच्या मदतीने दागिने विकण्याच्या मिषाने या दोन्ही मुलींच्या क्रेडिट कार्डस्‌वरील सर्व पैसा काढून घेतला. प्रत्यक्षात असे कोणतेही दागिने त्यांच्यापर्यंत पोचलेच नाहीत. त्यांना मिळाल्या त्या केवळ पावत्या. ज्युलीला तिच्या नवऱ्याला प्रुडीला ऑस्ट्रेलियामध्ये दूरध्वनी करण्यास भाग पाडण्यात आले आणि तिच्या खात्यामध्ये आणखी पैसे भरण्यास सांगण्यात आले. प्रुडीला केवळ ४००० ऑस्ट्रेलियन डॉलर्सच भरता आले. तेही या गुन्हेगारांनी ताबडतोब काढून घेतले. त्याचप्रमाणे, जोनला तिच्या वडिलांना दूरध्वनी करून वेस्टर्न युनियन मार्फत पैसे पाठवण्यास सांगण्यात आले. जोनचे वडील लंडनमध्ये एका तेल कंपनीमध्ये अधिकारी होते. त्यांच्याकडे १०,००० पौंड्स मागण्यात आले. त्यांनी ६००० पौंड पाठवले ते माइकने लगेचच काढून घेतले.

जयपूर सोडल्यापासूनच माइक जोनशी लगट करू पाहत होता. एकदा तर त्याने तिची पँट खाली खेचली होती पण मोठ्या प्रयासाने तिने त्याला दूर ढकलले होते. करोल बागमधील एका सराफाच्या दुकानात माइकने जोनला नेले होते. तेथे तो दुकानदारही जोनशी फारच मैत्रीच्या नात्याने वागू लागला होता, गलिच्छ शेरे मारू लागला होता. त्याने जोनशी फारच असभ्य वर्तन केले.

एकदा जोनला घेऊन माइक बाहेर गेला असताना ज्युलीच्या खोलीमध्ये तिच्यावर पहारा ठेवण्याचे काम चिकूवर सोपवलेले होते. मला एक विशिष्ट प्रकारचे मालीश करता येते. त्यामुळे तुझे सगळे तणाव दूर होतील असे सांगत त्याने तिला बिछान्यावर बसायला भाग पाडले आणि तिच्या मानेला मालीश करताना तिच्या वक्षांना कुरवाळायला सुरुवात केली. तो तिच्यावर बलात्कार करणारच होता तेवढ्यात खोलीच्या दारावर टकटक झाली. जोन माइकबरोबर परत आली होती. ज्युली अगदी शेवटच्या क्षणी वाचली होती.

अखेरीस २० नोव्हेंबर २००१ च्या पहाटे त्या दोन्ही मुलींना आंतरराष्ट्रीय विमानतळावर नेण्यात आले आणि त्यांना ऑस्ट्रेलियाला जायचे असूनही कुवेत एअरवेजने लंडनला जाणे भाग पाडण्यात आले. त्यांना लंडनला पाठवण्यामागचे कारण कदाचित त्यांच्या नावे जयपूरहून पाठवली गेलेली पुडकी लंडनच्या पत्त्यावर पाठवण्यात आली होती. काही असले तरी, हाही त्यांच्या कार्यपद्धतीचाच एक भाग होता – त्यांचे बळी ज्या देशातील असतील त्यापेक्षा वेगळ्याच देशामध्ये त्यांना पाठवणे.

लंडनला पोचताच, ज्युली आणि जोन या ऑस्ट्रेलियन हाय कमिशनमध्ये गेल्या आणि त्यांनी जयपूर आणि दिल्लीमध्ये घडलेल्या सर्व घटना सांगितल्या. हाय कमिशनने न्यू स्कॉटलंड यार्डला कळवले. तेथे त्यांचे जबाब नोंदवण्यात आले. त्यांनी मेन पोस्ट ऑफिस लंडन या पत्त्यावर आलेली ती पुडकीही हस्तगत केली. एका तज्ज्ञाने त्यातील वस्तू तपासल्यावर ते खडे आणि रत्ने म्हणजे काचेचे तुकडे असल्याचे निष्पन्न झाले. ज्युली याचा पाठपुरावा भारतामध्ये येऊन करण्यास तयार आहे हे कळल्यानंतर न्यू स्कॉटलंड यार्डने सीबीआयला ही सर्व माहिती कळवली.

~

१२ मार्च २००२ ला ज्युली दिल्लीमध्ये आली. तिच्याबरोबर न्यू स्कॉटलंड यार्डचे डिटेक्टिव्ह सार्जंट ॲना गूच आणि डिटेक्टिव्ह कॉन्स्टेबल स्टेफन गुडह्यू हे होते. आल्यावर तिने सर्व घटना अधिक तपशिलाने सांगितल्या. आय ओ इन्स्पेक्टर अजय बस्सी यांनी दूरध्वनींच्या यादीवरून शोधून काढलेल्या लियाकत अली आणि त्याचा साथीदार सयद असिम अली यांची छायाचित्रे ज्युलीला दाखवण्यात आली. परंतु तिला व जोनला छळणारे गुन्हेगार हे नसल्याचे तिने सांगितले. परंतु, लियाकतला प्रश्न विचारल्यावर त्याने उघड केले की आम्ही ज्या माइकला शोध आहोत तो ललित अगरवाल नावाचा माणूस आहे. ललित आणि तो अशा दोघांनीही 'लप्का गँग' मध्ये बरोबर काम केलेले होते आणि दोघांनीही 'माइक' हे नाव घेतले होते. ऑगस्ट २००१ मध्ये, ती टोळी फुटली होती आणि ललित उर्फ माइक, मोहम्मद मोबिन उर्फ नूरी आणि सय्यद सदाकत अली उर्फ चिकू यांनी दुसरी टोळी स्थापन केली होती. लप्का गँगमधील प्रत्येक सदस्याचा गुन्हेगारी इतिहास होता आणि जयपूर पोलिसांकडे त्यांची छायाचित्रे व संपूर्ण माहितीचे कागदपत्र होते.

दुसऱ्या दिवशी (१३ मार्च २००२) ला न्यू स्कॉटलंड यार्डचे डिटेक्टिव्हज आणि अजय बस्सी यांच्या नेतृत्वाखालचा सीबीआयचा गट यांच्याबरोबर ज्युलीला जयपूरला नेण्यात आले. स्थानिक पोलिसांकडून घेतलेले ललित अगरवालचे छायाचित्र ज्युलीला दाखवताच तिने त्याला 'माइक' म्हणून ओळखले. त्याचप्रमाणे, मोहम्मद मोबिन आणि सदाकत अली यांचीही छायाचित्रे तिला दाखवण्यात आली तेव्हा तिने त्यांना अनुक्रमे नूरी आणि चिकू म्हणून ओळखले.

जयपूरमध्ये इकडेतिकडे फिरवल्यावर, बस स्थानकापासून एव्हरग्रीन हॉटेलपर्यंतच्या तिच्या व जोनच्या हालचाली तिने सांगितल्या. सायबर कॅफे ओळखले आणि दिल्लीला नेण्यापूर्वी ज्या पहिल्या मजल्यावरच्या दुकानामध्ये त्या दोघींना सुमारे सात तास अडकवून ठेवण्यात आले होते त्याचा रस्ताही तिने दाखवला. आयओ बस्सींनी ज्युलीचा जबाब नोंदवून घेतला आणि या केसशी संबधित असलेल्या तीनही जागांमधून बरेचसे कागदपत्रही ताब्यात घेतले. परंतु, सीबीआय काम पाहत असल्याची बातमी पसरताच ललित अगरवाल उर्फ माइक, मोहम्मद मोबिन उर्फ नूरी आणि सदाकत अली उर्फ चिकू हे फरार झाले. अधिक तपासाअंती असे समजले की माइक पॅरिसला पळाला होता, चिकू जर्मनीला आणि नूरी बँकॉकला गेला होता.

ज्युलीला ललित अगरवालच्या जयपूरमधील घरात नेण्यात आले तेथे त्याची डीएल-१ सी एफ**** या क्रमांकाची सिएलो मोटार उभी होती. ज्युलीने ताबडतोब ती मोटार ओळखली. याच मोटारीतून तिला व जोनला दिल्लीला नेण्यात आले होते. आयओने ती मोटार ताब्यात घेतली. घराची झडती घेतल्यावर अनेक उपयुक्त कागदपत्र सापडले तेही ताब्यात घेण्यात आले.

न्यू स्कॉटलंड यार्ड आणि सीबीआयचे दोन्ही गट दिल्लीमध्ये परतले तेव्हा ज्युलीने त्या दोघींना बंदी बनवून ठेवण्यात आलेले करोलबागमधील अर्पित पॅलेस हॉटेलही ओळखले. त्याचबरोबर ज्या ज्या सराफी दुकानांमधे नेऊन त्यांना लुटण्यात आले होते ती दुकानेही तिने ओळखली. तिने ज्या दुकानदारांना ओळखले त्यांना अटक करण्यात आली.

तिने एका ज्युडिशियल मॅजिस्ट्रेटसमोरही आपला जबाब नोंदवला. इ-मेलद्वारा, आय ओ बस्सी यांच्या संपर्कात राहाण्याचे तिने मान्य केले आणि

हा खटला उभा राहील तेव्हा साक्ष देण्यासाठी पुन्हा भारतात येण्याचेही मान्य केले. काहीही झाले तरी न्याय मिळवण्याची तिची जिद्द ही खरोखरच अचंबित करणारी होती. ज्युलीबरोबर आलेले पोलिस अधिकारी आणि स्वत: ज्युली या सर्वांना खात्री वाटू लागली की सीबीआयचा गट प्रतिसाद देत होता आणि व्यावसायिकदृष्ट्या उत्तम काम करत होता.

२ एप्रिल २००२ या दिवशी, जयपूर न्यायालयासमोर नूरी हजर होणार आहे अशी बातमी आली. एका ऑस्ट्रेलियन मुलीवर बलात्कार केल्याचा त्याच्यावर आरोप होता. आणि या गुन्ह्यामध्ये ललित उर्फ माइक आणि तो असे दोघेजण आरोपी होते. सीबीआय अधिकाऱ्यांनी एक सापळा रचला आणि तो न्यायालयाबाहेर येताच त्याला पकडण्यात आले.

जोन डॉफ आणि ज्युलीचा पती हे दोघेही भारतामध्ये येण्यास तयार नसल्याने या खटल्याचे सर्वेक्षण करत असलेले डीआयजी बी. के. शर्मा यांना मे २००२ मध्ये सिडनीला पाठवण्यात आले. तेथे भारतीय वकिलातीचे सुधीर कुमार आणि जॅकी कॅरल हे ऑस्ट्रेलियन फेडरल पोलिस एजंट यांच्या समक्ष त्यांनी त्या दोघांचे जबाब नोंदवले. शर्मांनी ज्युलीकडून एक पुरवणीदाखलचा जबाबही नोंदवला. ज्युली ही या केसमधील प्रमुख तक्रारदार होती. आय ओ आणि ज्युडिशियल मॅजिस्ट्रेट यांच्यासमोर तिने आधी नोंदवलेल्या जबाबातील सर्व त्रुटी या पुरवणी जबाबाने भरून निघाल्या.

या मुलींची क्रेडिट कार्डस् जबरदस्तीने वापरून केलेल्या सर्व व्यवहारांचे कागदपत्र पुरावे म्हणून एकत्र करण्यात आले. त्यामध्ये त्या सराफांनी दिलेल्या पावत्याही होत्या. जयपूर आणि दिल्लीतील हॉटेल्समधील नोंदवह्यांमधील या दोघींच्या आणि त्यांना पकडून ठेवणाऱ्या लोकांच्या वास्तव्याच्या नोंदीही जप्त करण्यात आल्या. ज्युली आणि जोनने लंडनला जाण्यासाठी कुवेत एअरवेजची तिकिटे खरेदी केल्याचे पुरावेही नव्या दिल्लीतील गोल मार्केटमधील एका प्रवासी एजंटकडून मिळवण्यात आले. या गुन्हेगारांना या गुन्ह्यामध्ये मदत करणाऱ्या व्यक्तींचीही ओळख पटवण्यात येऊन त्यांनाही अटक करण्यात आली. अशा रीतीने तपासकाम करणाऱ्या गटाने सर्व नऊही आरोपींविरुद्ध आरोपपत्र दाखल करण्याइतका पुरावा गोळा केला. ५ जून २००२ या दिवशी हे आरोपपत्र दाखल करण्यात आले. या नऊ लोकांपैकी सहा जणांना अटक झाली होती परंतु माइक, चिकू आणि चोरलेली रक्कम स्वीकारणारा अफझल बेग नावाचा एक माणूस हे तिघे मात्र फरार होते.

३ ऑक्टोबर २००२ या दिवशी ललित अगरवाल उर्फ माइक आणि अफझल बेग यांनी न्यायालयासमोर शरणागती पत्करली. दहा दिवसांची पोलीस कोठडी मागून घेण्यात आली आणि त्यांची कसून चौकशी करण्यात आली. यानंतर, सय्यद सदाकत अली उर्फ चिकू यानेही १३ ऑक्टोबरला शरणागती पत्करली. डिसेंबर २००२ मध्ये या तिघांविरुद्ध एक पुरवणी आरोपपत्र दाखल करण्यात आले.

~

दिलेला शब्द पाळत, ज्युली खटल्यामध्ये साक्ष देण्यासाठी भारतामध्ये हजर झाली. १३ एप्रिल २००४ या दिवशी सकाळी ती दिल्लीमध्ये पोचली आणि २ मे २००४ पर्यंत इथे राहिली. तिच्याबरोबर डिटेक्टिव्ह सार्जंट ॲना गूच आणि डिटेक्टिव्ह कॉन्स्टेबल स्टिफेन गुडह्यू यांनीही न्यायालयामध्ये साक्ष दिली, ज्युलीने तिच्या उलटतपासणीमध्येही उत्तम रीतीने व आत्मविश्वासाने उत्तरे दिली. न्याय मिळवण्यासाठी जे काही करणे तिला शक्य होते ते सर्व तिने केले होते.

आजवर या केसमध्ये पन्नासपेक्षा जास्त साक्षीदार तपासले गेले आहेत. आता हा खटला त्याच्या शेवटच्या टप्प्यावर आहे असे समजते. २०१५च्या अखेरीपर्यंत त्याचा निकाल लागेल अशी आशा आहे. दोषी ठरले तर आरोपींना उच्च न्यायालयामध्ये अपील करण्याचा पर्याय राहील. आणि त्यानंतर सर्वोच्च न्यायालय. हा खटला नक्की कधी संपेल हे कुणीच सांगू शकणार नाही.

जोन आणि ज्युलीला भारतातील सहलीच्या दरम्यान आलेल्या भयानक अनुभवांना तब्बल १३ वर्षे उलटून गेली आहेत. न्याय मिळवण्यासाठी ज्युलीने दाखवलेले धैर्य आणि चिकाटी कौतुकास्पद आहे. दुर्दैवाने, या केसमध्ये अधिक वजन आणण्यासाठी आवश्यक असलेल्या व्यक्ती - तिची मैत्रीण जोन, ज्युलीचा नवरा आणि जोनचे लंडनस्थित वडील हे काही न्यायालयामध्ये हजर राहिले नाहीत.

त्यांच्या पद्धतीप्रमाणे भारतीय न्यायव्यवस्था आपल्या धीम्या चालीने काम करत असते. तिच्याकडे दाखल करण्यात आलेल्या केसेसही खूप असतात. शिवाय बचावपक्षाच्या वकिलांचे वेळकाढूपणाचे डावपेच असतातच. मधल्या काळात, आम्ही अटक केलेले 'लप्का गँग'चे सर्व सदस्य जामिनावर सुटलेले

आहेत. सध्या तरी त्यांनी अशा तरुण स्त्री पर्यटकांना ‘पकडण्याचा’ आपला धंदा गोवा, पुष्कर आणि कुलु-मनाली येथे हलवला आहे असे दिसत आहे. त्यांच्या या कारस्थानाला आजवर किती स्त्रिया बळी पडल्या आहेत, देव जाणे.

दुर्दैवाची गोष्ट अशी आहे की बॉलिवुडचा महानायक आमिर खान भारत सरकारच्या वतीने हा जो दांभिक संदेश देतो आहे तो मात्र ज्यांच्यापर्यंत पोचायला हवा त्यांच्यापर्यंत पोचतच नाहीये.

5

'आईसा क्या?'

लतीफचा शेवट

गेल्या शतकाच्या ८० व ९० च्या दशकामध्ये जे गुजरातमध्ये राहिले असतील त्यांनी अब्दुल लतीफचे नाव ऐकले असेल. जुगारी, चोरट्या दारूचा तस्कर, अपहरणकर्ता, खंडणी उकळणारा, भाडोत्री खुनी, आणि उत्कृष्ट असा टोळीवाला. त्याच्या नुसत्या नावानेच उद्योजक, त्याच्या विरोधी टोळीतले गुंड आणि राजकारणी लोक यांच्या अंगावर भीतीचा काटा उभा राहात असे. त्याची दुष्कीर्ती ही गुजरातच्या सीमा ओलांडून राजस्थान, दमण, मध्य प्रदेश, महाराष्ट्र, दिल्ली, कराची आणि दुबई इथवर पोचली होती. तो कायद्याच्या हाताबाहेरच आहे असे वाटू लागले होते. *'लतीफ: द किंग ऑफ क्राईम'* हा त्याच्या आयुष्यावर आधारलेला चित्रपट ऑगस्ट २०१४ मध्ये प्रदर्शित झाला. बॉलिवुडच्या अफवांवर विश्वास ठेवायचा तर त्याच्या आयुष्यावर आधारलेला आणखी एक चित्रपटही लवकरच प्रदर्शित होणार आहे. त्या चित्रपटाचे नाव आहे 'रईस' आणि त्यामध्ये कुणी ऐरागैरा नाही तर प्रत्यक्ष शाहरुख खान हा अभिनेता अब्दुल लतीफची भूमिका करत आहे. नवाजुद्दीन सिद्दीकी हा पोलिसाची भूमिका करत आहे. हा चित्रपट २०१६च्या सुरुवातीला प्रदर्शित होईल असे बोलले जाते. १८ वर्षांपूर्वी पोलिस चकमकीमध्ये लतीफच्या झालेल्या मृत्यूनंतरही बॉलिवुडला त्याच्या आयुष्यामध्ये किती रस आहे हे पाहिल्यानंतर गुन्हेगारी दंतकथांमधे त्याचा केवढा दबदबा होता हे त्याचे नाव न ऐकलेल्या आजकालच्या वाचकांना समजू शकेल.

अब्दुल लतीफचा जन्म २४ ऑक्टोबर १९५१ ला अहमदाबादच्या कालुपुर या मुस्लिम वस्तीच्या भागामध्ये गरीब आईवडिलांच्या पोटी झाला.

त्याचे वडील अब्दुल वहाब शेख हे एक तंबाखूविक्रेते होते. लहानशा झोपडीमध्ये सात मुलांना वाढवत होते. लतीफने कशीबशी शाळा संपवली आणि लगेच वडिलांना त्यांच्या दुकानामध्ये मदत करण्यास सुरुवात केली. कामाचा मोबदला म्हणून त्याला त्याचे वडील रोज २ रुपये देत असत. आणखी पैशासाठी त्याचे सतत त्याच्या वडिलांशी भांडण होत असे. विसाव्या वर्षी लतीफचा विवाह झाला आणि त्याची पैशाची गरज वाढली. पैशावरून त्याची वडिलांशी होणारी भांडणे वाढू लागली. म्हणून त्याने वेगळे होण्याचे ठरवले. कोणताही चांगला व्यवसाय न मिळाल्याने विशीतच तो गुन्हेगारीकडे वळला. अल्ला रखा नावाच्या, चोरून दारू विकणाऱ्या एका गुंडाबरोबर त्याने कामाला सुरुवात केली. अल्ला रखाचा एक जुगाराचा अड्डाही होता. लतीफ लवकरच एक अट्टल जुगारी आणि हातचलाखीने पत्ते लावून खेळणारा जुगारी बनला.

अल्ला रखाचा शत्रू मन्जूर अली याचाही एक जुगाराचा अड्डा होता. त्याने लतीफची गुणवत्ता लगेच ओळखली आणि त्याला स्वत:च्या टोळीत सामील होण्याचे आमंत्रण दिले. मन्जूरच्या अड्ड्याचा लतीफ व्यवस्थापक बनला आणि आता त्याला दर महिन्याचा पगार मिळू लागला. एक-दोन वर्षांनंतर, पैशाची अफरातफर केल्याचा आरोप केला गेला म्हणून लतीफने अतिशय कडवटपणे व रागाने अलीचा अड्डा सोडला.

त्यानंतर तो चोरट्या दारूच्या तस्करीमध्ये हळूहळू शिरला आणि अशी तस्करी करणाऱ्या एका टोळीला सामील झाला. गुजरात राज्यामध्ये आजही दारूबंदी आहे. येथील दारूला असलेली चोरटी मागणी ही लिकर माफियांना जन्म देणारी ठरली आहे. अशी चोरटी दारू जवळच्या राजस्थान राज्याच्या वेगवेगळ्या भागांमधून आणली जात असे आणि चढ्या भावाने विकली जात असे. या व्यापारासाठी एक अतिशय गुंतागुंतीची अशी साखळी आवश्यक असे. दारूचा पुरवठा करणारे, ती एका जागेपासून दुसऱ्या ठिकाणी नेणारे, वितरक आणि फुटकळ विक्री करणारे, याखेरीज भ्रष्टाचारी अबकारी व पोलिस अधिकारी आणि त्यांचे राजकीय मालकही.

लतीफने संघटित गुन्हेगारीमध्ये श्रीगणेशा केला, गुन्हेगारांची एक उतरंड चालवण्याची मूलभूत कल्पना त्याने नीट समजून घेतली. या उतरंडीमध्ये गुन्हेगारांच्या प्रत्येक स्तराला एक निश्चित काम नेमून दिलेले असे. ते हे काम अतिशय गुप्तता पाळून करत असत आणि मिळालेला पैसा प्रामाणिकपणे

सर्वांमध्ये योग्य प्रमाणात वाटून घेत असत. त्या साऱ्यांना एकत्र बांधून ठेवणारा डिंक म्हणजे एक तर बेकायदेशीर दारूच्या वाढत्या मागणीमुळे चटकन मिळणारा पैसा; आणि ही गुप्ततेची शपथ मोडली तर जे भयंकर परिणाम भोगावे लागतील त्याची स्पष्ट जाणीव. आपल्या हिंसक वृत्तीमुळे आणि रक्तपाताच्या आवडीमुळे लतीफने लवकरच आपले प्रभुत्व स्थापन केले. आणि थोड्याच दिवसात स्वत:ची एक विस्तृत टोळी तयार केली. गुजरातमधील वेगवेगळ्या पोलिस चौक्यांमध्ये त्याच्या विरुद्ध खून, खंडणीसाठी केलेले अपहरण आणि पैसे उकळणे यासारखे अनेक गुन्हे दाखल केले गेलेले होते. त्याचा निर्दयपणा आणि अविचारी वर्तन यामुळे ज्याचा पाठलाग करणे आणि पकडणे अशक्य आहे असा गुन्हेगार म्हणून त्याची प्रसिद्धी झाली.

अमिन खान, नवाब खान, अलम खान, जांग्रेझ खान या मुंबईच्या पठाण टोळीतील लोकांशी लतीफची ओळख गुजरातच्या विरमगाममधील रमझान नावाच्या माणसाने करून दिली तेव्हा त्याची आणि मुंबईच्या गुन्हेगार जगताशी पहिली गाठभेट झाली. पठाण लोकांनी एक गोष्ट उघड केली - सोन्याच्या एका कन्साइनमेंटवरून दाऊद इब्राहीम टोळीशी त्यांचे भांडण झाले होते आणि त्यांनी दाऊदच्या थोरल्या भावाला साबीर इब्राहीमला १९८१ मध्ये मुंबईमध्ये ठार मारले होते. तेव्हापासून ही टोळी फरारीच होती. लतीफने त्यांना अहमदाबादमध्ये आसरा दिला आणि नकळतच तो पठाण टोळीशी जोडला गेला. या टोळीचे प्रमुख होते आलमजेब आणि अमिरजादा.

१९८३ मध्ये, आलमजेब हा सुरतहून अहमदाबादला मोटारीने परतत होता. त्याच्याबरोबर त्याचे सहकारी लियाकत मास्टर आणि इक्बाल भूपत हेही होते. बडोद्याजवळ त्यांची गाठ अचानकपणे दाऊद आणि त्याच्या सहकाऱ्यांशी पडली. तेही मोटारीनेच प्रवास करत होते. दाऊदच्या एका सहकाऱ्याने आलमजेबवर गोळ्या झाडल्या परंतु तो बचावला.

लतीफच्या स्वत:च्याही काही चकमकी दाऊदबरोबर झडलेल्या होत्या. अहमदाबादच्या साबरमती सेंट्रल जेलमध्ये दाऊदला सीओएफईपीओएसए (कॉफेपोसा - तस्करी विरोधी कायदा) खाली डांबण्यात आले होते. त्याला न्यायालयामध्ये नेण्यासाठी आणि तुरुंगामध्ये परत आणण्यासाठी पोलिसांची एक तुकडी तैनात केलेली होती. त्या तुकडीला दाऊदने वश करून घेतलेले होते. सब-इन्स्पेक्टर बिश्नोई हे या हत्यारी पोलिस तुकडीचे प्रमुख होते. या खेपांमध्ये ही तुकडी थोडासा मोबदला घेऊन दाऊदला नरोल राजमार्गावरील

एका हॉटेलमध्ये आरामासाठी व मनोरंजनासाठी जाण्याची परवानगी देत असे. दाऊदच्या हालचालींची खबर लतीफला मिळाली. ज्या मोटारीतून सब-इन्स्पेक्टर बिश्नोई, दाऊद आणि त्याचे जवळचे सहकारी प्रवास करत होते त्या मोटारीच्या मागूनच लतीफ आपल्या सहकाऱ्यांसह जाऊ लागला. जमालपूरला वाहतूक अडकली असल्याने दोन्ही मोटारींना थांबावे लागले. लतीफचा शूटर हस्तक लियाकत मास्टर गाडीतून खाली उतरला, भराभर काही गोळ्या दाऊदच्या दिशेने झाडून तो पुन्हा गाडीत बसून लतीफसह तिथून सटकला. दाऊदला काही झाले नाही परंतु त्याचे दोन सहकारी मात्र जखमी झाले.

त्यानंतर, या दोन टोळ्यांमध्ये एक रक्तरंजित असे युद्ध सुरू झाले. लतीफ हा पठाण टोळीच्या बाजूने होता. १९८३ मध्ये दाऊदचा शूटर हस्तक डेव्हिड परदेशीने मुंबईतील एका न्यायालयामध्ये अमिरजादाला गोळ्या घालून ठार केले. त्यानंतर काही वर्षांनी डेव्हिडला त्याचा मृत्यू अहमदाबादमध्ये लतीफचा शूटर हस्तक शरिफ खान याच्या रूपाने भेटणार होता.

अशा रीतीने, गुन्ह्यांची चटक लागलेला लतीफ - ज्याने जुगार आणि दारूच्या तस्करीसारख्या साध्या गुन्ह्यांमध्ये प्रथम भाग घेतला होता तो आता एका गुन्हेगारी जगतातील एका भयंकर आणि बेमुर्वत अशा डॉनची कथा लिहू लागला होता. त्याच्या टोळीच्या जगावर तो अतिशय निर्दयपणे नियंत्रण ठेवू लागला. त्याच्या टोळीचे जग आता सबंध भारतभर आणि भारताच्या सीमेपलीकडेही पसरले होते. त्याच्या विरोधी टोळ्यांशी आणि कायद्याशीही त्याची अनेकदा चकमक उडालेली होती. मध्यंतरीच्या काळात, त्याचा बेकायदेशीर दारूच्या तस्करीचा धंदा सुरूच होता आणि त्याच्या टोळीच्या कारवाया वाढत होत्या. त्याच्या समाजातील गरीब व गरजू लोकांना मदत करून त्याने स्वत:ची एक रॉबिन हुडसारखी प्रतिमा तयार केली होती. १९८७ च्या सुरुवातीला, तुरुंगामध्ये असतानाच त्याने पाच विभागांमधून अहमदाबाद महानगरपालिकेची निवडणूक लढवली आणि पाचही ठिकाणांहून तो निवडूनही आला. त्याच्या समाजामध्ये अतिशय लोकप्रिय असलेला लतीफ हा अनेक तरुण मुलांचा आदर्श बनला. १९८० च्या दशकाच्या शेवटी शेवटी, त्याची गुजरातचा दाऊद इब्राहीम बनण्याची सर्वात मोठी महत्त्वाकांक्षा जवळ जवळ पूर्ण झाली होती.

खरे तर अतिशय नाट्यमय रीतीने सगळ्या गोष्टी बदलू लागल्या होत्या आणि लतीफचा गुन्हेगारी जगातील प्रभाव वाढू लागला होता. आता, त्याच्याशी

तह करावा असे दाऊदलाही वाटू लागले. १९८९ च्या नोव्हेंबरमध्ये लतीफला दाऊदचा निरोप आला. त्याने लतीफच्या मित्रांसह त्याला दुबईला बोलावले होते. एका बाजूला दाऊद आणि त्याचे लोक आणि दुसऱ्या बाजूला लतीफ आणि त्याचे लोक अशा सर्वांना एका मौलवीने शपथ दिली. पवित्र कुराणाला साक्षी ठेऊन या सर्वांनी शपथ घेतली की आता या दोघांमध्ये मैत्री झाली आहे आणि यापुढे एकत्रितपणे काम करायचे आहे. दोन भयानक गुंडटोळ्यांनी एकत्र येऊन एकमेकांना मदत करण्याची ही सुरुवात होती. दाऊदने लतीफला सल्ला दिला की आता त्याने बेकायदेशीर दारूची तस्करी करण्याचा धंदा सोडून द्यावा आणि सोने व चांदीची तस्करी करण्याच्या धंद्यामध्ये दाऊदबरोबर यावे. लतीफने सोने चांदीच्या तस्करीच्या धंद्याला सुरुवात केली ती मामुमिया पंजुमिया नावाच्या एका कुप्रसिद्ध गुजराती तस्कराबरोबर. मधल्या काळात, त्याला मुंबईच्या एका शहाजादा नावाच्या गुंडाचाही सामना करावा लागला कारण तोही त्याचा कट्टर शत्रू बनला होता. अनेक गोळीबारांच्या चकमकींमध्ये दोन्ही बाजूचे अनेक गुंड मारले गेले. लतीफचा प्राण घेण्याचे अनेक अयशस्वी प्रयत्न झाल्यामुळे तो सदैव हुशार राहू लागला. समोरच्याला आधी ठार मारण्याचे कृत्य करण्यास तो कधीही मागेपुढे बघत नसे.

त्यानंतर आली ती कुप्रसिद्ध राधिका जिमखाना केस. गुजरातमधील गुन्हेगारीच्या जगामध्ये या केसने एक नवाच मापदंड स्थापन केला. मुंबईतील आपल्या कट्टर शत्रूने-शहाजादाने आपल्याला मारण्यासाठी पाठवलेल्या भाडोत्री मारेकऱ्यांना हंसराज त्रिवेदी नावाच्या, अहमदाबादमधील चोरट्या दारूचा धंदा करणाऱ्या आणि जुगाराचे अड्डे चालवणाऱ्या एका गुंडाने आसरा दिला आहे असा संशय लतीफला आला. त्याने त्रिवेदीवर सूड उगवण्याचे ठरवले. ३ ऑगस्ट १९९२ या दिवशी मिळालेल्या एका खबरीनुसार, लतीफने शूटर्सचा एक गट हंसराज त्रिवेदीला मारण्यासाठी राधिका जिमखान्यामध्ये पाठवला. अहमदाबादच्या ओधव भागामध्ये हा जिमखाना आहे. तेथे हंसराज त्रिवेदी आपल्या ८ मित्रांसह पत्ते खेळत होता. शूटर्सना त्यांच्यापैकी नक्की कोणता माणूस हंसराज आहे हे माहीत नसल्याने त्यांनी लतीफला दूरध्वनी करून आपली समस्या सांगितली. कोणतेही काम अर्धेमुर्धे करण्याची लतीफला सवयच नव्हती. त्याने समोर आलेला डाव खेळण्याचे ठरवले. त्याने आपल्या शूटर्सना तेथील सर्व माणसांना गोळ्या घालण्यास सांगितले. एके-४७ चा रक्त गोठवणारा कडकडाट - गुजरातमध्ये कलाश्निकव्ह वापरली जाण्याची

ही पहिलीच वेळ – आणि नऊही माणसे – हंसराज त्रिवेदीसह – मारली गेली. दिवसाढवळ्या जिमखान्यामध्ये झालेल्या या कत्तलीमुळे देशभर धक्का आणि भीतीचे वातावरण पसरले. लतीफची कुप्रसिद्धी प्रचंड वाढली आणि क्षणार्धात तो देशातील सर्वात 'मोस्ट वाँटेड' गुन्हेगार ठरला. गुजरातच्या या राक्षसी महत्त्वाकांक्षा असलेल्या डॉनला ही देशव्यापी प्रसिद्धी म्हणजे गुन्हेगारी जगाच्या शिखरावरच पोचल्यासारखे वाटू लागले. कसलाही पश्चात्ताप नसलेल्या कारकीर्दीतील आणखी एक कुप्रसिद्ध टप्पा.

परंतु हे एवढ्यावरच थांबले नाही. राधिका घटनेनंतर लतीफ फरार होता. त्याच्या शूटर्सच्या गटाला अटक करण्यात आली होती. त्यांनी पोलिसांना सांगून टाकले होते की हे काम त्यांनी लतीफच्या हुकुमावरून केले होते. पोलिस त्याच्या पाठीमागे हात धुवून लागले असल्याने अगदी घाबरा होऊन लतीफ मदतीसाठी हसन लालाकडे गेला. हसन लाला हा त्याचा लहानपणचा मित्र आणि गुजरात युथ काँग्रेसचा अध्यक्ष होता. परंतु, रौफ वलिउल्लाह हा माजी राज्यसभा सदस्य लतीफच्या मागे लागला असल्याने लालाने लतीफला मदत करण्यात असमर्थता दर्शवली. रौफ थोडीही उसंत लतीफला घेऊ देत नव्हता. असे म्हणतात की त्यावेळचे गुजरातचे मुख्यमंत्री चिमणभाई पटेल यांच्या राज्यात कायदा व सुव्यवस्था किती ढासळली आहे हे जाहीरपणे दाखवण्यासाठी रौफ लतीफच्या या निरंकुश वागण्याचा वापर करणार होता. यातला गर्भितार्थ उघडच असा होता की लतीफला चिमणभाईंचे संरक्षण आहे. लालाने सुचवले की दुसरा कोणताही शक्तिवान माणूस लतीफला मदत करण्यासाठी पुढे येण्याची अपेक्षा करण्याआधी वलिउल्लाहलाच मारून टाकणे आवश्यक आहे.

मधल्या काळात, दाऊद इब्राहीमच्या सल्ल्यावरून लतीफ दुबईला पळाला होता. आणि त्याच्या संरक्षणाखाली राहात होता. दुबईहून, लतीफने त्याच्या विश्वासू सहकाऱ्याला – रसूल पट्टीला रौफ वलिउल्लाहला ठार मारण्याचा आदेश दिला. ९ ऑक्टोबर १९९२ या दिवशी, अहमदाबादमधील रेल्वे अंडरब्रिजजवळील टाऊन हॉलमधील एका फोटोकॉपी दुकानामध्ये रौफ वलिउल्लाह येणार असल्याची खबर हसन लालाने रसूल पट्टीला दिली. रसूलने सज्जाद उर्फ डॅनी आणि मोहम्मद उर्फ फायटर हे दोन शूटर्स पाठवले. त्यांनी भर दिवसा वलिउल्लाहला गोळ्या घालून ठार केले. राजकीय हेतूने हा खून झाला असावा असे मानण्यात येऊ लागले. त्यामुळे सत्तेच्या प्रांगणात खळबळ माजली. राजकीय दबावाखाली रौफ वलिउल्लाह केस ही गुजरात पोलिसांकडून

काढून घेऊन सीबीआयकडे देण्यात आली. ही केस मी ज्या शाखेशी संबंधित नव्हतो अशा एका विभागाने हाताळली.

लतीफ हे नाव गुजरातमध्ये एक दरारा बसवणारे, दहशतीचे वातावरण पसरवणारे नाव बनले होते. हा लतीफ दाऊदबरोबर कराचीला स्थायिक झाला. तौफिक जालियांवाला या सोने-चांदीची तस्करी करणाऱ्या माणसाकडे लतीफ हा आदरणीय पाहुणा म्हणून जात असे. तौफिक हा दाऊद आणि टायगर मेमनच्या तस्करीच्या धंद्यामधील भागीदार होता. दोघांनी मिळून एकत्रितपणे १९९३ मधील मुंबई बॉंबस्फोट घडवून आणले होते. (अधिक तपशीलांसाठी 'दुबईतला आपला मांणूस' हे प्रकरण बघावे.) त्या कारस्थानामध्ये लतीफनेही एक महत्त्वाची भूमिका पार पाडली होती. ९ जानेवारी १९९३ला महाराष्ट्राच्या दिघी बंदरामध्ये आलेली हत्यारे व स्फोटकांची कन्साइनमेंट त्यानेच ताब्यात घेतली होती आणि मग ते सामान या कारस्थानातील इतर लोकांना पोचवले होते. सध्या येरवडा तुरुंगामध्ये शिक्षा भोगत असलेला चित्रपट अभिनेता संजय दत्त याच्याकडे गेलेली शस्त्रे याच कन्साइनमेंटमधील होती.

१२ मार्च १९९३ या दिवशी दुपारी, मुंबईतील स्फोटांची बातमी आली तेव्हा लतीफ दाऊद आणि तौफिकबरोबर कराचीमध्ये होता. त्यांनी एकमेकांना या स्फोटाच्या सूत्रधारांचे अभिनंदन करणारे संदेशही पाठवले. तो पाकिस्तानातच राहात होता. आणि देशातील सर्व कायदा व सुव्यवस्था राखणाऱ्या संस्थांना वाटत होते की हा गुजरातचा दाऊद इब्राहीम - अब्दुल लतीफ हा कराचीमध्ये लपून बसलेला आहे. मग एक दिवस गुजरात पोलिसांच्या एटीएसला एक पक्की खबर मिळाली.

~

२२ सप्टेंबर १९९५ या दिवशी, के एन शर्मा, डीआयजी (एटीएस) गुजरात, यांनी मला दूरध्वनीवर सांगितले की अब्दुल लतीफ हा अहमदाबादच्या ६६३४६** आणि ६६३३७** या दूरध्वनी क्रमांकांवर कॉल्स करत आहे. या दोन्ही दूरध्वनी क्रमांकाच्या मालकाकडे तो ५० लाख रुपयांची खंडणी मागत आहे. एवढे पैसे देणे अशक्य असल्याने या व्यक्तीने एटीएसशी संपर्क साधला होता.

त्याकाळी भारतामध्ये मोबाइल फोन आले नव्हते. इतर वेळीही, एका लँडलाइन फोनवरून दुसऱ्या लँडलाइन फोनशी साधलेल्या संपर्काचा माग

काढणे अतिशय कठीण असे. आणि दुसऱ्या शहरातून केलेल्या संपर्काचे तर अधिकच अवघड असे. या बळी ठरलेल्या व्यक्तीची परवानगी घेऊन त्याच्या सहकार्याने त्या दोन्ही दूरध्वनी क्रमांकांवर एटीएसने पाळत ठेवली. अहमदाबाद टेलिफोन अथॉरिटीच्या मदतीने एटीएस अशा निष्कर्षाला पोचले की हे कॉल्स एका डी-टीएक्स (डिजिटल टेलिफोन ऑटोमॅटिक एक्स्चेंज) च्या माध्यमातून केले जात होते. हे ठिकाण नवी दिल्लीमध्ये जनपथवर खुर्शिद लाल भवन येथे होते हेही निश्चित करण्यात आले. कुलदीप शर्मा, डीआयजी (एटीएस) यांनी या क्रमांकाचा माग काढण्यासाठी सीबीआयच्या एसटीएफची मदत मागितली. त्यावेळी मी या शाखेचा डीआयजी होतो. ही मोहीम यशस्वी झाली तर लतीफला पकडण्यासाठीही त्यांना आमची मदत हवी होती.

त्याच दिवशी मी एच सी सिंग (एसपी, (एसटीएफ) आणि एम के भट डीएसपी (एसटीएफ) यांना नव्या दिल्लीतील जनपथ येथे असलेल्या एमटीएनएलच्या मुख्यालयाला भेट देण्याच्या सूचना दिल्या. ते सुनिल सक्सेना डीजीएम, जनपथ, डी-टीएक्स यांना भेटले. सक्सेना अतिशय आपुलकीने आणि मदतीची इच्छा बाळगूनच बोलत असले तरी त्यांनी सांगितले की दिल्लीमधील कोणत्या क्रमांकावरून हे कॉल्स केले जात आहेत हे शोधून काढणे अशक्यच आहे आणि याचे कारण त्यामध्ये ज्या पायऱ्या गुंतलेल्या आहेत त्या अतिशय गुंतागुंतीच्या आहेत:

१. अहमदाबादमधून दिल्लीला कॉल केल्यानंतर त्याचा काल हा कमीतकमी १० ते १५ मिनिटे इतका तरी असलाच पाहिजे तरच त्याचा माग काढता येणे शक्य होते.

२. आता यापुढे कधीही अहमदाबादमधील क्रमांकावर लतीफचा कॉल आला तर तो क्रमांक ज्या एक्स्चेंजखाली येतो (नौरंगपूर एक्स्चेंज) त्यांना सावध केले गेले पाहिजे.

३. त्यानंतर नौरंगपूर एक्स्चेंज अहमदाबाद डी-टीएक्सला सावध करेल. मग ते तपास करून सांगू शकतील की हा कॉल दिल्लीतील डी-टीईक्स १ वरून मार्गस्थ केला गेला होता की डी-टीईक्स २ वरून मार्गस्थ केला गेला होता.

४. दिल्लीतील संबंधित डी-टीएक्सला असा कॉल सुरू आहे असे कळवले गेले तरी शहरामध्ये सुमारे ३०हून अधिक एक्स्चेंजेस आहेत त्यांच्यापैकी कोणत्याही एक्स्चेंजवरून हा कॉल करण्यात आलेला असू शकेल.

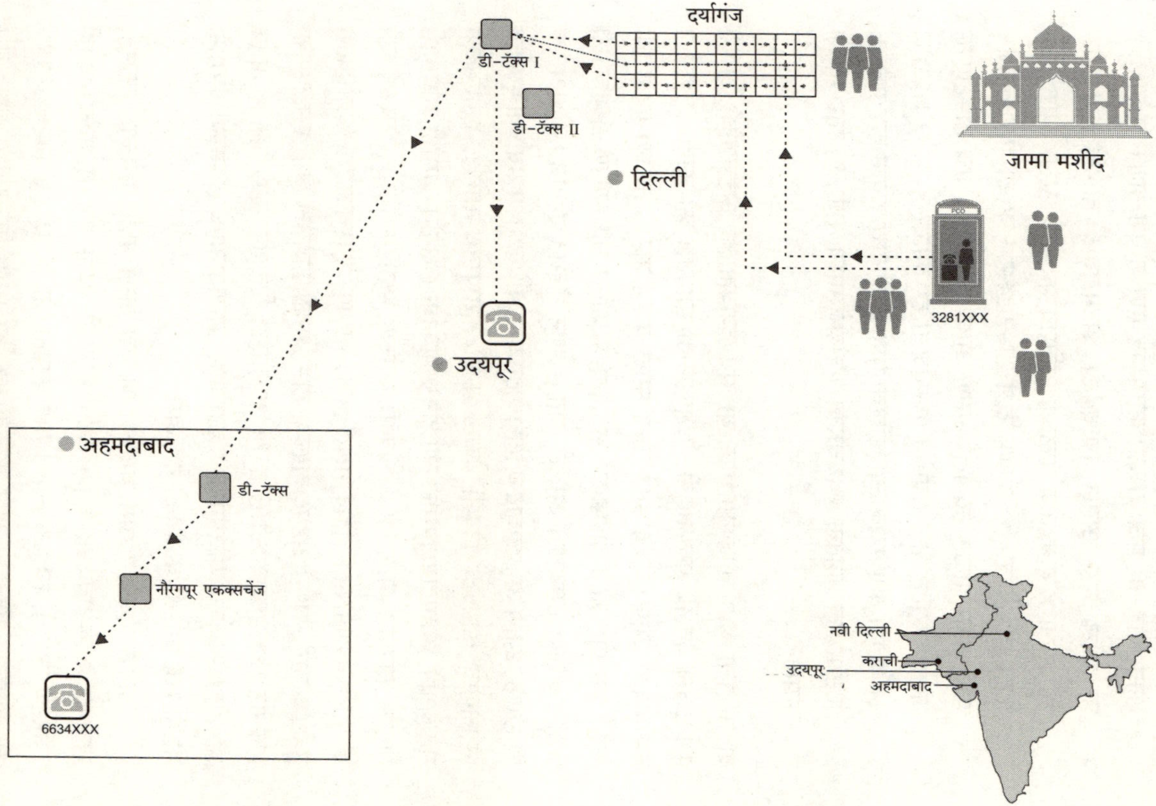
दर्यागंज
डी–टॅक्स I
डी–टॅक्स II
दिल्ली
जामा मशीद
PCO
3281XXX
उदयपूर
अहमदाबाद
डी–टॅक्स
नौरंगपूर एकक्सचेंज
6634XXX
नवी दिल्ली
कराची
उदयपूर
अहमदाबाद

आणखी एक अडचण म्हणजे या ३० पैकी काही एक्स्चेंजेस इलेक्ट्रॉनिक सोय नसलेली आहेत. हा कॉल जर अशा एखाद्या इलेक्ट्रॉनिक सोय नसलेल्या एक्स्चेंजवरून आलेला असेल-आणि हे असे असणे अगदी शक्य आहे-तर मात्र या क्रमांकाचा पुढे माग शोधणे अशक्यच आहे.

५. हा कॉल सुरू असेल त्याचवेळी अहमदाबाद डी-टीएक्सने डी-टीएक्सला हे ताबडतोब कळवणे अतिशय महत्त्वाचे ठरेल. त्याच वेळी दिल्ली डी-टीएक्स १ आणि दिल्ली डी-टीईक्स २ हे दोन्ही एक्स्चेंजेस मध्ये यावर पाळत ठेवलेली असणे आवश्यक आहे. तरच डी-टीएक्स जनपथ हे दिल्लीतील संबंधित एक्स्चेंजला दूरध्वनीवर हे कळवू शकतील आणि मग ते एक्स्चेंज त्या कॉलचा मागोवा घेण्याचा प्रयत्न करू शकेल. दिल्लीमधील बहुतेक स्वयंचलित एक्स्चेंजेसमध्ये रात्री ९ नंतर माणसे नसतात.

या कॉलचा माग काढण्यामधील या सर्व व्यावहारिक अडचणींची आम्ही पूर्ण दखल घेतली. परंतु तरीही मी सक्सेनांना सांगितले की काहीच प्रयत्न न करण्यापेक्षा आपण शक्य आहे तेवढे सगळे करून पाहू. आमच्या फायद्याची अशी एक गोष्ट होती ती म्हणजे लतीफचे हे कॉल्स साधारणपणे संध्याकाळी ७ ते १० च्या दरम्यानच आलेले होते. म्हणून गुजरात एटीएस, सीबीआयचे एसटीएफ, आणि अहमदाबाद व दिल्लीचे दूरध्वनी अधिकारी या सर्वांच्या एकत्रित निरीक्षणाचे काम दर दिवशी केवळ काही तासांपुरतेच राहिले. एटीएसच्या सहकार्याने, अहमदाबादमधील त्या दोन क्रमांकांवर लक्ष ठेवण्यासाठी अधिकारी नियुक्त करण्यात आले. हे अधिकारी त्यांच्या स्थानिक नौरंगपूर एक्स्चेंजशी बिनतारी यंत्रणेमार्फत जोडले गेलेले होते. नौरंगपूर एक्स्चेंजमधील अधिकारी हेही बिनतारी यंत्रणेने अहमदाबादच्या डी-टॅक्सशी जोडलेले होते. एसटीएफचा एक गट रोज संध्याकाळी ७ ते १० या वेळात दिल्लीतील डी-टॅक्स १ आणि डी-टॅक्स २ यांच्या कचेरीमध्येच हजर असे. सीबीआयमधील माझ्या वरिष्ठांना मी ही सर्व माहिती वेळोवेळी देत असे.

अनेक दिवस हे असे चालले पण यश आले नाही. मधल्या काळात, लतीफने अहमदाबादला काही वेळा दूरध्वनी केला पण ते कॉल्स काही मिनिटेच चालले. त्यामुळे त्यांचा माग काढता आला नाही. ७ सप्टेंबर १९९५ ला आमच्या सुदैवाने, त्याने केलेला एक कॉल तेरा मिनिटांपेक्षा जास्त वेळ चालला. या काळात गुजरात एटीएस, सीबीआय एसटीएफ आणि या दोन्ही

शहरांतील टेलिफोन अधिकारी ही सारी कृतीसाखळी अतिशय शिस्तीने चालली आणि दिल्लीमधील या कॉलिंग क्रमांकाचा ठावठिकाणा मिळाला - ३२८१*** - दर्यागंज एक्स्चेंज. जामा मसजिद या ऐतिहासिक मशिदीच्या जवळच्या एका सार्वजनिक दूरध्वनी केंद्रावरून हा कॉल आलेला होता. ही मशीद जुन्या दिल्लीच्या अतिशय गर्दीच्या भागामध्ये आहे आणि तिच्या आजूबाजूला रहिवासी आणि व्यापारी अशी सर्व प्रकारची गर्दी असते.

कॉलिंग क्रमांकाचा पत्ता लागला असला तरी आधीचे कॉल्सही याच क्रमांकावरून केले गेले असल्याची खातरजमा करून घेणे आवश्यक आहे असे मला वाटत होते. दर्यागंज एक्स्चेंजमधील डिजिटल टेप्स वाचूनच हे निश्चित करता येणार होते. एमटीएनएल, जनपथचे डीजीएम सुनिल सक्सेना यांनी मला सल्ला दिला की यासाठी मी एमटीएनएल (संगणक विभाग) यांच्याशी संपर्क साधावा. त्यांच्याशी संपर्क साधल्यावर संगणक विभागाचे जीएम फारसे मदत करणारे दिसले नाहीत. आम्ही त्यांना एक पत्र लिहावे आणि सुमारे १५ दिवसांमध्ये ते आमच्या पत्राचे उत्तर देतील असे त्यांनी आम्हाला सांगितले. या कामाची घाई माझ्या सहकाऱ्यांनी त्यांना समजावून सांगण्याचे खूप प्रयत्न केले परंतु त्यांना यश आले नाही. परंतु, आम्हीही काही हे काम असे सहजासहजी सोडून देणार नव्हतो. सीबीआयचे काम न करणे हे त्यांच्या भविष्याच्या दृष्टीने फारसे योग्य होणार नाही अशी समज त्यांना देण्यात आली. दुसऱ्याच दिवशी, दर्यागंज एक्स्चेंजमधील टेप्स दक्षिण दिल्लीमधील नेहरू प्लेस येथे असलेल्या कॉम्प्यूटर सेंटरमध्ये पोचल्या. तेथे त्या इलेक्ट्रॉनिकली वाचल्या गेल्या. अहमदाबादच्या त्या क्रमांकावर केले गेलेले सर्व कॉल्स जामा मसजिदजवळच्या सार्वजनिक दूरध्वनी केंद्राच्या याच क्रमांकावरून केलेले होते हे निश्चित झाले. आता आम्ही जोरातच अब्दुल लतीफच्या मागे लागलो. पुन्हा त्याच दूरध्वनी केंद्रावरून तो कॉल करेल आणि अहमदाबादला कॉल करून खंडणीची मागणी करताना पकडला जाईल याची शक्यता खूपच होती.

ताबडतोब, गुजरात एटीएसचे एक अधिकारी डीएसपी ए के जडेजा यांना बोलावण्यात आले. एम के भट, डीएसपी (सीबीआय) आणि जडेजा हे दोघे जुन्या दिल्लीतील जामा मसजिद भागातील चुरीवालांमध्ये पोचले. याच ठिकाणी ज्या क्रमांकावरून हे कॉल्स केले जात होते तो दूरध्वनी क्र. ३२८१*** हा होता. त्यांना ह्या क्रमांकाचे ठिकाण एका अतिशय गर्दीने गजबजलेल्या अशा लहानशा गल्लीमध्ये सापडले. या सार्वजनिक दूरध्वनीकेंद्रावर नजर ठेवणे

अशक्यच होते. शिवाय अशा एखाद्या गर्दीच्या विभागामध्ये धाड घालणे आणि तेही स्थानिक पोलिसांच्या सहभागाशिवाय हेही योग्य नव्हते.

माझ्या विनंतीवरून सीबीआयचे विशेष संचालक अरुण भगत यांनी त्यावेळचे दिल्लीचे पोलिस आयुक्त – टी आर कक्कर यांना विनंती केली आणि एसटीएफ आणि गुजरात पोलिस यांच्या एका एकत्रित कामगिरीमध्ये मदतीची मागणी केली. कक्कर यांनी आम्हाला आर तिवारी, दिल्ली पोलिसांच्या (नॉर्दन रेंज) चे अतिरिक्त पोलिस आयुक्त यांच्याशी संपर्क साधण्यास सांगितले. कुलदीप शर्मा आणि मी दोघांनी १० ऑक्टोबर १९९५ला तिवारींची भेट घेतली. त्यांनी पी एन अगरवाल, डीसीपी (सेंट्रल) आणि अरुण कंपानी एसीपी (दर्यागंज) यांना आपल्या कचेरीत बोलावून घेतले. आम्हाला ज्याची मदत हवी होती त्या स्थानिक पोलिसांच्या विभागाचे हे थेट अधिकारी होते.

एक अतिशय साधासुधा असा कृती आराखडा तयार करण्यात आला. आम्ही तयार केलेला तो आराखडा दिल्ली पोलिस अधिकाऱ्यांकडे देण्यात आला. बेत असा होता : दर्यागंज एक्स्चेंजमधील एमटीएनएल अधिकाऱ्यांच्या मदतीने जेथे ३२८१*** हा दूरध्वनी क्रमांक बसवण्यात आलेला होता त्या सार्वजनिक दूरध्वनी केंद्रावरून केलेल्या कॉल्सवर रोज संध्याकाळी ६-३० ते १०-३० या वेळामध्ये नजर ठेवण्यात येईल. या सार्वजनिक दूरध्वनीकेंद्राच्या जवळच मोटरोला अल्ट्रा हाय फ्रिक्वेन्सी बिनतारी संचांसह दोन गट थांबतील. हे गट टेलिफोन एक्स्चेंजमध्ये असलेल्या अधिकाऱ्यांच्या सतत संपर्कात असतील. माहीत असलेल्या अहमदाबाद क्रमांकाला जेव्हा कॉल करण्यात येईल तेव्हा लतीफचा आवाज ओळखणारा अधिकारी लतीफचा आवाज ओळखून हा आवाज लतीफचाच आहे याची खात्री करून घेईल (अर्थात अशी आशा होती). दर्यागंज एक्स्चेंजकडून चुरीवालांजवळच्या या सार्वजनिक दूरध्वनी केंद्राजवळ तैनात असलेल्या दोन्ही गटांकडे एक बिनतारी संदेश पाठवण्यात येईल. ते गट ताबडतोब पुढे होतील आणि लतीफला पकडतील. दिल्ली पोलिस अधिकाऱ्यांना हा आराखडा पसंत पडला आणि त्यांनी तो स्वीकारला.

मी, के एन शर्मा, अगरवाल आणि अरुण कंपानी यांच्याबरोबर अगरवाल यांच्या कचेरीमध्ये गेलो. ही कचेरीही दर्यागंजमध्येच आहे. त्या सार्वजनिक दूरध्वनी केंद्रापासून जवळच आहे. सुनिल सक्सेना, डीजीएम, एमटीएनएल जनपथ यांनी आत्तापर्यंत खूपच मदत केली होती. त्यांना दर्यागंज एक्स्चेंजच्या

इनचार्जना या विशिष्ट कॉलवर नजर ठेवण्यासाठी आवश्यक त्या सर्व व्यवस्था करण्याची विनंती करण्यात आली. दर्यागंज एक्स्चेंजचे डिव्हिजनल इंजिनिअर राजू सिन्हा यांच्याशी बोलून सक्सेनांनी त्यांना आम्हाला मदत करण्याच्या स्पष्ट सूचना दिल्या.

मधल्या काळात, अगरवाल आणि अरुण कंपानी यांनी त्यांचे उत्तम अधिकारी आणि त्या भागातील वेगवेगळ्या चौक्यांमधील उत्तम पोलिस अधिकारी असा वीस जणांचा एक गट तयार केला. या सर्वांना एका विवाहसोहळ्याचा व्हिडिओ पुन्हापुन्हा दाखवण्यात आला. या विवाहसोहळ्याला अब्दुल लतीफ आणि त्याचे मित्र रौफ, शरिफ खान, रसूल पट्टी, सत्तार बॅटरी आणि इतर काहीजण असे हजर होते. हा व्हिडिओ गुजरात पोलिसांनी लतीफच्या माहितीचे जे कागदपत्र एकत्रित केले होते त्यामध्ये होते. या सर्व निवडक पोलिस अधिकाऱ्यांना लतीफ आणि त्याचे मित्र कसे दिसतात – कसे वागतात हे नीट कळावे असा याचा उद्देश होता. अब्दुल लतीफ आणि अहमदाबादमधील व्यक्ती यांच्यातील टेलिफोनवरील संभाषणाच्या ध्वनिफितीही त्यांना ऐकवण्यात आल्या. त्या सर्वांना लतीफच्या आवाजाची ओळख व्हावी असा हेतू यामागे होता. कृतीआराखड्याची संपूर्ण माहिती या सर्वांना देण्यात आली आणि त्यांच्या मनात काही कल्पना असल्यास त्या त्यांनी सांगाव्या असे आवाहनही त्यांना करण्यात आले. सर्वांच्या मतानुसार शेवटचा कृतीआराखडा निश्चित करण्यात आला. यामध्ये प्रत्येक जणच महत्त्वाची भूमिका बजावणार होता आणि तेही अचूकपणे.

राजू सिन्हांना डीसीपी (सेंट्रल) यांच्या कचेरीत येण्याची विनंती करण्यात आली आणि ते आल्यानंतर त्यांनाही हा सर्व आराखडा समजावून सांगण्यात आला. सिन्हा हे एक बुद्धिमान व तडफदार अभियंता आहेत, त्यांनी – त्या काळातील सर्व तांत्रिक सुविधांसह – एक अतिशय उत्कृष्ट अशी आयटी रचना त्यांच्या कचेरीमध्ये उभारली. परंतु, कॉल्स ऐकण्यासाठी त्यांना एक विशिष्ट प्रकारचे साधन हवे होते ते एमटीएनएलच्या व्हिजिलन्स विभागाचे जीएम मलिक यांच्याकडेच होते. मी मलिक यांच्याशी बोललो आणि त्यांनी मोठ्या आपुलकीने ते साधन आम्हाला उपलब्ध करून दिले.

९ ऑक्टोबर १९९५ या दिवशी संध्याकाळी ६.३० वाजता, कुलदीप शर्मा, एच सी सिंग, अरुण कंपानी, ए के जडेजा आणि मी व एम के भट हे सारे राजू सिन्हा यांच्या दर्यागंज येथील कचेरीत पोचलो. त्या सार्वजनिक

दूरध्वनी केंद्रातील दोन्ही दूरध्वनी संचांशी जोडलेले दोन संगणक असलेली टेलिफोन मॉनिटरिंग प्रणाली घेऊन सिन्हा तयारच होते. ते दूरध्वनी विशेष नजर ठेवणाऱ्या साधनांशी असे जोडण्यात आले होते की कॉल करणारा व ज्याला कॉल केला आहे त्याला आपले संभाषण ऐकले जात आहे याची गंधवार्ताही लागू नये. शिवाय, आम्ही त्या दूरध्वनींमध्ये काही बोललो तरीही ते कॉल करणाऱ्याला किंवा कॉल घेणाऱ्याला ऐकू जाणार नाही अशी व्यवस्था करण्यात आलेली होती. त्या साधनामध्ये ध्वनिमुद्रण करण्याचीही व्यवस्था होती. त्या सार्वजनिक दूरध्वनीकेंद्रातील त्या दोन दूरध्वनींवरून कोणीही कॉल केला तर तो क्रमांक आमच्या संगणकाच्या पडद्यावर आम्ही पाहू शकत होतो. आणि त्या कॉलच्या शहराचे नावही दिसू शकत होते. आम्हा नजर ठेवणाऱ्यांसाठी एक स्वतंत्र दूरध्वनी ठेवण्यात आला होता. सिन्हांच्या या व्यवस्थेमध्ये आणखी एक उपजतच व्यवस्था होती. सार्वजनिक दूरध्वनी केंद्रावरील क्रमांकाचा वापर लतीफ अहमदाबाद क्रमांकाशी कॉन्फरन्स कॉलसाठी वापरण्याची शक्यता अगदी कमी होती तरीही असे झालेच तर कॉलिंग क्रमांक आणि त्याचे ठिकाण हे संगणकावर दिसणार होते. त्या ठिकाणी जाण्याचेच काम सोपवण्यात आलेला एक स्वतंत्र गट आमच्याबरोबरच त्या एक्स्चेंजमध्येच हजर होता. म्हणजेच, अब्दुल लतीफने दिल्लीतील दुसरा क्रमांक वापरून, सार्वजनिक दूरध्वनी केंद्रामधून कॉन्फरन्स कॉल केला तर या काहीशा अशक्य बाबीवरही नजर ठेवण्याची सोय केली गेलेली होती. परंतु, त्या रात्री, ११ वाजेपर्यंत आम्हाला रस वाटेल असे काहीही घडले नाही. काही विशेष न घडता आम्ही आपापल्या वाटेने गेलो असलो तरी आपली व्यवस्था अतिशय अचूक व शक्य तेवढी योग्य अशीच झालेली आहे ही भावना आनंददायक – समाधानकारक होती हे नक्की.

त्या तांत्रिक व्यवस्थेचा मी खोलवर जाऊन अभ्यास केला. आजच्या निकषांवरून ती व्यवस्था या व्यवसायातील कायदा सुव्यवस्था राखणाऱ्या अधिकाऱ्यांना अगदीच बाळबोध वाटेल परंतु त्यावेळी मात्र हे खरोखरीच फार उच्च प्रतीचे काम होते. १९९० च्या दशकाच्या सुरुवातीला संगणक आणि गुप्तपणे संभाषण ऐकण्याची साधने आजच्याइतकी प्रचलित नव्हती. तपास करणाऱ्या आजच्या अधिकाऱ्यांना सुदैवाने नजर ठेवण्यासाठी फार चांगली तंत्रसाधने उपलब्ध आहेत परंतु त्या काळी, आमच्या या कामगिरीसाठी राजू सिन्हांनी जी साधने वापरून ती व्यवस्था उभारली होती ती म्हणजे एक नावीन्यच होते. पहिला दिवस काहीही न घडता गेला.

दुसऱ्या दिवशी, संध्याकाळी ६.३० वाजता सर्व योजना व्यवस्थित सुरू केल्या गेल्या. अगदी आदल्या दिवशी सारख्याच. आता दुसऱ्या दिवशी तरी नशीब उघडते आहे का ते बघत आम्ही एक्स्चेंजमध्ये अगदी तयारीत बसलेलो होतो. सुमारे ८.३० ला त्या सार्वजनिक दूरध्वनीकेंद्रामधून एक कॉल उदयपूरला करण्यात आला. ते आमच्या संगणकावर दिसत होते. आम्ही सगळे लतीफ अहमदाबादला कॉल करेल याची वाट बघत असल्याने या कॉलवरील संभाषणाकडे आम्ही सुरुवातीला फारसे लक्ष दिले नाही. परंतु काही क्षणांमध्येच कुलदीपला शंका आली की लतीफच बोलतो आहे. त्याने हेडफोन माझ्या हातात दिला. मीही लतीफचे बोलणे पुन्हा पुन्हा ऐकले असल्याने मी कुलदीपची शंका खरी असल्याचे सांगितले. त्याने माझ्याकडून हेडफोन परत घेतला आणि अधिक काळजीपूर्वक बोलणे ऐकू लागला. संभाषण सुरू असतानाच त्याने अरुण कंपनीला एक बिनतारी संदेश इन्स्पेक्टर राज–एटीएस गुजरात यांना पाठवण्यास सांगितले. या संदेशाने इन्स्पेक्टर राज यांना त्या सार्वजनिक दूरध्वनी केंद्राच्या जवळ सरकण्याची आणि काही विशेष दिसले तर खबर देण्याची सूचना देण्यात आली होती. कंपनीने आपल्या दोन गटांपैकी एक गट त्या दूरध्वनीकेंद्राच्या शक्य तेवढ्या जवळ नेला. कुलदीप अजूनही फोनवरचे संभाषण ऐकतच होता. तेवढ्यात त्याला एक वाक्य ऐकू आले. *'आइसा क्या?'* हे लतीफचे अगदी ठरलेले वाक्य होते आणि हे कुलदीपला माहीत होते. बिनतारी यंत्रणेवरून आमच्या गटांना पुढे होण्याचा सूचना दिल्या गेल्या.

इन्स्पेक्टर राज दूरध्वनी केंद्राच्या जवळ पोचले तेव्हा त्या काचेच्या केबिनमध्ये बसलेला लतीफ त्यांना दिसला. त्यांच्या अगदी लगत असलेल्या गटाला राज यांनी खूण करून त्यांना मदत करण्यासाठी पुढे बोलावले. अगदी त्याच क्षणी, अब्दुल लतीफने या गुजरात पोलिस दलातील अधिकाऱ्याला पाहिले आणि ओळखले. तो धावतच बूथबाहेर पडला. इन्स्पेक्टर राजनी त्याचा रस्ता अडवून त्याला पकडण्यास सुरुवात केली. मधल्या काळात, दर्यागंजच्या स्टेशन अधिकाऱ्याने लतीफला पकडले आणि त्याच्यावर बंदूक रोखून त्याला ताब्यात घेतले. त्या गर्दीच्या भागामधून सगळ्या गर्दीच्या देखत त्याला अक्षरश: फरफटत सुमारे दोन फर्लांग बाहेर काढण्यात आले. एका पोलिस वाहनामध्ये बसवून दर्यागंज भागाच्या ए सी पी यांच्या कचेरीमध्ये नेण्यात आले.

जामा मसजिद भागामध्ये काय चालले आहे याचा आम्हा एक्स्चेंजमध्ये बसलेल्या लोकांना थांगपत्ताही नव्हता. प्रत्यक्ष त्या ठिकाणच्या आमच्या

अधिकाऱ्यांकडून आम्हाला काहीच खबर मिळाली नव्हती. ही चांगलीच गोष्ट आहे अशी आम्हाला आशा होती. आम्हा पोलिसांच्या दृष्टीने बहुतेक वेळा काहीच बातमी नसणे हीच एक चांगली बातमी असते. आता यापुढे एक्स्चेंजमध्ये थांबण्यात काहीच अर्थ नव्हता. आम्ही निघण्याची तयारी करतच होतो तेवढ्यात एक्स्चेंजमधल्या एका बिनतारी यंत्राला वाचा फुटली. लहान मुलाच्या बडबडण्यासारख्या त्या असंबद्ध संदेशामधून आम्ही असा अर्थ काढला की लतीफला पकडण्यात आले असून त्याला एसीपी यांच्या कचेरीत आणण्यात आले आहे.

अजिबात वेळ न घालवता आम्ही तेथे पोचलो. अब्दुल लतीफ अब्दुल वजाब शेख हा हाडामांसाचा माणूस प्रत्यक्ष आमच्यासमोर उभा होता. गुजरात पोलिसदलातील एका अधिकाऱ्याने जबरदस्तीने त्याचा जबडा उघडला आणि त्याचे डागाळलेले दात सामोरे आले. समोरच्या दातांमधला एक सोन्याचा दात त्याची पुरती ओळख पटवण्यास पुरेसा होता. त्यानंतरच्या एका लहानशा चौकशीमध्ये त्याने आपणच लतीफ असल्याचे कबूल केले.

मी माझ्या खास संचालकांना, अरुण भगत यांना दूरध्वनी केला तेव्हा त्यांची प्रतिक्रियाच पुरेशी बोलकी होती. 'काय सांगतोस? खरोखरच लतीफ सापडला तुम्हाला?' त्यानी कमालीच्या उत्सुकतेने आणि काहीशा अविश्वासाने विचारले. 'होय, सर.' मी विजयाने उत्तर दिले. आमचा हा मौल्यवान कैदी स्वत: बघण्यासाठी ताबडतोब ते दर्यागंज पोलिस स्टेशनमध्ये आले. अनेक घृणास्पद गुन्ह्यांचे आरोप असलेला लतीफ हा पाकिस्तानात दाऊद, आयएसआय इत्यादींचा पाहुणचार घेत, भारतीय कायद्याच्या सीमेपार मजेत असेल अशीच सर्वसाधारण समजूत होती.

कुलदीपने त्याचे वरिष्ठ आणि त्याच्या राज्याचे मुख्यमंत्री केशुभाई पटेल यांना ही बातमी दिली. ही अटक गुजरातच्या दृष्टीनी लाखमोलाची होती. दुसऱ्या दिवशी पहाटेच्या विमानाने लतीफला अहमदाबादला नेण्याचे कुलदीपने निश्चित केले. गुजरातचे डीजीपी यांची फार इच्छा होती की मीही त्याच्याबरोबर यावे. ते माझ्या खास संचालकांशी बोलले आणि लतीफला घेऊन अहमदाबादला येणाऱ्या गुजरात पोलिस गटाबरोबर मला पाठवण्याची त्यांना विनंती केली.

त्या रात्री अजिबात झोप न मिळालेला, डोळे तांबारलेला असा मी, त्या ५.४५ वाजता निघणाऱ्या इंडियन एअर लाइन्सच्या अहमदाबादला जाणाऱ्या

विमानामध्ये बसलो. माझ्याबरोबर कुलदीप शर्माच्या नेतृत्वाखाली काम केलेला विजयी एटीएस गट होता आणि अर्थातच पळपुटा लतीफ. आता मात्र खरोखरच त्याचे दिवस भरले होते.

~

एम के सिन्हा, डीजीपी, गुजरात - राज्याचा सर्वात वरिष्ठ पोलिस अधिकारी - अहमदाबाद विमानतळावर आमचे स्वागत करण्यासाठी हजर होते. गुजरातच्या दृष्टीने लतीफला जाळ्यात पकडणे ही फार महत्त्वाची बाब होती आणि त्यामुळे स्वत: डीजीपी यांची उपस्थिती असणे योग्यच होते. मन:पूर्वक केलेली हस्तांदोलने, गळाभेटी आणि अभिनंदने यांची देवाणघेवाण झाल्यावर मोटारींच्या एका लांबलचक ताफ्यातून लतीफला शहराकडे नेण्यात आले.

लतीफच्या अटकेची बातमी अजून बाहेर पसरली नव्हती. शहर नुकते जागे होत होते. दोनतीन तासांनंतर डीजीपींनी एक पत्रकार परिषद बोलावली. त्या परिषदेलाही मी उपस्थित राहावे असे सुचवण्यात आले. डीआयजी (एटीएस) कुलदीप शर्मांनी प्रसारमाध्यमांना माहिती देताना सीबीआयलाही योग्य ते श्रेय दिले. दुसऱ्या दिवशीच्या वृत्तपत्रांमध्ये मीही प्रामुख्याने दिसत होतो.

सर्किट हाऊसच्या अतिमहत्त्वाच्या व्यक्तींसाठी असलेल्या खोलीमध्ये माझी राहाण्याची व्यवस्था केलेली होती. या खोल्या मुख्यमंत्र्यांच्या खास पाहुण्यांसाठी राखून ठेवलेल्या असतात. मलाही एक प्रकारचा सरकारी पाहुणाच मानण्यात येत होते किंवा असे दिसत तरी होते. त्या दिवशी दुपारी, केशुभाई पटेल यांच्या निमंत्रणावरून मी व कुलदीप त्यांच्या कचेरीमध्ये गेलो. आपल्या खुर्चीवरून उठत हात जोडून त्यांनी माझे स्वागत केले. ही त्यांची कृतज्ञता होती. ते म्हणाले, 'डीआयजी साहेब, तुम्ही गुजरातसाठी जे काही केले आहे त्याबद्दल आम्ही तुमचे पुरेसे आभार कधीच मानू शकणार नाही.' त्यांची विनम्रता आणि प्रामाणिकपणा मला स्पर्शून गेला.

त्या संध्याकाळी पोलिस मेसमध्ये एक समारंभ साजरा करण्यात आला. अहमदाबाद आणि गांधीनगर येथे तैनात असलेले, राज्यातील अनेक वरिष्ठ अधिकारी या समारंभाला उपस्थित होते. गुजरात एटीएस अधिकाऱ्यांबरोबर माझाही सत्कार करण्यात आला. कौतुकाची भाषणे करण्यात आली. गुजरात पोलिसांच्या इतिहासामध्ये हा सोनेरी अक्षरांनी लिहिण्याचा दिवस आहे असे म्हटले गेले. हा समारंभ सुरू असतानाच एक बातमी आली. लतीफच्या

अटकेचा आनंद साजरा करण्यासाठी सर्वसामान्य लोकांनी एक मिरवणूक काढली होती. ज्या भागामध्ये लतीफचा अधिक प्रभाव होता त्या भागामधून ही मिरवणूक जात असताना तिच्यावर दगडविटांचा मारा करण्यात आला होता. ही धार्मिक दंगल होण्याचा संभव होता. त्या विभागाचे काही अधिकारी घाईघाईने समारंभातून निघून जेथे दगडविटा फेकल्या जात होत्या त्या ठिकाणी पोचले. परंतु अखेरीस काही फारसे वाईट घडले नाही.

दुसऱ्या दिवशी मी सकाळच्या विमानाने दिल्लीला परतणार होतो. विमानतळा वरचे सोपस्कार पूर्ण करून मी प्रवाशांच्या दालनामध्ये बसलो होतो. एक मध्यम वयीन गणवेशधारी पोलिस सब-इन्स्पेक्टर माझ्याजवळ आला आणि त्याने मला सलाम केला. तो विमानतळाच्या सुरक्षेसाठी नेमलेला अधिकारी होता हे उघडच होते. त्या दिवशी तो जे काही बोलला ते आजही माझ्या स्मरणात आहे. तो म्हणाला, 'सर, तुम्ही आमच्यासाठी काय केले आहे याची तुम्हाला कल्पना नाहीये. आम्ही कधीही एखाद्या गुंडाला पकडायला गेलो की लोक आमची टिंगल करायचे, भुरटे गुन्हेगार म्हणायचे, हिंमत असेल तर लतीफला पकडून दाखवा आणि मग आमच्यामागे या. सर, लतीफच्या अटकेमुळे आता आम्ही मान ताठ ठेवून चालू शकू.' आपल्या एका सहकारी पोलिस अधिकाऱ्याच्या या वाक्यापेक्षा आणखी कोणते बक्षीस मोठे असू शकेल?

बक्षिसांबद्दल बोलायचे तर, गुजरात सरकारने अतिशय मोठेपणाने दिल्ली पोलिस आणि सीबीआयची मदत झाल्याचे मान्य केले. या कामगिरीमध्ये सहभागी झालेल्या प्रत्येक व्यक्तीला एक सन्मानपत्र व भरघोस रक्कम बक्षीस म्हणून मिळाली. आमचा सत्कार करण्यासाठी दिल्लीतील गुजरात भवनमध्ये एक औपचारिक समारंभ आयोजित करण्यात आला. त्यावेळी ते गुजरातचे मुख्यमंत्री नव्हते तरीही नवे मुख्यमंत्री सुरेश मेहता हे खास या समारंभासाठी दिल्लीला आले.

~

खून आणि खंडणीच्या अनेक गुन्ह्यांसाठी लतीफची चौकशी करण्यात आली. त्यामध्ये प्रलंबित असलेली रौफ वलिउल्लाहची सीबीआयची केसही होती. शनिवार, २९ नोव्हेंबर १९९७ ला पहाटे, त्याच्या अटकेनंतर दोन वर्षांनी नरोडा रेल्वे क्रॉसिंगजवळ गुजरात पोलिसांनी त्याला गोळ्या घालून ठार केले.

शौचाला जाण्याच्या बहाण्याने तो पळून जाण्याचा प्रयत्न करत होता म्हणून त्याच्याबरोबरच्या पोलिस गटाने त्याच्यावर गोळ्या झाडल्या, असे म्हटले जाते.

लतीफची अटक म्हणजे एकत्रित ऊर्जा काय करू शकते याची आणि पोलिसांच्या क्षमतेची आणि सामान्य नागरिकांच्या सहकार्याची एक पावतीच आहे. गुजरात पोलिसांनी प्राथमिक सुगावे दिले आणि माझ्या हाताखालील सीबीआयच्या एसटीएफ विभागाने त्या सुगाव्यांचा अतिशय काळजीपूर्वक व कष्ट घेऊन अचूक पाठपुरावा केला. टेलिफोन अधिकाऱ्यांशी आम्ही साधलेल्या वैयक्तिक संपर्कामुळे अखेरीस त्यांनी आम्हाला उत्कृष्ट असा तांत्रिक पाठिंबा दिला. उत्कृष्ट असा भातृभाव मनात ठेवून दिल्ली पोलिसांनी सिद्ध केले की आम्ही एक सक्षम आणि वाहून घेतलेले बंधु आहोत. गुजरात पोलिस दलाचा एक वरिष्ठ अधिकारी लतीफचा आवाज ओळखण्यासाठी व आपल्या गटाचे नेतृत्व करण्यासाठी स्वत: जातीने हजर होता. हे तर एखादे स्वप्न पडावे तशी कामगिरी झाली. यामुळे डॉन लतीफवर कायमचा पडदा पडला. त्याच्या आत्म्याला शांति लाभो.

6

दुबईतील आपला माणूस

सीबीआय विरुद्ध आयएसआय

१२ मार्च १९९३ची दुपार होती. मुंबईतील इतर कोणत्याही दुपारीसारखीच तीही एक दुपार होती.* भारताच्या व्यापारी राजधानीमध्ये आधीच लहानसा असलेला हिवाळा आता पुरता ओसरला होता. उन्हाळा पाय रोवू लागला होता. कायम अतिशय घाईत असणाऱ्या या शहराने जेवणाची सुट्टी घेतली होती. सगळे काही आलबेल असल्यासारखे दिसत होते तरी ती शांतता काही वेगळीच वाटत होती. सर्वसामान्यपणे हे शहर वैश्विक वृत्तीचे आणि व्यापारास अनुकूल असलेले सामाजिक व सांस्कृतिक पर्यावरणाचे म्हणून प्रसिद्ध असले तरी डिसेंबर १९९२ आणि जानेवारी १९९३ या दोन महिन्यांमध्ये झालेल्या रक्तरंजित अशा हिंदु-मुस्लिम दंग्यांमुळे या शहराचे तुकडे झाल्यासारखे वाटत होते. या जातीय दंग्यांमध्ये ९०० जीव गेले होते – बहुतेक जण मुस्लिम होते. वरवर दिसणाऱ्या शांततेखाली भीतीचे आणि अनिश्चिततेचे एक वातावरण खळबळत होते.

विल्यम शेक्सपीअरच्या सुप्रसिद्ध नाटकातील भविष्यवेत्त्याने ज्युलियस सीझरला 'आइड्झ ऑफ मार्च' पासून सावध राहाण्याची सूचना दिली होती. परंतु मुंबई शहराला येत्या दोन तीन तासांमध्ये शहरावर भयानक संकट कोसळणार आहे अशी सूचना देणारे कुणीच नव्हते.

---

* डिसक्लेमर : हे निवेदन म्हणजे, १२ मार्च १९९३ रोजी मुंबईला हादरवून टाकणाऱ्या मुंबई बाँबस्फोटांमधील फरार आरोपींना पकडण्यासाठी सीबीआयने केलेल्या प्रयत्नांची कथा आहे. कुठल्याही ठिकाणी जर माझ्या सांगण्यात याकूब किंवा मेमन कुटुंबियांविषयी सहानभुतीचा अंश दिसत असेल तर तो 'लिमा सिन्ड्रोम' समजावा.

दुपारचा १.३० ते ३.४० या वेळामध्ये बॉंबस्फोटांच्या साखळीने शहर हादरून गेले. २५७ मृत व ७१३ जखमी. कोट्यवधी रुपयांची मालमत्ता नष्ट झाली. सबंध देशाला प्रचंड मोठा धक्का बसावा आणि देश भयभीत होऊन जावा याच हेतूने या स्फोटांची लक्ष्ये निवडण्यात आली होती. स्टॉक एक्स्चेंज इमारत किंवा एअर इंडिया इमारत यांसारख्या सरकारी आणि अर्ध-सरकारी इमारती होत्या, बांद्रा येथील सी रॉक, सांता क्रूझ येथील हॉटेल सेंटॉर, जुहू येथील हॉटेल सेंटॉर अशी काही पंचतारांकित होटेल्स होती आणि काही ग्राहकांची खूप गर्दी असलेली, झवेरी बझार, काथा बझार, वरळीचा सेंच्युरी बझार आणि प्लाझा थिएटर ही ठिकाणे जास्तीत जास्त जीवितहानी व्हावी आणि दहशतीचे वातावरण पसरावे म्हणूनच निवडण्यात आली होती. हे सगळे पुरेसे नव्हते म्हणून की काय जातीय दंगल माजावी म्हणून माहीममधील एका हिंदू वसाहतीवर हातबॉंब टाकण्यात आला आणि दादर येथील शिवसेना भवनजवळील एका पेट्रोल पंपावरही एक स्फोट घडवून आणण्यात आला. यामुळे दंगे उसळले आणि ३ लोक मरण पावले आणि अनेक दुकाने, घरे व वाहने नष्ट झाली.

केवळ मुंबईच नव्हे तर सारा देश या स्फोटांनी हादरून गेला. आधुनिक भारताच्या सबंध इतिहासामध्ये एवढ्या मोठ्या प्रमाणावर आणि इतक्या अचूक आखणीने दहशत पसरवणारा हल्ला झाला नव्हता. भारताच्या सुदैवाने, मुंबई पोलिसांनी त्याच दिवशी या केसचा उलगडाही केला. त्यांना वरळीच्या सीमेन्स कारखान्याजवळ एक मारुती व्हॅन सापडली. तिचा नोंदणी कमांक एमएफसी १९७२ असा होता. ती मोटार सोडून दिलेली बेवारशी अशी होती. त्यामध्ये ७ ए-के ५७ रायफली, ४ हातबॉंब, १४ ए-के ५६ मॅगझीन्स अणि एक टायमर पेन्सिल इतक्या वस्तू हाती लागल्या.

या मारुती व्हॅनच्या पुढच्या कप्प्यामध्ये नोंदणीपुस्तकाची दुसरी प्रत सापडली. तिच्यावर मोटारीची मालक म्हणून रुबिना मेमन असे नाव होते. माहीममधील अल-हुसैनी इमारतीमध्ये राहाणाऱ्या सुलेमान मेमन नावाच्या व्यक्तीची ती पत्नी असल्याचे त्यात नमूद केलेले होते. त्या ठिकाणी घातलेल्या धाडीमध्ये पोलिसांना तेथल्या गॅरेजमध्ये, लिफ्टमध्ये आणि एका इब्राहीम रझाक मेमन उर्फ टायगर मेमन या नावाच्या माणसाच्या मालकीच्या काही सदनिकांमध्ये आरडीएक्सचे काही अवशेष सापडले. आरडीएक्स हा एक अतिशय प्राणघातक असा स्फोटक पदार्थ आहे. टायगर मेमन हा एक कुप्रसिद्ध, संतापी असा सोने चांदीची त्तस्करी करणारा मुंबईचा गुंड होता.

(माहीमच्या या गुंडाने एका घटनेनंतर टायगर हे नाव मिळवले होते असे म्हटले जाते. ही घटना मुंबईच्या गुंडगिरी जगातील एक दंतकथाच बनली आहे जी मुळात खरी नाही. आजही तिची समकालीन लोकांकडून आठवण काढली जाते. असे म्हणतात की इब्राहीम रझाक मेमनची एक चांदीची तस्करी असलेली कन्साइनमेंट एका जकात अधिकाऱ्याने पकडली आणि त्यातील काही भाग लुबाडण्याची हिंमतही त्या अधिकाऱ्याने दाखवली. मेमनने लोकांसमोर त्या अधिकाऱ्याला चोपले आणि त्याने चोरलेल्या सर्व चिपा हस्तगत केल्या. त्यानंतर त्याच्यासंबंधीच्या आदराने आणि भीतीने त्याचे सहकारी त्याला टायगर म्हणू लागले. आणखी एकदा, असे म्हणतात, टायगरचा काहीसा भित्रा धाकटा भाऊ युसुफ याला त्यांच्याच जवळपासच्या भागामध्ये राहाणाऱ्या काही गुंडांनी बदडून काढले. या गुंडांपैकी एक जण जी मोटार चालवत होत्या त्या मोटारीच्या चाकाने युसुफवर खड्ड्यातील चिखल उडवला होता. त्याने यावर आक्षेप घेताच त्याला मारहाण करण्यात आली. माहीम पोलिस चौकी या जागेपासून जेमतेम ५० मीटर्स अंतरावर होती. पोलिसांनी युसुफ आणि ते गुंड या सर्वांना पकडले. टायगरला ही बातमी कळल्याबरोबर तो त्या चौकीत पोचला आणि पोलिसांच्या देखतच त्याने त्या गुंडांना चोपून काढले. युसुफला घेऊनच तो चौकीबाहेर पडला पण पोलिस तोंडातून ब्र ही काढू शकले नाहीत. ही घटनाही दंतकथाच असू शकेल परंतु तिच्यामुळे टायगरची सरकारी अधिकाराला न जुमानण्याची बेमुर्वत प्रतिमा अधिकच प्रसिद्ध झाली.)

माहीममधील अल-हुसैनी इमारतीमध्ये राहाणाऱ्या टायगरच्या एकत्र कुटुंबाच्या जागेमध्ये पुठ्ठ्याची २७ खोकी सापडली. यापैकी एका खोक्यावर पॅक्साइल पॅकेजेस लिमिटेड, लाहोर असे लेबल होते. दुसऱ्यावर 'पॅकर्स पॅकेजेस लिमिटेड, कंटेनर लाहोर, पी-१२/९०' असे लेबल होते. मेमन कुटुंबाच्या मालकीच्या गराजमध्ये सापडलेल्या तिसऱ्या खोक्यावरच्या लेबलवर पांढरा रंग फासण्यात आला होता. नंतर केलेल्या न्यायवैद्यकीय तपासणीमध्ये असे आढळून आले की त्यावर वाह नोबेल प्रायव्हेट लिमिटेड, वाह कँटोनमेंट, इस्लामाबाद, पाकिस्तान असे लिहिलेले होते. त्यानंतरच्या तपासामध्ये असे आढळून आले की ही कंपनी १२/९२, जी टी रोड, वाह कँटोनमेंट या पत्त्यावर होती. आणि ती डायनामाइट, आरडीएक्स अशी स्फोटके आणि सेफ्टी फ्युजेस, डिटोनेटर्स आणि स्फोट घडवून आणण्याची साधने बनवणारी कंपनी होती. ही कंपनी रावलपिंडी चेंबर ऑफ कॉमर्स अँड इंडस्ट्रीची सभासद होती -

अजूनही असण्याची शक्यता आहे. मेमन लोकांच्या गराजमध्ये आरडीएक्सचे अवशेष सापडले.

या भयानक गुन्ह्याच्या पार्श्वभूमीचे पदर जसे एकामागोमाग उलगडू लागले – कांद्याचे पापुद्रे उलगडावे तसे – दाऊद इब्राहीम, टायगर मेमन आणि मोहम्मद डोसा हे मुंबईच्या गुन्हेगारजगातील कुप्रसिद्ध तस्कर आणि डॉन व्यक्तींचे त्रिकूट या स्फोटांच्या मागे आहे. हे स्पष्ट होऊ लागले. आपल्या दूरवर पसरलेल्या तस्करी राज्यातील दुय्यम कार्यव्यवस्था आणि समुद्रावरील नाखवे, खबरे, लँडिंग एजंट्स, धक्के , गोदामे यांचा वापर केला होता तसेच भ्रष्टाचारी जकात अधिकारी आणि पोलिस अधिकारी यांचा पाठिंबा मिळाला होता. स्थानिक व परदेशातील पैसा पुरवणारे लोक इत्यादीच्या जाळ्याचा पुरेपूर वापर त्यांनी हे स्फोट घडवून आणण्यासाठी केला होता. पुढच्या तपासामध्ये हेही सिद्ध झाले की मुंबईच्या या तीन तस्करांचे हे विश्वासघातकी कारस्थान मुळात आपल्या 'प्रेमळ' शेजाऱ्यांच्या डोक्यात शिजलेले होते. त्याविषयी अधिक माहिती नंतर.

१९८० च्या दशकाच्या मध्यावर त्याच्यावर लावलेल्या असंख्य प्रलंबित केसेसपासून स्वत:चा बचाव करण्यासाठी दाऊद इब्राहीम मुंबई सोडून पळाला होता. त्यावेळेपासूनच त्याने दुबई आणि कराची ही दोन ठिकाणे लपून राहाण्यासाठी निवडली होती. स्फोटांनंतर डोसा पळाला आणि टायगर मेमन हा १२ मार्चला सकाळी दुबईला पळाला.

अगदी शेवटच्या क्षणी टायगर मेमनचे पळून जाणे आणि बॉम्ब्ज वगैरे सामान ठेवण्यासाठी त्याच्या जागेचा झालेला वापर या दोन गोष्टी स्वत:च्याच शहरामध्ये घडवून आणलेल्या या घाणेरड्या कृत्यातील त्याच्या सहभागाचा पुरेसा पुरावा होता. या केसमधील हे तिघेही फरार आरोपी घोषित करण्यात आले आणि त्यांच्याविरुद्ध इंटरपोलच्या रेड नोटिसेस जारी करण्यात आल्या.

त्या वेळी मी दिल्ली पोलिसदलामध्ये क्राइम ब्रँचचा डीआयजी म्हणून काम करत होतो. देशातील इतर सर्व पोलिस अधिकाऱ्यांप्रमाणेच मलाही मुंबई पोलिस दलाने झटकन सोडवलेल्या या गुन्ह्याबद्दल त्यांचा अभिमान वाटत होता. या तपासासंबंधीची प्रत्येक बातमी भारतीय पोलिस दलातील सर्व बंधू मोठ्या उत्सुकतेने वाचत होते. काही महिन्यांच्या आतच या केसमध्ये मलाही खूप काही करायला मिळणार आहे याची मला सुतराम कल्पना नव्हती.

जून १९९३ मध्ये, दिल्ली पोलिस दलातून मी प्रतिनिधित्वावर सीबीआयमध्ये काम करू लागलो. सीबीआयच्या एसटीएफ या नव्या विभागाचा डीआयजी

हे माझे पद होते. एसटीएफ या विभागाची स्थापना मे १९९३ मध्ये करण्यात आली होती, मुंबई पोलिसांच्या क्राइम ब्रँचकडून या बॉंबस्फोटांची केस एसटीएफने हाती घ्यावयाची होती. त्यांच्या तपासाचे काम पूर्ण झाले की मग ते दाखल करणार असलेल्या आरोपपत्राची आम्ही वाट पाहात होतो. त्यानंतरच आम्ही अधिकृतपणे आमच्या तपासाला सुरुवात करणार होतो. १९९३ च्या डिसेंबर मध्ये, मुंबई क्राइम ब्रँचच्या त्यावेळच्या प्रमुखांनी - जेसीपी एम एन सिंग यांनी आणि त्यावेळचे डीसीपी राकेश मारिया यांनी आरोपपत्र दाखल केले. (या दोघांनीही नंतर मुंबईचे कमिशनर ऑफ पोलिस म्हणून काम केले.) आणि एसटीएफने अधिकृतपणे ही केस हाती घेतली. पुढील काही महिन्यांमध्ये, आम्ही आणखी १४ पुरवणी आरोपपत्रे दाखल केली, २९ फरारी आरोपींना अटक केली आणि न्यायालयामध्ये अतिशय चिवटपणे या केसचा पाठपुरावा केला. अखेरीस या केसमधील १२३ आरोपींपैकी १०० आरोपींवरील आरोप सिद्ध झाले. सुमारे ८०० साक्षीदार तपासले गेले. परंतु ही काही आमच्या तपासाची गोष्ट नाही किंवा आम्ही न्यायालयामध्ये ही केस कशी चालवली याचीही नाही. ही गोष्ट आहे आमच्या कामगिरीची - टायगर मेमनच्या जवळच्या नातेवाईकांपैकी १० जणांना-त्यामध्ये ३ लहान मुलेही होती - आम्ही दुबईहून भारतामध्ये परत कसे आणले याची - आजवर न सांगितली गेलेली गोष्ट आहे ही. ही आमची कामगिरी असफल व्हावी म्हणून आयएसआयने अनेक गंभीर प्रयत्न करूनही आम्ही सफल झालो त्याची.

~

मुंबई स्फोटामधील एक फरार जाहीर झालेला गुन्हेगार याकूब हा मेमन कुटुंबातील ज्या १२ व्यक्ती गुन्हेगार म्हणून जाहीर झालेल्या होत्या, त्यांच्यापैकी एक होता. ५ ऑगस्ट १९९४ ला एसटीएफने त्याला अटक केली. त्याची भरपूर चौकशी करण्यात आली तेव्हा त्याने या स्फोटांच्या आधी व नंतर त्याच्या स्वत:च्या वर्तनासंबंधी आणि त्याच्या कुटुंबीयांसंबंधी बरीच आश्चर्यजनक माहिती दिली. त्याने सांगितलेल्या अनेक गोष्टी आम्हाला आधीच माहीत झालेल्या होत्या. त्यामध्ये भर म्हणून त्याच्या सूटकेसमधून जे कागदपत्र मिळाले त्यामध्ये त्याचे स्वत:चे व त्याच्या कुटुंबीयांची भारतीय पारपत्रेही मिळाली. त्याखेरीज, पाकिस्तानातील त्यांच्या मालकीच्या प्रॉपर्टीसंबंधीची कागदपत्रे, मेमन कुटुंबासाठी पाकिस्तान सरकारने जारी केलेली

ओळखपत्रे, कराचीतील मेट्रॉपॉलिटन कॉर्पोरेशनने जारी केलेले जन्मदाखले, शाळा आणि महाविद्यालय सोडल्याचे दाखले अशी अनेक कागदपत्रे मिळाली. याखेरीज, या स्फोटांमागील सूत्रधारांशी याकूबची झालेली संभाषणे ध्वनिमुद्रित केलेल्या मायक्रो कसेटस, पाकिस्तानविरुद्धचे आरोप शाबीत होतील अशा ध्वनिचित्रफिती आणि असेच बरेच काही मिळाले. या कागदपत्रांमधील माहिती आमच्या तपासामधील मोकळ्या जागा भरण्यास फार उपयोगी पडली. या स्फोटांच्या कारस्थानामधील पाकिस्तानचा सहभाग हा संपूर्णपणे पुराव्यासहित शाबीत झाला होता शिवाय हे सर्व ज्याने स्वत:च्या डोळ्यांनी पाहिले होते त्याचीही साक्ष होतीच. त्याने दिलेली माहिती आणि उघड केलेले कट हे केवळ पाकिस्तान आणि आयएसआयला संकटात टाकणारे नव्हते तर त्याला स्वत:ला आणि मेमन कुटुंबालाही संकटात टाकणारे होते.

आमच्याकडे त्याचा ताबा असण्याच्या काळात, मी याकूबशी खूप वेळ बोललो. खूप वेळा मध्ये अजिबात विश्रांती न घेता तासामागून तास बोललो. माझ्या कचेरीमध्ये माझ्या टेबलापलीकडच्या खुर्चीवर बसून त्याने त्याच्या आयुष्याची रामकहाणी आणि या स्फोटांनंतर त्याच्या आयुष्यामध्ये झालेली प्रचंड उलथापालथ मला सांगितली. तो एक प्रशिक्षित सनदी लेखापाल – सीए – होता. त्याचे कुटुंब एक भले मोठे आणि सुखी असे एकत्र कुटुंब होते. हे कुटुंब मूळचे गुजरातमधील जामनगरचे होते. त्याचे वडील, अब्दुल रझ्झाक मेमन एक लहानसा कारखाना चालवत असत. त्या कारखान्याचे नाव होते फेमस इंजिनिअरिंग अँड वेल्डिंग. हा कारखाना मुंबईतील भायखळा भागामध्ये मुस्तफा बझार येथे होता. ते टाटा ऑइल मिल्सला मशीनचे काही भाग पुरवत असत. त्याची आई हनिफा ही साधीसुधी गृहिणी होती. याकूबला ५ भाऊ होते – सुलैमान, इब्राहीम, अयुब, एस्सा आणि युसुफ. हे सारे बऱ्यापैकी शिकलेले होते आणि वेगवेगळ्या व्यवसायांमध्ये काम करत होते. त्यांच्यापैकी तिघेजण विवाहित होते, त्यांना मुलेही होती. याकूबची वीस वर्षे वयाची पत्नी राहीन ही एक गोड मुलगी होती परंतु त्यावेळेपर्यंत त्यांना मूल झालेले नव्हते.

इब्राहीम अब्दुल रझ्झाक मेमन उर्फ टायगर मेमन हा मुंबईतील एका महाविद्यालयामध्ये पहिल्या वर्षापर्यंत शिकलेला होता. १९७८ मध्ये त्याने एका बँकेमध्ये कारकून म्हणून कामाला सुरुवात केली होती. हळूहळू तो सोनेचांदीच्या तस्करीमध्ये गुंतलेल्या एका गटामध्ये गुंतत गेला. मधल्या काळात याकूब हा सनदी लेखापाल झाला होता आणि चांगले पैसे कमावत

होता. टायगरच्या कमाईकडेही तोच बघत होता. त्याने मुंबई आणि गोवा येथील रिअल एस्टेट्स प्रकल्पांमध्ये पैसेही गुंतवले होते. १९९० मध्ये, या कुटुंबाने मुंबईच्या मध्यभागातील माहीम या मुस्लिमबहुल विभागामध्ये अल-हुसैनी इमारतीमध्ये २२, २५ आणि २६ या क्रमांकाच्या ३ सदनिका व एक गराज खरेदी केले.

१९९२ च्या डिसेंबरमध्ये उत्तर प्रदेशातील फैझाबाद येथील बाबरी मशीद पाडली गेल्यानंतर मुंबईमध्ये जे धार्मिक दंगे झाले त्याची थोडीशीही झळ मेमन कुटुंबाला लागली नव्हती. परंतु, त्यापाठोपाठ, जानेवारी १९९३ मध्ये जे दंगे झाले त्याने मात्र मुंबईतील बाकीच्या मुस्लिम समाजाप्रमाणेच मेमन कुटुंबही सुन्न झाले. याकूब मेमनची कचेरी जाळून भस्म करण्यात आली आणि त्याला त्याच्या सर्व अशीलांचे सर्व हिशेब, आयकर व इतर महत्त्वाचे कागदपत्र अक्षरशः कपट्याकपट्याने गोळा करून पुन्हा तयार करावे लागले. त्याने आपल्या घरातूनच काम करण्यास सुरुवात केली. याकूबच्या सांगण्यानुसार त्याचे सर्व कुटुंब सतत भीतीच्या छायेमध्येच जगत होते. भविष्याची चिंता त्यांना सतावत होती.

~

बाबरी मसजिद पाडली गेल्यामुळे केवळ मुंबई किंवा भारतातीलच नव्हे तर सर्व जगातील मुस्लिम समाजाच्या भावना दुखावल्या गेल्या. त्यानंतर जे जातीय दंगे उसळले त्यामुळे भारतातील अल्पसंख्यांक समाजाच्या हिंदूविरोधी व प्रस्थापिताविरोधी भावना अधिकच चाळवल्या गेल्या व या समाजातील अतिरेकी व मूलतत्ववादी यांच्यामध्ये सूडाची भावना प्रखरपणे वाढीला लागली. देशातील सामंजस्याचे वातावरण गढुळले. भारतावर हल्ला करण्याची ही एक उत्तम संधी आहे हे पाकिस्तानच्या आयएसआयला जाणवले. त्यांचे राक्षसी बेत पार पाडण्यासाठी भारतातील अल्पसंख्यांक समाजातील काही निवडक व्यक्तींचा आपण वापर करू शकू हे त्यांच्या लक्षात आले. त्यांच्या या राक्षसी बेतांचे लक्ष्य कमालीची दहशत पसरवणारे हल्ले घडवून आणणे हे होते आणि हे करण्यासाठी मुंबईच्या गुन्हेगारी जगातील व्यक्तींपेक्षा अधिक योग्य कोण असणार? शिवाय दंग्यांमध्ये होरपळून निघालेला मुस्लिम समाज हा देशाच्या आर्थिक राजधानीतील माफिया डॉन्सकडे या सर्वांचा सूड घेण्यासाठी बघू लागलाच होता. आयएसआयने ही सुवर्ण संधी दोन्ही हातांनी पकडली.

तौफिक जालियांवाला आणि सय्यद आरिफ हे कराचीचे दोन सोनेचांदीचे तस्कर आयएसआयचे आवडते हस्तक होते. त्यांची सेवा कायमच आयएसआयसाठी उपलब्ध असायची. आयएसआयमधील त्यांच्या गळ्यातील पट्टे धरणाऱ्या व्यक्तींना भारतातील मुस्लिम बहुल शहरांवर दहशतवादी हल्ले करून भीती फैलावण्याचा एक अतिशय दुष्ट आणि घातक असा बेत सुचला.

हा बेत असा होता – मुंबई, चेन्नई, कोलकाता, अहमदाबाद, बेंगलुरु इत्यादी शहरांतील मुस्लिम तरुणांना कलाश्निकव्ह रायफली आणि इम्प्रोव्हाइज्ड एक्स्प्लोझिव्हज (आयईडी) हाताळण्याचे प्रशिक्षण द्यायचे. मग गणेश चतुर्थी किंवा दसरा अशा एखाद्या हिंदू सणाच्या दिवशी जेथे हिंदू लोक मोठ्या संख्येने जमा झालेले असतील अशा एखाद्या ठिकाणी मोठे स्फोट घडवून आणायचे. त्यामध्ये बहुसंख्यांक समाजातील लोकांचेच बळी अधिक जातील. या राक्षसी बेतामागचा अधिक राक्षसी बेत असा होता की यामागच्या सूत्रधारांची अपेक्षा होती की या बॉंबस्फोटांनंतर आणि असंख्य लोकांच्या जीवितहानीनंतर एक मोठी रागाची प्रतिक्रिया उसळेल आणि संतापलेला हिंदू जमाव बहुसंख्य मुस्लिम राहात असलेल्या विभागावर सूड घेण्यासाठी चालून जाईल. काही अंशी ही अपेक्षा बरोबरही होती. यावेळेपर्यंत पाकिस्तानी छावण्यांमध्ये प्रशिक्षण घेऊन तयार झालेले मुस्लिम तरुण स्वसंरक्षणासाठी त्यांना पुरवण्यात आलेल्या स्वयंचलित हत्यारांनी उलट मारा सुरू करतील. आणि आणखी हिंदूंना ठार करतील. यामुळे बहुसंख्य समाजातील लोक आणखीच संतापतील आणि आयएसआयच्या अपेक्षेनुसार यादवी युद्धासारखी एक परिस्थिती या दोन समाजांमध्ये निर्माण होईल. भारतातील हिंदू-मुस्लिम दरी पूर्ण आणि सुधारता न येण्या इतकी खोल होईल, देशातील समाजपट उद्ध्वस्त होईल. आणि आजवर कधीही झाला नव्हता इतका हा देश कमकुवत होऊन जाईल.

मुंबईच्या तस्करी करणाऱ्या टोळ्यांचे जाळे आयएसआयला त्यांच्या या महत्त्वाकांक्षी बेताला उपयोगी पडणारे असे दिसले. भारतीय तस्करांचे आधीच अस्तित्वात असलेले, सर्वसाधारणपणे सोन्याचांदीची चोरटी वाहतूक करण्यासाठी वापरात आणले जाणारे दुय्यम व्यवस्थापनाचे जाळे हत्यारे आणि स्फोटके नेण्यासाठी वापरणे याच्यासारखी दुसरी कोणतीच आणखी चांगली बाब नव्हती. या तस्करी करणाऱ्या गटांमधील अनेक जण हे निर्ढावलेले गुंड होते, आपआपल्या 'बॉस'च्या आदेशावरून खून करण्यासही मागेपुढे न बघणारे असे होते. त्यांच्यापैकी बरेच जण तरुण, मजबूत शरीरयष्टीचे आणि

स्वयंचलित हत्यारांचे, बॉंब्ज बनवण्याचे आणि फोडण्याचे प्रशिक्षण घेण्यास योग्य असे होते. आयएसआयच्या सुदैवाने, मुंबईमध्ये ठाण मांडून असणारे दाऊद इब्राहीम, टायगर मेमन आणि मोहम्मद डोसा सारखे भारतीय तस्कर हे आयएसआयच्या तौफिक जालियांवाला आणि सयद आरिफ या मौल्यवान हस्तकांचे 'बिझनेस पार्टनर्स' होते. त्यांच्या आयएसआय मधील मालकांनी आपला खासा बेत त्यांच्या कानावर घातला आणि दाऊद वगैरेंना यामध्ये सामील करून घेण्याच्या सूचना दिल्या.

हा महत्त्वाकांक्षी बेत पार पाडण्यासाठी कराची आणि मुंबईच्या तस्करांमध्ये अनेक कारस्थानी बैठका झडल्या. हा कट नीटपणे पार पाडण्यासाठी आवश्यक त्या सर्व बारीकसारीक बाबी व्यवस्थितपणे आखल्या गेल्या. अशीच एक बैठक दाऊदच्या दुबईतील निवासस्थानामध्ये 'व्हाइट हाऊस' मध्ये झाली. मुंबईतील गुन्हेगारी जगातील दाऊदच्या उच्च स्थानामुळे साहजिकच तो या कटाचा प्रमुख असला, 'बिग बॉस' बनला असला तरी टायगर मेमनला याचा प्रमुख कार्यवाहक बनवण्यात आले. हत्यारे, दारूगोळा आणि स्फोटकांच्या तीन कन्साइनमेंट्स जानेवारी आणि फेब्रुवारी १९९३ मध्ये दिघी आणि शेखाडी या भारताच्या पश्चिम किनाऱ्यावरील बंदरांमध्ये उतरवण्यात आल्या. ही बंदरे मुंबईपासून फार दूर नाहीत. यासाठी मदत करणारे लोक टायगर मेमन व मोहम्मद डोसा यांचे होते. कार बॉंब्ज बनवण्यासाठी वाहने निश्चित करण्यात आली, हे बॉंब्ज ठरलेल्या ठिकाणी ठेवून टायमरच्या साह्याने ते उडवण्यासाठी माणसे निवडण्यात आली. हे काम करणाऱ्या संपूर्ण टीममधील प्रत्येक सदस्याला-दाऊद आणि टायगरला सुद्धा आयसआय बॉसेसकडून एक अखेरचा आदेश येईपर्यंत थांबण्याच्या सूचना देण्यात आल्या होत्या. आयएसआय एखाद्या महत्त्वाच्या हिंदू सणाची वाट बघत होते. मधल्या काळात, भारतातील इतर शहरांमधील आणखी तरुण मुस्लिम युवकांना प्रशिक्षण देऊन तयार करायचे व आणखी स्फोटके आणि हत्यारे पाठवायची असा त्यांचा विचार होता.

~

या कहाणीमध्ये एक अनपेक्षित आणि अपघातानेच घडलेला असा एक बदल घडून आला. ९ मार्च १९९३ ला क्राइम ब्रँचने गुल मोहम्मद या टायगर मेमनच्या शिष्याला राज्याच्या व केंद्राच्या वेगवेगळ्या कायद्यांखाली अटक केली. शेवटच्या हल्ल्यासाठी केलेल्या सर्व तयारीची गुल उर्फ गुल्लु याला

चांगली माहिती होती, तसेच टायगरचा बेतही त्याला माहीत होता. गुल्लुच्या अटकेने टायगर भेदरून गेला. चौकशीच्या दरम्यान गुल्लु सर्व बेत उघड करून टाकेल अशी त्याला भीती वाटू लागली. मुंबई क्राइम ब्रँच कोणत्याही क्षणी आपली मानगूट पकडेल असे त्याला वाटू लागले. आत्तापर्यंतचे सर्व काम वाया गेलेले त्याला दिसू लागले. दूरध्वनी करून त्याने याबद्दल दाऊदचा सल्ला विचारला. त्याने इतर कटवाल्यांना विश्वासात घेऊन त्यांचा सल्ला विचारला. मुंबईवर आणि भारतातील इतर मोठ्या शहरांवर हल्ला करण्याचा आपला बेत आता लांबणीवर टाकायचा नाही असे त्या सर्वांनी ठरवले. त्यांच्या 'एकत्रित ध्येयासाठी' आवश्यक असलेला आदेश टायगरला मिळाला.

इस्लामिक कालगणनेनुसार १२ मार्च हा एक चांगला दिवस होता. अनेक शतकांपूर्वी प्रेषित मोहम्मदाने 'घाझवा-ए- बद्र' (बद्रची लढाई) सुरू केली होती. मक्केतील कुरैशी टोळीवाल्यांविरुद्ध त्याने पुकारलेले हे धर्मयुद्ध होते. या लढाईतील प्रेषिताच्या विजयाने त्या भागातील मुस्लिम प्रभुत्व कायम झाले होते. टायगरने हाच दिवस आपलाही डी-डे करण्याचे ठरवले. परंतु आपले 'धर्मयुद्ध' सुरू करण्याच्या आधी टायगरने काही अतिशय महत्त्वाच्या आणि शेवटच्या क्षणाच्या हालचाली केल्या.

११ मार्च १९९३ ला टायगरचा भाऊ याकूब आपली पत्नी राहिना आणि भाऊ एस्सा आणि युसुफ यांना घेऊन विमानाने दुबईला निघून गेला. त्याचे आईवडील, अब्दुल रझ्झाक आणि हनिफा हे आधीच १० मार्चलाच मुंबई सोडून दुबईलाच निघून गेलेले होते. टायगरचे दुसरे दोघे भाऊ आयुब आणि सुलैमान यांच्याकडे युएईचा रहिवासी व्हिसा होता. ते आपल्या कुटुंबासह दुबईमध्येच होते. १२ मार्चच्या सकाळी टायगर दुबईला पोचला. मुंबई सोडण्याआधी त्याच दिवशी दुपारी आपले काम सुरू करण्याच्या सूचना त्याने आपल्या लोकांना दिलेल्या होत्या.

सुमारे ४ वाजता, मेमन कुटुंबाने बीबीसीवर मुंबईवर बॉंबस्फोटांच्या साखळीची आणि मुंबई हादरल्याची बातमी ऐकली. टायगर आनंदाने उड्याच मारू लागला. मुंबईतील आपल्या लोकांशी तो सतत संपर्क साधून होता. प्रत्येक कॉलवर आणखी एका बॉंबस्फोटाची आणि आणखी जीवितहानीची बातमी मिळत होती.

मुंबईतील या स्फोटसाखळीने साऱ्या जगाचे लक्ष वेधून घेतले. आंतरराष्ट्रीय समाजामध्ये रागाचा कोळ उठला, त्यामुळे पाकिस्तानी व्यवस्थेला विशेषत:

आयएसआयला कळून चुकले की आता मेमन कुटुंबाने दुबईमध्ये राहणे सुरक्षित नाही. १४ मार्च १९९३ ला टायगर कराचीला गेला. त्यानंतर बाकीच्या कुटुंबीयांना घेऊन याकूब गेला. त्या सर्वांसाठी तिकिटे आधीच आरक्षित करण्यात आली होती. १७ मार्चला येणारे पाकिस्तान इंटरनॅशनल एअरलाइन्सचे विमान कराचीला उतरले तेव्हा कोणत्याही प्रकारच्या देशांतराच्या तपासणीच्या नियमांशिवाय मेमन कुटुंबीयांना विमानतळाबाहेर नेण्यात आले. बाहेर एक मित्सुबिशी पजेरो घेऊन टायगर उभाच होता. साध्या कपड्यांतील हत्यारबंद लोक त्याच्या सुरक्षेसाठी उभे होते. तौफिक जालियांवालाच्या मालकीच्या 'कस्र-ए-रयाझ' नावाच्या बंगल्यामध्ये त्या सर्वांना नेण्यात आले. कराचीतील हा टायगरचा तस्करीमधील भागीदार होता. त्या बंगल्यावर हत्यारबंद लोकांचा पहारा होता. जवळच असलेल्या मशिदीमध्ये प्रार्थना करण्यापुरतेच हे कुटुंब बाहेर पडत असे. सुमारे एक आठवडा हे सर्व त्या बंगल्यात राहिले. त्यानंतर त्यांना २५. रुफी कॉटेज, गुल्शन-ए-इक्बाल, कराची येथे नेण्यात आले. तेथेही त्यांच्यावर सतत पहारा होता.

१९९३च्या एप्रिलमध्ये, त्या सर्वांना इस्लामाबादमध्ये जारी केलेली पारपत्रे देण्यात आली. या पारपत्रांवर संपूर्णपणे नव्या पाकिस्तानी नावांची माहिती होती. अनेक देशांमधील कायदा राखणाऱ्या संस्था साक्षीदारांच्या सुरक्षिततेसाठी असेच करतात. त्या पारपत्रांना अधिक पुष्टी देणारे अनेक दस्तावेज - वाहनचालक परवाने, खोट्या शैक्षणिक पदव्या, मालमत्तेचे कागद आणि जन्माचे दाखलेही त्यांना देण्यात आले. मुंबई कत्तलीमागचे सूत्रधार मेमन आणि इतर लोक हे आपल्या देशात नाहीत हे सिद्ध करण्यासाठी पुरेसे पुरावे तयार करण्याचा आपल्या 'दोस्त' शेजाऱ्यांचा हेतू उघडच होता. या लोकांना शोधून काढण्यात आले आणि त्यांची ओळखही पटली तरी पाकिस्तान सरकार या सर्व कागदपत्रांच्या आधारे हे लोक पाकिस्तानीच आहेत असे म्हणू शकणार होते.

१६ आणि १७ एप्रिलला हे सबंध कुटुंब दोन गट करून बँकॉकला रवाना झाले. कराची विमानतळावर त्यांचे स्वागत करण्यासाठी आलेले दोन आयएसआय अधिकारी त्यांच्याबरोबर होते. बँकॉकला पोचल्यावर पाकिस्तानी वकिलातीतील अधिकाऱ्यांनी त्यांचे स्वागत केले - हे लोक बँकॉकच्या कामगिरीवर तैनात केलेले आयएसआय एजंटस्च असावेत - या सर्वांना ते बँकॉक-पट्टाया महामार्गावर शहराच्या बाहेर असलेल्या एका बंगल्यामध्ये घेऊन

गेले. मेमन कुटुंबाला भारत सरकारच्या स्वाधीन करण्यासाठी पाकिस्तानवर आंतरराष्ट्रीय दबाव वाढू लागला होता त्यामुळे अचानकपणे या कुटुंबाला थायलंडमध्ये हलवण्यात आले होते. २९ एप्रिलला ते कराचीला परतले आणि कराचीतील डी-५८, दरकशान व्हिला डिफेन्स हाउसिंग अथॉरिटी, येथे राहू लागले.

याकूबच्या सांगण्यानुसार, त्यांचे आयुष्य अधिकाधिक गुंतागुंतीचे व नकोसे होऊ लागलेले होते. एकमेकांना नव्या नावांनी हाक मारणे, कैद्यांचे जीवन जगणे, अपराधी भावना व असुरक्षिततेची भावना, एका शत्रूदेशामध्ये साऱ्या जगापासून लपून राहाणे यांनी ते सारे हादरून गेले होते. टायगरची पत्नी शबाना हिच्यासह मेमन कुटुंबातील अनेकांना भारतामध्ये परत जाण्याची इच्छा होती. या बेताचा प्रमुख होता याकूब आणि इतरांना मार्ग दाखवण्याची जबाबदारी त्याने स्वत:वर घेतली होती. परंतु, अतिशय भाबडेपणाने त्याला वाटत होते की मुंबई स्फोटांच्या घटनेमधील आयएसआय, टायगर मेमन आणि तौफिक जालियांवाला यांचा सहभाग आपण भक्कम पुराव्यानिशी शाबीत करू शकलो तर भारतातील अधिकारी आपल्या कुटुंबाला आणि आपल्याला दया दाखवतील - कदाचित आपल्याला सोडूनही देण्यात येईल.

याकूबच्या सांगण्यानुसार, टायगरला जेव्हा त्यांचा हा अशक्य बेत समजला तेव्हा त्याने तुच्छताच दाखवली. त्याला थोडी गंमतही वाटली पण त्याने याकूबला दोन गोष्टीही सुनावल्या. परंतु याकूब आणि कुटुंबातील बऱ्याच सदस्यांनी टायगरच्या धोक्याच्या परंतु भविष्यवादी सूचनांकडे दुर्लक्ष करून मुंबईला परतण्याचा निश्चयच केला होता. भारतामध्ये परतल्यावर जे काही परिणाम होतील त्यांना तोंड देण्याची त्या सर्वांनी तयारी केलेली होती. शत्रूच्या देशामध्ये उरलेले आयुष्य घालवण्यापेक्षा हा मार्ग त्यांना अधिक मान्य होता.

जसजसा वेळ जात होता तसतसा त्यांच्या घरावरचा पहारा हळूहळू कमी होत चालला आहे हे याकूब आणि त्याच्या कुटुंबाच्या लक्षात आले. हत्यारबंद पहारेकरी जाऊन आता त्यांच्या जागी साध्या कपड्यातील माणसे आली होती. आपल्या सुरक्षित घरातून बाहेर पाऊल टाकताक्षणीच त्यांच्याबरोबर सावलीसारखी असणारी धूसर माणसेही आता नाहीशी झाली होती. आपण आता शहरात कोठेही पाठलाग न होता फिरू शकतो हे लवकरच त्या सर्वांच्या लक्षात आले.

याकूब आणि त्याचे भाऊ सुलैमान, एस्सा आणि युसुफ यांना या परदेश प्रवासाला निघण्याचा प्रयत्न करण्याआधी थोडी चाचपणी करून बघावी असे

वाटत होते. १९९४ च्या जून महिन्याच्या सुरुवातीला प्रथम सुलैमान आणि एस्सा दुबईला गेले. कामाचे कारण त्यांनी सांगितले होते. २० जून १९९४ ला याकूब दुबईला गेला आणि एका आठवड्यात परत कराचीला आला. या सर्व प्रवासामध्ये कोणत्याही टप्प्यावर त्यांना कोणालाही थांबवण्यात आले नाही किंवा त्यांची तपासणीही करण्यात आली नाही. त्यांचे पहारेकरी आता फारसे सावध नव्हते हे उघडच होते.

याकूबने मुंबईतील त्याच्या विश्वासाच्या चुलतभावाशी संपर्क साधला. (याला आम्ही 'सुरेश' असे सांकेतिक नाव दिले होते.) सुरेशला या सर्व बेताविषयी खूपच संशय होता परंतु आपल्या 'चाचाजान'च्या (अब्दुल रझ्झाक मेमन) सततच्या विनवण्यांमुळे नाईलाजाने त्याने याकूबला भेटण्याचे मान्य केले. सल्लामसलतीसाठी याकूब आणि सुरेश दोन वेळा एकमेकांना भेटले. या दोन्ही बैठकांमध्ये याकूबच्या बेतासंबंधी सुरेशला पक्का वकिली सल्ला मिळेपर्यंत धीर धरण्याचा सल्ला सुरेशने याकूबला दिला होता. मुंबईतील विश्वासू वकिलांचा सल्ला घेण्यासाठी त्याला थोडा वेळ हवा होता पण याकूब अडूनच बसला होता.

~

त्यांच्या दुसऱ्या बैठकीमध्ये काय घडले आणि ५ ऑगस्टला दिल्लीमध्ये एसटीएफने याकूबला अटक केली तेव्हा काय घडले हे काही मला माहीत नाही. त्याची अटक हा १९९३ मध्ये घडलेल्या मुंबईतील बॉंबस्फोटांच्या साखळीच्या तपासातील एक महत्त्वाचा दुवा होता. प्रसारमाध्यमांनी उच्च स्वराने या घटनेची माहिती जगाला दिली आणि हे एक महत्त्वाचे कृत्य मानले गेले. चौकशीच्या दरम्यान याकूबने उघड केलेल्या अनेक विलक्षण गोष्टी आणि त्याच्याकडून जप्त केलेल्या कागदपत्रांवरून पाकिस्तानचा मुंबईवरील दहशतवादी हल्ल्यामधील सहभाग अगदी स्पष्ट होत होता.

मधल्या काळात आपले कुटुंबीय कराचीमधून पळून दुबईला पोचले असण्याची शक्यता याकूबने बोलून दाखवली. त्यांच्याशी संपर्क साधला तर ते भारतामध्ये परत येतील का असा प्रश्न मी त्याला विचारला. त्याचे उत्तर होकारार्थी होते. परंतु आधी दुबईमध्ये त्यांना शोधून काढणे आवश्यक होते मग त्यांचे मन वळवून त्यांच्याशी चांगला व्यवहार करण्यात येईल हे त्यांना पटवणे ही आवश्यक होते. हे कठीण आणि धोकादायक काम त्याचा चुलतभाऊच

करू शकेल असे याकूबने सांगितले. याच भावाला तो अटक होण्याआधी याच कामासंबंधात दोन वेळा भेटला होता. या त्याच्या हकीकतीमध्ये आमच्या दृष्टीने एक सुवर्णसंधी दडलेली होती. फरारी मेमन कुटुंबाला दुबईहून परत आणणे आणि एकाच फटक्यात आणखीही काही फरारी गुन्हेगारांनाही अटक करणे शक्य होते. ही संधी काही सहजासहजी घालवायची नाही असे मी स्वत:ला बजावले.

आमचा बेत अगदी साधासुधा होता. याकूबला त्याच्या चुलतभावाला, सुरेशला दूरध्वनी करून दिल्लीला येण्याची विनंती करण्याची परवानगी द्यायची. तो दिल्लीमध्ये आला की याकूबला त्याला प्रत्यक्ष भेटू द्यायचे. याकूबने त्याला (सुरेशला) दुबईला जाऊन याकूबच्या कुटुंबाचा शोध घेण्यासाठी व त्यांचे भारतामध्ये परतण्यासाठी मन वळवायची गळ घालायची.

याकूबने माझ्या कचेरीतील टेलिफोनवरून सुरेशला कॉल केला. सुरेशनेही त्याच्या चुलतभावाला अटक झाल्याची सनसनाटी बातमी आणि त्यानंतर प्रसारमाध्यमांमध्ये उठलेला गदारोळ ऐकला होता. याकूबचा आवाज ऐकून तो क्षणभर आश्चर्यचकितच झाला. याकूबने त्याला सांगितले की सीबीआयच्या ताब्यामध्ये असला तरी तो ठीक आहे. परंतु त्याला आपल्या बाकीच्या कुटुंबीयांची काळजी वाटते आहे. याकूबने त्याच्या प्रिय चुलतभावाला दिल्लीला येऊन त्याला भेटण्याची गळ घातली.

या बाबीमध्ये अधिक गुंतण्याची सुरेशची इच्छा नसावी याची कारणे उघडच होती. सीबीआयच्या कचेरीमध्ये येऊन दहशतवादी कारवायांचा आरोप असलेल्या याकूबला भेटणे त्याला फारसे आवडणारे नव्हतेच. याकूबचे अश्रूंनी भरलेले संभषण संपल्यावर मीही त्याच्याशी बोललो आणि त्याला किंवा त्याच्या कुटुंबीयांना कसलाही त्रास होणार नाही याची त्याला ग्वाही दिली. माझ्या आश्वासनानंतरही त्याची नाखुषी जाणवून मी माझ्या मुंबई कचेरीतील एसपी ओ पी छटवाल यांना त्याला आपल्या कचेरीत बोलावून घेऊन त्याच्याशी बोलण्यास सांगितले. माझ्या एसपीच्या लहानशा झटक्यानंतर, सुरेश ८ ऑगस्टला, याकूबच्या अटकेनंतर ३ दिवसांनी दिल्लीला आला.

हे काम हाती घेण्यासाठी याकूबने सुरेशचे मन वळवले. प्रारंभी सुरेशच्या मनात खरोखरच गंभीर शंका होत्या. अखेरीस त्याला त्याच्या बायकोमुलांची काळजी होतीच. कोणत्याही वेळी त्याला अटक झाली तर? त्याला काही झाले तर त्याची बायकामुले काय करतील? परंतु याकूबबरोबरच्या लांबलचक सल्लामसलतीनंतर तो राजी झाला. याकूब हा त्याचा आवडता भाऊ होता.

एकदा सुरेशने होकार दिल्यानंतर, आम्ही आमच्या नजीकच्या वरिष्ठांना – जॉइंट डायरेक्टर एस सेन यांना सीबीआयच्या संचालकांना ही सर्व माहिती देण्याची विनंती केली. आमची कृतियोजना समजावून सांगण्यासाठी आणि ती संमत करण्यासाठी एक बैठक घ्यावी असे आम्ही सुचवले.

त्यावेळचे सीबीआयचे संचालक के विजय रामाराव यांनी त्याच दिवशी नॉर्थ ब्लॉकमधील त्यांच्या कचेरीत बैठक बोलावली. नॉर्थ ब्लॉक ही ब्रिटिश वसाहतकाळातील एक भव्य इमारत असून ती नव्या दिल्लीतील रायसीना हिलवर आहे. या बैठकीला त्यांचे विश्वासू सल्लागार, माझे नजीकचे वरिष्ठ, मुंबई कचेरीतील माझे एसटीएफमधील एसपी आणि या कामगिरीतील माझे दुय्यम अधिकारी सतीश झा आणि मी एवढे लोक हजर होतो. भारतीय पोलिसदलामध्ये दुर्दैवाचे भाकीत करणारे लोक खूप आहेत. त्यांच्यापैकी काहीजण या बैठकीला हजर होते. त्यांना ही कल्पना अजिबातच पसंत नव्हती. प्रत्येकाचे काहीना काही विलक्षण असे आक्षेप होते. इतर काहीजण स्वतःचे मत देण्याआधी संचालकांचे मत कुणीकडे झुकते आहे ते बघण्यासाठी थांबले होते.

आमचे म्हणणे अगदी साधे होते. सुरेश हा त्याच्या स्वत:च्या कामाच्या निमित्ताने नियमितपणे दुबईला जात असे हे त्यांनेच सांगितले होते. तो स्वत:च स्वत:चे तिकीट, व्हिसा यांची सोय करेल, स्वत:ची राहाण्याची व्यवस्था करेल. दुबईला पोचल्यावर तो स्वत:च्या नातेवाईकांचा पत्ता शोधण्याचा प्रयत्न करेल आणि ते सापडले तर त्यांच्याशी बोलेल. भारतामध्ये परत येण्यासाठी जर तो त्यांचे मन वळवू शकला तर आम्ही ही कामगिरी पुढच्या पायरीवर नेऊ किंवा सोडून देऊ. कामगिरीतील या मर्यादित सहभागामध्ये आम्हाला कसलाही धोका नव्हता. संचालकांना आमचा मुद्दा पटला आणि त्यांनी आम्हाला पुढे जाण्याची परवानगी दिली. साऱ्या संशयात्म्यांनीही माना डोलावल्या.

~

८ ऑगस्टलाच सुरेश मुंबईला परतला आणि सर्व काही ठीक होईल याबद्दल आपल्या पत्नीची खात्री पटवून ११ ऑगस्टला दुबईला गेला. दुबईमध्ये तो थेट अल–वस्ल हॉटेलमध्ये गेला. मेमन कुटुंबीय दुबईला गेल्यावर याच हॉटेलमध्ये उतरत असत. परंतु तिथे त्यांच्यापैकी कुणीच नसल्याने त्याची मोठीच निराशा झाली. तरीही त्याने त्याच हॉटेलमध्ये नाव नोंदवले. आणि मेमन लोकांच्या इतर ठिकाणांचा शोध घेण्यास सुरुवात केली. परंतु तेथेही त्याची निराशाच

झाली. या काळात आपल्यावर कुणीतरी नजर ठेवत आहे अशी भावना त्याला सतावत होती. हॉटेलच्या लॉबीमध्ये काही संशयास्पद व्यक्ती आपल्याकडे रोखून बघत आहेत हे त्याच्या लक्षात आले. मला फोन करून त्याने आपली शंका माझ्या कानावर घातली तेव्हा त्याला अल-वस्लमधून बाहेर पडून दुसऱ्या हॉटेलमध्ये जाण्याचा मी सल्ला दिला. १९ ऑगस्टला त्याने रेक्स, डीरा मध्ये खोली घेतली.

आता तो घायकुतीला येऊन दुबई धुंडाळत होता. मशिदी, रुग्णालये, बाजार आणि अनेक ठिकाणे. परंतु प्रत्येक ठिकाणी त्याच्या पदरी निराशाच पडत होती. प्रत्येक जाणाऱ्या दिवसागणिक आमचे दिल्लीतील वरिष्ठ घाई करतच होते. 'माझा पाठलाग होतो आहे' असे दररोज सुरेश सांगतच होता. रोजच्या रोज नवीन हॉटेलमध्ये राहायला जात होता.

त्यातही एक हुशारीची गोष्ट मात्र त्याने केली होती. दुबईतील अल खमारा या भागातील दिल्ली दरबार या उपाहारगृहातील पारंपरिक मोंगलाई पदार्थ हे मेमन कुटुंबाच्या खास आवडीचे होते हे त्याला माहीत होते. त्यामुळे रोज संध्याकाळी तो दिल्ली दरबार हॉटेलच्या समोरच उभा राहत असे. त्याचे प्रसंगावधान आणि चिकाटीचे फळ त्याला मिळणार होते. २१ ऑगस्टला त्याला त्याचे दुसरे दोन चुलतभाऊ, सुलैमान आणि एस्सा हे दिल्ली दरबारमध्ये बाकीच्या कुटुंबासाठी काही पदार्थ नेण्यासाठी आलेले दिसले. मुंबईच्या खास भाषेमध्ये त्याला 'पार्सल' म्हणतात.

त्या तिघांची भेट झाली तेव्हा त्याच्या चुलतभावांना खूप आनंद झाला. भावनाविवश होऊन त्यांनी भरल्या डोळ्यांनी त्याला गळामिठीच घातली. मेमन कुटुंबीय जेथे राहात होते तेथे ते सुरेशला घेऊन गेले. सर्व दुबईला येऊन पोचल्यानंतर एका आठवड्यातच - ३० जुलैला याकूबची पत्नी राहीन हिने एका मुलीला जन्म दिला होता. तिचे नाव झुबैदा असे ठेवण्यात आले होते. उर्दू भाषेमध्ये या शब्दाचा अर्थ 'सुगंध' असा होतो.

ते सबंध कुटुंब कमालीच्या आशा निराशेच्या उलघालीतून गेले होते. झुबैदाच्या आगमनाच्या आनंदाआधी याकूबवर आलेल्या संकटाची भीतीदायक बातमी त्यांना मिळाली होती. त्याआधी सर्वानुमते कराचीतून पळण्याचा निर्णय घेतला होता, दुबईमध्ये येताच राहीनला रुग्णालयामध्ये न्यायला लागले होते. आता भविष्यामध्ये आपल्यासमोर काय येणार आहे याची त्यांना कल्पनाही करवत नव्हती. परंतु पाकिस्तानमधून बाहेर पडल्याचा आनंद मात्र निश्चित

होता. या कुटुंबाकडे 'देवदूता'सारख्या आलेल्या सुरेशची भेट त्यांना आश्वस्त करून गेली. अर्थात त्यांची परिस्थिती पहाता त्याच्याकडून अपेक्षा तरी काय करायची हे मात्र त्यांना कळत नव्हते.

सुरेशने त्याच्या गोंधळलेल्या, दुःखी कुटुंबाला समजावून सांगितले की त्या सर्वांना भारतामध्ये परत घेऊन येण्यासाठी याकूबने त्याला पाठवले आहे. याकूबप्रमाणेच त्यांना न्याय्य वागणूक मिळेल असेही सुरेशने त्यांना सांगितले. त्यांच्या भेटीची सबंध रात्र सुरेशने त्या सर्वांना भारतामध्ये परत येण्यासाठी तयार करण्याचा प्रयत्न करण्यात घालवली. त्यांनी आपल्या मायदेशात परत येऊन आपल्या देशाच्या कायद्याला सामोरे जावे हे तो त्यांना पटवत होता. परंतु एक लहानशी पण गंभीर समस्या होती. राहीनच्या नवजात मुलीचे नाव राहीनच्या पारपत्रामध्ये घालून घेण्यासाठी मेमन लोकांनी ते पारपत्र एका एजंटमार्फत पाकिस्तानी वकिलातीमध्ये दिले होते. हे पारपत्र परत मिळण्याची शक्यता कमीच होती कारण या वेळेपर्यंत पाकिस्तानी अधिकाऱ्यांना हे पारपत्र इथून पळून जाऊ पहाणाऱ्या मेमन कुटुंबातील एकाचे आहे ही गोष्ट कळून चुकली असणार होती.

२२ ऑगस्टचा दिवस उजाडला. सुरेशने मला त्याचे कुटुंबीय सापडल्याची आणि त्यांना दिल्लीला येण्यासाठी राजी केल्याची बातमी दिली. परंतु, त्याला राहीनच्या समस्येचे उत्तर हवे होते. माझा बेत बऱ्याच अंशी सफल झाल्याने मी आनंदात होतो. ही माहिती माझ्या वरिष्ठांच्या कानावर घतल्यावर त्यांनी माझ्या पुढच्या बेताची चौकशी केली. मेमन कुटुंबाने हिताच्या दृष्टीने आपल्या पाकिस्तानी पारपत्रांवरच भारताचा प्रवास सुरू करावा असे मी सुचवले. मेमन कुटुंबाला आपत्कालीन भारतीय पारपत्रे देता आली असती परंतु त्यांवर दुबईमध्ये आल्याचा शिक्का नसता त्यामुळे त्यांना दुबईमधून बाहेर निघणे गुंतागुंतीचे झाले असते. म्हणून हा उपाय शक्य नव्हता. दुसरी गोष्ट म्हणजे, भारतीय वकिलातीकडून त्यांना अशी आपत्कालीन पारपत्रे द्यायची म्हणजे ती त्यांच्या मूळ नावांनी द्यावी लागली असती, जी नावे दुबईच्या इमिग्रेशन संचालनालयाच्या 'वाँटेड' यादीमध्ये असण्याची खूपच शक्यता होती कारण त्या सर्वांच्या नावे इंटरपोलच्या रेड नोटिसेस निघालेल्या होत्या. त्यांना खोट्या नावांनी पारपत्रे देण्याची मागणी इंडियन मिशनला करणे ही गोष्ट फारच अवघड होती. त्यामुळे सर्वात सुरक्षित आणि उत्तम असा उपाय होता तो म्हणजे आपल्या परराष्ट्र मंत्रालयाने दुबईमधील आपल्या वकिलातीला सूचना द्यायची

की कोणतीही खळखळ न करता त्यांच्या पाकिस्तानी पारपत्रांवर ताबडतोब व्हिसा जारी करावा. शिवाय, त्यांच्या दिल्लीपर्यंतच्या प्रवासाचीही ताबडतोब सोय करावी अशी सूचनाही आपल्या वकिलातीला देण्यात यावी. माझ्या वरिष्ठांना माझा मुद्दा पटला.

~

त्याच दिवशी, सकाळी ९ वाजता, सीबीआयच्या संचालकांनी जॉइंट डायरेक्टर एस सेन यांच्या सूचनेवरून मला तत्कालीन कॅबिनेट सेक्रेटरी सुरेंद्र सिंग यांच्यासमोर पेश केले. तत्कालीन युनियन होम सेक्रेटरी आणि विदेश मंत्रालयाचे (एमईए) स्पेशल सेक्रेटरी हेही या बैठकीला संचालकांच्या विनंतीवरून उपस्थित होते. (त्यावेळचे कार्यकारी फॉरेन सेक्रेटरी हे दिल्लीमधे नव्हते.) या सर्व मोठ्या माणसांशी माझी जुजबी ओळख करून देऊन त्यांनी मोठ्या अभिमानाने माझ्याकडे बघत जाहीर केले, 'सदगृहस्थ हो, या तरुण माणसाला तुम्हाला काहीतरी सांगायचे आहे.'

याकूबच्या अटकेनंतरच्या घडामोडींसंबंधी मी त्यांना थोडक्यात माहिती दिली आणि माझ्या पुढच्या बेताची रूपरेषाही त्यांना सांगितली. सुरेश नावाचा एक माणूस सात पाकिस्तानी पारपत्रे घेऊन भारतीय व्हिसासाठी आपल्या कॉन्सुल जनरलला भेटायला येईल तेव्हा फार वेळ न घालवता त्याला ते व्हिसा देण्यात यावेत अशी सूचना दुबईतील आपल्या कॉन्सुल जनरलला करावी अशी मी त्यांना विनंती केली. नेहमीच्या पद्धतीने, एखाद्या पाकिस्तानी पारपत्रावर भारतीय व्हिसा मिळवणे आणि याच्या उलट करणे ही एक लांबलचक आणि कंटाळवाणी प्रक्रिया आहे. माझ्यासमोरच्या अतिवरिष्ठ व्यक्तींना मी हेही समजावून सांगितले की या माणसांना आणीबाणीची परिस्थिती म्हणून भारतीय पारपत्रे देण्यामध्ये अनेक अंतर्गत समस्या आहेत. माझ्या संचालकांसमोर मी माझे म्हणणे ज्या पद्धतीने मांडले होते तसेच मी येथेही सादर केले. तेथे उपस्थित असलेल्या प्रत्येकाला माझा दृष्टिकोन पटला आणि त्यांनी माझ्या बेताला संमती दिली. दुबईमध्ये लपलेले मेमन कुटुंब त्यांच्या पाकिस्तानी पारपत्रांवरच भारतामध्ये येतील आणि इथे पोचताच त्यांना अटक करण्यात येईल. इतक्या साऱ्या फरारी गुन्हेगारांना पकडून न्यायालयामध्ये उभे करण्याच्या कल्पनेने या साऱ्या व्यक्ती उत्साहित झाल्या होत्या. कॅबिनेट सेक्रेटरींनी एमईएच्या स्पेशल सेक्रेटरींना आवश्यक त्या सर्व बाबी पूर्ण करण्याची सूचना दिली.

मला आठवते आहे, त्या दिवशी, स्पेशल सेक्रेटरींना पाठदुखीचा खूप त्रास होत होता. इतक्या वेदना असूनही कॅबिनेट सेक्रेटरींच्या कचेरीतून त्यांनी मला साऊथ ब्लॉक मधील स्वत:च्या कचेरीत नेले. त्यांनी प्रभु दयाल यांना दूरध्वनी केला आणि माझ्या सर्व विनंत्या शब्दश: मान्य करण्याचे संपूर्ण अधिकार त्यांना दिले. प्रभु दयाल हे एक भारतीय फॉरेन सर्व्हिस अधिकारी असून त्यावेळी दुबईतील भारताचे कॉन्सुल जनरल म्हणून कार्यरत होते. सीबीआयची एक महत्त्वाची कामगिरी सुरू असून त्याला भारत सरकारची पूर्ण परवानगी आहे असे त्यांना सांगण्यात आले.

माझ्या कचेरीत परतल्यावर मी प्रभूला फोन लावला. त्याची व माझी चांगली ओळख होती. मी त्याला सांगितले, लवकरच सुरेश नावाचा एक माणूस तुम्हाला भेटेल व काही पाकिस्तानी पारपत्रे सादर करेल. ताबडतोबीने त्या पारपत्रांवर भारताचा व्हिसा दिला असल्याचा शिक्का मारण्यात यावा. फोनवर अधिक प्रश्न विचारण्याची गरज नाही हे कॉन्सुल जनरलच्या लक्षात आले आणि सर्व प्रकारची मदत केली जाईल असे आश्वासन त्यांनी मला दिले.

त्याच दिवशी, सुरेश प्रभु दयाल यांना दुबईतील भारतीय वकिलातीमध्ये भेटला आणि त्याने ६ पारपत्रे त्यांच्यासमोर ठेवली. त्याने राहीनची परिस्थितीही प्रभु दयालना सांगितली. कॉन्सुल जनरलनी एक उपाय सुचवला. राहीनची प्रवासी कागदपत्रे पूर्ण होईपर्यंत तिने त्यांच्या कर्मचारी वर्गासाठी असलेल्या एका वसतिस्थानामध्ये राहावे असे त्यांनी सुचवले. त्या सदनिकेमध्ये राहाणारा माणूस विवाहित होता आणि त्यालाही एक लहान मूल होते.

सुरेशने त्या कर्मचाऱ्याची भेट घेऊन राहीन त्यांच्याकडे सुरक्षित राहील याबद्दल स्वत:चे समाधान करून घेतले. राहीनला मागे ठेवून लवकरात लवकर दुबईमधून बाहेर पडण्यासाठी त्याने आपल्या नातेवाईकांचे मन वळवण्यात यश मिळवले. त्याने सर्वांना समजावून सांगितले की आज नाही तर उद्या पाकिस्तानी अधिकारी त्यांना शोधून काढतीलच आणि दुबईच्या मदतीने त्यांना कराचीला घेऊन जातील. मग त्यांना 'फसवल्याबद्दल' आणि त्यांच्या कस्टडी मधून पळ काढल्याबद्दल या लोकांना अनेक अनावश्यक हालअपेष्टांना सामोरे जावे लागेल.

त्याच वेळी, त्याच दिवशी संध्याकाळी भारतीय वेळेप्रमाणे सुमारे ८ वाजता प्रभूने मला दूरध्वनी करून सांगितले की सर्व काम पूर्ण करून सर्व पारपत्रे सुरेशला परत करण्यात आली आहेत. आता तो राहीनच्या पारपत्राची

वाट पाहात होता आणि तिच्या कुटुंबाने तिला व तिच्या बाळाला मागे ठेवून जाण्याचे मान्य केले तर तिची काळजी घेण्याचे आश्वासनही त्याने तिच्या कुटुंबाला दिले आहे.

सुरेशने सांगितल्याप्रमाणे त्याच्यावर नजर का आणि कशी ठेवली जात होती हे कळणे अवघड नव्हते. याकूबच्या अटकेची बातमी प्रसारमाध्यमांमध्ये फुटल्याबरोबर आयएसआयच्या लक्षात आले असणार की मेमन कुटुंबाचे काही सदस्य कराचीमधून पळाले आहेत. स्वत:ची कातडी बचावण्यासाठी टायगर मेमननेही ही माहिती त्यांना दिली असेल. कराची विमानतळावरील प्रवाशांच्या जाण्यायेण्याच्या याद्या तपासल्यावर हे लोक दुबईला गेल्याचे उघड झाले असेल. दिल्लीमध्ये याकूबला झालेली अटक आणि त्याने सीबीआयकडे निश्चितपणे उघड केलेली माहिती यामुळे आयएसआयची स्थिती कमालीची लाजिरवाणी झालेली असणार होती. पाकिस्तान सरकारच्या समोर त्यांची प्रतिमा डागाळली गेली असणार होती. आता ताबडतोब काहीतरी वाचवता आले तर ते पाहाणार हेही नक्कीच होते. काहीही करून मेमन लोकांना पाकिस्तानमध्ये परत नेणे आणि भारतामध्ये परतण्याचे त्यांचे बेत हाणून पाडणे त्यांना गरजेचे होते. राहीनचे पारपत्र पाकिस्तानी कॉन्सुलेटकडे आल्याने तर त्यांना आधीच मिळालेल्या बातमीला पुष्टीच मिळाली होती.

संशयास्पद लोकांनी चालवलेला सुरेशचा पाठलाग आता अधिक आक्रमक आणि उघड झाला होता. सतत राहाण्याच्या जागा बदलण्यासाठी एका हॉटेलमधून दुसऱ्यात जाणे आणि हा सततचा पाठलाग यामुळे तो आता कोसळायला आला होता. दूरध्वनीवर बोलून बोलून त्याला शांत ठेवणे यासाठी मला खूप प्रयत्न करावे लागत होते. शक्य असल्यास एक विश्वासू चालक आणि एक मोटार यांची व्यवस्था करण्याची त्याने मला विनंती केली. माझ्या एका जुन्या मित्राचे दुबईमध्ये ऑफिस होते. त्याला मी विनंती केल्यावर त्याने त्याचा चालक शफी (आता मृत) या भारतीय नागरिकाला सुरेशकडे पाठवले. माझ्या दुबईच्या काही भेटींमध्ये शफीने माझ्या चालकाचे काम केले होते. मी भारतीय पोलिसदलामध्ये आहे हे त्याला माहीत होते. सुरेशकडे पाठवण्याआधी माझ्या मित्राने त्याला सांगितले की सुरेश हा माझ्यासाठी काम करत आहे. यामुळे शफी फारच उत्साहित झाला होता, त्याला जाणवले होते की तो एका महत्त्वाच्या कामगिरीवर जात आहे. चालकासहित एक मोटार मिळाल्यामुळे सुरेशचा आत्मविश्वास वाढला. मधल्या काळात, त्याने एअर इंडियाच्या एका

उड्डाणातील तात्पुरती तिकिटे तो स्वत: व सर्व कुटुंबीयांसाठी आरक्षित करून ठेवली होती. दुबई ते दिल्ली असे हे उड्डाण २४ ऑगस्टला होते.

परंतु सर्वात वाईट गोष्ट अजून घडावयाचीच होती. सुरेश कॉन्सुलेटमध्ये त्या सर्वांच्या परतीच्या तिकिटांचे पैसे आणण्यासाठी गेला होता. (पाकिस्तानी पारपत्र धारकांजवळ भारतामध्ये येताना परतीचे तिकिटही असणे आवश्यक आहे,) स्पेशल सेक्रेटरी (एमईए) यांनी माझ्या विनंतीवरून आधीच प्रभूला सुरेशला आर्थिक मदत करण्याच्या सूचना दिलेल्या होत्या. आता कॉन्सुलेटमध्ये सुरेश हा ओळखीचा झाला होता. प्रभूसकट बहुतेकांना तो काही विशिष्ट गुप्त कामगिरीवर आलेला सीबीआयचा एक वरिष्ठ अधिकारी असावा असेच वाटत होते. कॉन्सुलेटचा कर्मचारी वर्ग नेहमीच त्याच्याशी अतिशय आदराने व विनयाने वागत होता. त्याचे काम आटोपून तो कॉन्सुलेटच्या वाहनतळाकडे गेला. तेथे शफी माझ्या मित्राची मोटार घेऊन त्याची वाट पाहात होता. तेथून बाहेर पडत असताना एक मोटार त्यांचा पाठलाग करत असल्याचे त्यांच्या लक्षात आले. पुढच्याच क्रॉसिंगवर बाजूच्या रस्त्यांवरून आणखी दोन मोटारी त्यांच्या मागून येऊ लागलेल्या त्यांना दिसल्या. दुबईमध्ये शफीने २५ पेक्षा अधिक वर्षे घालवली असल्याने त्याला हे शहर स्वत:च्या तळहाताइतके माहीत होते. भारत सरकारच्या कामामध्ये विघ्न आणण्याचा हा या गुंडांचा प्रयत्न आहे हे शफीच्या लक्षात आले. तो आरामात मोटार चालवत पाठलाग होऊ देत राहिला. मधूनच कधीतरी तो त्यांना उचकवण्याचा प्रयत्नही करत होता. मागच्या सीटवर बसलेल्या सुरेशची स्थिती मात्र वाईट झाली होती.

शफीने एकदम एक वळण घेतले आणि एका शॉपिंग मॉलच्या दिशेने मोटार न्यायला सुरुवात केली. तेथे त्याने सुरेशला सोडले. सोडताना त्याने सुरेशला सांगितले, ‘मॉलच्या आत जाऊन मागच्या दाराने बाहेर पडा. तेथे मी तुमची वाट बघत थांबतो.’ पाठलाग करणारे आता विचारात पडले. त्यांना हवा असलेला माणूस मॉलच्या आत होता पण त्याची मोटार मात्र निघून गेली होती. मोटारीच्या मागे जावे की हव्या असलेल्या माणसाच्या मागे जावे हे त्यांना ठरवता येईना. अखेरीस त्यांनी तेथेच थांबण्याचे ठरवले आणि त्यांच्यापैकी काहीजण सुरेशला शोधण्यासाठी मॉलमध्ये शिरले. तेवढ्या वेळात सुरेश मॉलच्या मागच्या दाराने बाहेर पडून शफीच्या मोटारीत बसून एअर इंडियाच्या कचेरीमध्ये तिकिटे घेण्यासाठी निघूनही गेला होता.

परंतु आपल्याला अजून काही आश्चर्याच्या धक्क्यांना तोंड द्यायचे आहे हे त्याला माहीत नव्हते. एअर इंडियाच्या अधिकाऱ्यांनी त्याला सांगितले की दूरध्वनीवरून ही सर्व तिकिटे रद्द करण्यात आली आहेत. त्याच्या कुटुंबियांपैकीच कुणीतरी हा कॉल केला असावा असेही त्यांनी सांगितले. त्याला मोठाच धक्का बसला परंतु चौकशी केल्यावर आपल्यापैकी कुणीही हे केले नसल्याचे त्याला त्याच्या कुटुंबीयांनी सांगितले. आता तर हे अगदी निश्चितच झाले की कुणीतरी त्याच्या मागावर आहे आणि मेमन लोकांचे भारतामध्ये परतणे अशक्य करण्यासाठी हे लोक काहीही करायला तयार आहेत. त्याचा पाठलाग करणाऱ्यांपैकी एकाने स्वत: मेमन असल्याचे सांगून ही तिकिटे रद्द केली होती हे उघडच होते. या बातमीने मी हादरून गेलो आणि हे सर्व माझ्या वरिष्ठांना सांगण्याचे मी ठरवले. ही फार मोठी चूक होत होती हे माझ्या लक्षात आले नाही.

अतिशय चुकीच्या कारणांवरून माझे वरिष्ठ अस्वस्थ झाले. त्यांनी वाटले की ही एक 'प्रथम दर्जाची राजकीय परिस्थिती' निर्माण होण्याची सुरुवात आहे. संचालकांनी उशीरा रात्री त्यांच्या तुघलक लेनमधील निवासस्थानी एक तातडीची व उच्चपदस्थ व्यक्तींची बैठक बोलावली. ज्यात मी अतिशय अवघड, अयोग्य आखणीमुळे चुकीचे साहस ठरू शकणारी कामगिरी हाती घेतल्यामुळे मूर्ख ठरलो आहे आणि त्यामुळे सीबीआयचे नाव खराब होईल असे मला भासवण्यात येऊ लागले. संचालक आणि त्यांचे सल्लागार यांच्यामध्ये अनेक खाजगी चर्चा झाल्या. मला बोलण्याची परवानगी नव्हती. संचालकांनी स्पेशल सेक्रेटरी एमईए यांना दूरध्वनी करून ही कामगिरी रद्द केली आहे असे सांगण्याचे ठरवले. स्पेशल सेक्रेटरींनी दुबईतील भारतीय कॉन्सुल जनरलला अशी सूचना द्यावी की मेमन कुटुंबियांना कॉन्सुलेटमध्येच आश्रय द्यावा आणि त्यांना आणीबाणीच्या परिस्थितीमधील पारपत्रे देऊन त्यांची दिल्लीला येण्याची व्यवस्था करावी अशी स्पेशल सेक्रेटरींना विनंती करण्याचे संचालकांनी ठरवले.

स्पेशल सेक्रेटरी अतिशय खवळले आणि त्यांनी ही सूचना साफ नाकारली. ते रागाने म्हणाले, 'एका मिनिटाला तुम्ही लोक मेमन लोकांसाठी पाकिस्तानी पारपत्रांवर ताबडतोब भारतीय व्हिसा मागता आणि दुसऱ्याच मिनिटाला तुम्ही म्हणता त्यांना मिशनमध्ये राहाण्याजेवण्याची सोय करा. आपल्या कॉन्सुलेटमध्ये अशा सोयी करण्याची काहीही व्यवस्था नाही. आय ॲम सॉरी – मी तुम्हाला काही मदत करू शकत नाही.'

स्पेशल सेक्रेटरींशी झालेल्या आपल्या संभाषणांचे तपशील संचालकांनी सर्वांना सांगितले तेव्हा यावर काय प्रतिक्रिया द्यावी हे त्यांच्या सल्लागारांना कळेनासेच झाले. ते एकमेकांकडे बघतच राहिले. त्या क्षणी मी माझ्या मनातील गोष्ट स्पष्टपणे बोलण्याचे ठरवले. थेट संचालकांशीच बोलत मी म्हटले, 'सर, एवढे घाबरून जाण्याचे काय कारण आहे तेच मला कळत नाही. सरकारला किंवा आपल्याला मान खाली घालायला लागण्यासारखे काहीही घडलेले नाही. आपण केवळ आपल्याच नागरिकांना परत आणण्याचा प्रयत्न करत आहोत आणि तेही जबरदस्तीने नाही. ते फरारी आहेत आणि आपण त्यांना न्यायालयासमोर उभे करण्याचा प्रयत्न करत आहोत. मला एकट्यालाच ही परिस्थिती हाताळू द्यावी. त्यामध्ये कुणी येऊ नये.' दुसरा काही पर्याय न सापडल्याने त्यांनी रात्रभर विचार करून मग निर्णय घेण्याचे ठरवले आणि ते सर्व आपापल्या वाटेने निघून गेले. जाताजाता संचालकांच्या एका मान्यवर सल्लागाराने मला एक टोमणा मारलाच, 'वेल, ही कामगिरी यशस्वी झाली असती तर सीबीआयचा तो एक मोठाच पराक्रम ठरला असता. पण दुर्दैवाने तसे होणे नव्हते.'

मी घरी आलो तो थोडा त्रासूनच अणि निराशेने. यशाच्या इतक्या जवळ आलो होतो मी पण ते माझ्या पदरी काही पडले नव्हते. तरीही मी घाईघाईने ही कामगिरी सोडून देण्याच्या आणि ही संधी हातून घालवण्याच्या विचारात नव्हतोच.

एखाद्या समस्येचा विचार सोडून माणूस जेव्हा झोपी जातो तेव्हा त्याला त्या समस्येचे उत्तर वीज अंगावर पडावी तसे सापडते ही काही फार वेगळी घटना नाही. त्या रात्रीच्या अर्धवट झोपेनंतर मी जेव्हा जागा झालो तेव्हा मला अचानक काही आठवड्यांपूर्वी पाहिलेल्या एका जाहिरातीची आठवण झाली. इंडियन एअरलाइन्सची ती जाहिरात होती आणि त्यामध्ये शारजाहून थेट दिल्लीला येणाऱ्या उड्डाणासंबंधी माहिती दिलेली होती. मी माझ्या पत्नीला उठवले आणि मला सुचलेली कल्पना तिच्या कानावर घातली. मेमन कुटुंबाने दिल्लीला येण्यासाठी दुबईऐवजी शारजाहून विमान का पकडू नये? असे खरोखरच एखादे उड्डाण आहे ना हे आधी निश्चित करून घेण्याचा सल्ला तिने मला दिला. इंडियन एअरलाइन्सच्या कस्टमर सर्व्हिसने या प्रश्नाला होकारार्थी उत्तर दिले (त्या वेळी एअर इंडियामध्ये या विमानसेवेचे विलिनीकरण झालेले नव्हते.) मी पाहिलेली जाहिरात बरोबर होती. आणि आणखी गंमतीची गोष्ट म्हणजे

दुबईहून निघणारे एअर इंडियाचे विमान आणि शारजाहून निघणारे इंडियन एअर लाइन्सचे विमान यांच्या निघण्याच्या वेळेमध्ये काही तासांचेच अंतर होते. सुदैवाने युएईच्या दुबई आणि शारजा या दोन्ही राज्यांचा भूगोल माझ्या परिचयाचा होता. मुंबईतील साखळी स्फोटांच्या अधिक चौकशीसाठी मी याआधीही या दोन एमिरेट्सना भेट दिली होती. मोटारीने ही दोन्ही शहरे काही मिनिटांच्याच अंतरावर आहेत हे मला माहीत होते. मेमन कुटुंबासाठी दोन ठिकाणी आरक्षणे करण्याचे मी ठरवले. एक दुबईहून आणि एक शारजाहून. दुबईहून केलेले आरक्षण हे मेमन कुटुंबाच्या पाकिस्तानी पारपत्रांवर असलेल्या नावांनी असेल व शारजाहून केलेले आरक्षण मात्र गुप्त ठेवण्याचा प्रयत्न करायचा. नाहीतर आयएसआयने आणखी काहीतरी लबाडी केली असती.

मी संचालकांना दूरध्वनी करून माझी कल्पना त्यांना सांगितली तेव्हा सकाळचे ७ सुद्धा वाजलेले नव्हते. त्यांना ही कल्पना पसंत पडली आणि त्यांनी मला पुढे जाण्याची परवानगी दिली. कदाचित आदल्या रात्रीच्या अनुभवामुळे त्यांना कळून चुकले असावे की जेवढे सल्लागार अधिक तेवढा निर्णयाला अधिक वेळ. त्यांनी पुढच्या घटनांची माहिती थेट त्यांनाच द्यावी, दुसऱ्या कुणाही अधिकाऱ्याला देऊ नये असे मला सांगितले. मला तेच हवे होते. एवढ्या मोठ्या प्रमाणावरची एखादी कामगिरी सुरू असेल तेव्हा त्यामध्ये कमीत कमी स्तरांवर पर्यवेक्षण व माहिती देणे असले तर चांगले.

~

येथे सीबीआयबद्दल थोडेसे. ही मुळात एक भ्रष्टाचारविरोधी संस्था आहे. केंद्र सरकार व त्यांच्या उपशाखांमधील उच्चपदांवर चालू असलेल्या भ्रष्टाचाराविषयी गुप्त माहिती गोळा करणे हे या संस्थेचे मूलभूत काम आहे. लाच देणारे व घेणारे यांना रंगे हाथ पकडण्यासाठी सापळे रचणे, सार्वजनिक सेवकांच्या माहीत असलेल्या उत्पन्नस्रोतापेक्षा अधिक संपत्ती त्यांच्याजवळ सापडली तर त्याचा शोध घेणे, इत्यादी कामे करणे ही या संस्थेची ताकद आहे. आर्थिक अपराधांचा शोध घेणे आणि गुंतागुंतीच्या आर्थिक देवघेवीमधून विणण्यात आलेले मोठ्या प्रमाणावरील घोटाळे – पुष्कळ वेळा हे शोध थेट एखाद्या अतिउच्चपदस्थ बँकर, राजकारणी आणि सरकारी अधिकारी यांच्यापर्यंतही घेऊन जातात – यांचा शोध घेणे ही या संस्थेची आणखी एक बळकट बाजू आहे. तुलनाच करायची तर – सीबीआयच्या भाषेत ज्यांना ‘स्पेशल

क्राइम्स' म्हणतात - खून, आत्महत्या, बँकांवरील दरोडे, दहशतवादी घटना या सीबीआयच्या तपासाच्या अगदी खालच्या स्तरावरील बाबी आहेत. सर्वात महत्त्वाचे म्हणजे, अशा केसेसचा तपास करणे, धोकादायक गुन्हेगारांवर छापे घालण्याची तयारी करणे, नजर ठेवणे, पाठलाग करणे या गोष्टी सर्वसामान्यपणे सीबीआयसाठी नाहीतच. मी ही टीका करत नाहीये तर ९ वर्षे सीबीआयमध्ये केलेल्या कामाच्या अनुभवावरून तयार झालेले माझे प्रामाणिक मत नोंदवत आहे. तरीही, अशा असंख्य स्पेशल क्राइम्सच्या तपासामध्ये सीबीआयने मिळवलेल्या यशाचे श्रेय त्यांच्याकडून काढून घेणे योग्य होणार नाही. यामध्ये राजीव गांधी हत्या, एल एन मिश्रा खून आणि अगदी अलीकडे उत्तर प्रदेशातील बदाऊन जिल्ह्यामध्ये झालेली दोन बहिणींची तथाकथित हत्या हे गुन्हे येतात. परंतु देशाच्या इतर भागांमधील पोलिसदलांनी अनुकरण केले पाहिजे ते म्हणजे न्यायालयामध्ये कोणत्याही केसचा खटला चालवण्याची जी क्षमता सीबीआयकडे आहे तिचे. कायद्याच्या छाननीमध्ये खरा उतरेल असा पुरावा नीट मांडणे हा तिचा सर्वात महत्त्वाचा गुण - 'युएसपी' आहे.

हे सर्व मी मेमन लोकांच्या कहाणीच्या संदर्भामध्ये बोलत आहे. मी जी कामगिरी हाती घेतली होती ती खरे पाहता सीबीआयच्या प्रांतातील नव्हती. काहीतरी भयंकर प्रमाणात चुकण्याची शक्यता होती आणि याला मान्यता देण्याची माझ्या वरिष्ठांची तयारी नव्हती. त्यामुळे, आम्ही आपले आपणच एखादी कामगिरी करत असताना सर्वसाधारणपणे एकाकीच आणि काहीशा विरोधी वातावरणातच असतो.

काही वाचकांना असाही प्रश्न सतावू लागला असेल की पाकिस्तानी आयएसआयच्या तुलनेमध्ये आपली सीबीआय ही संस्था कोणत्या पातळीवर आहे? थोडक्यात सांगायचे तर या दोन संस्थांमध्ये तुलनाच होऊ शकत नाही कारण त्यांच्यामध्ये एकही साम्यस्थळ नाही. आयएसआय हा पाकिस्तान सरकारचा 'डर्टी ट्रिक्स' विभाग आहे, वरवर त्याला गुप्तहेर खाते म्हटले जाते. या विभागामध्ये भारत व अफगाणिस्तान या देशांमध्ये विध्वंसक कृत्ये घडवून आणण्यावरच भर दिला जातो. सीबीआय ही केवळ तपासकार्य करणारी संस्था आहे आणि पाकिस्तानातील त्यांच्यासारखी संस्था ही बहुधा त्यांची फेडरल इन्व्हेस्टिगेशन एजन्सी ही असू शकेल (एफआयए). परदेशातून माहिती जमवण्याविषयी बोलायचे तर आपल्याकडे आपली रीसर्च अँड ॲनालिसिस विंग (आर अँड ए डब्ल्यू) ही संस्था आहे. होय, पूर्वी सीबीआयने महत्त्वाची

भूमिका पार पाडल्याच्या काही दहशतवादाच्या केसेस आहेत - ज्यामध्ये आयएसआयचा मोठाच हात होता. १९९३च्या मार्चमधील मुंबईतील स्फोटांची साखळी हा त्यांपैकीच एक गुन्हा आहे. आता नॅशनल इन्व्हेस्टिगेशन एजन्सीच्या निर्मितीनंतर (एनआयए) तो एक हलकासा संबंधही भूतकाळात जमा झालेला आहे. आता, दहशतवादाच्या सर्व केसेस तपासासाठी एनआयएकडे जातात, सीबीआयकडे नाही.

~

संचालक आणि मी या दोघांमध्येच संपर्क ठेवण्याविषयीचा हा एक गुप्त करार झाल्यावर माझ्यासमोरचे ताबडतोबीचे काम होते ते शारजा ते दिल्लीसाठी मेमन कुटुंबाचे आरक्षण करणे. ज्याची कसलीही खबर आयएसआयला न लागणे. दुबईहून केलेले आरक्षण तसेच ठेवून या लोकांना शारजामधून बाहेर काढायचे असा माझा बेत होता. मी ए एम भारद्वाज यांना भेटण्याचे ठरवले. भारद्वाज हे नागरी हवाई वाहतूक खात्याचे जॉइंट सेक्रेटरी व इंडियन एअरलाइन्सचे सी एम डी होते. ते अगदी साधे व सौजन्यशील होते व माझे शेजारीही होते. मी सतीश झा यांना माझ्याबरोबर येण्यास सांगितले. आम्ही पटेल चौकातील इंडियन एअरलाइन्सच्या कचेरीत पोचलो तेव्हा सकाळचे साधारण १० वाजले होते. अध्यक्षांना आपणही या कामगिरीमध्ये सहभागी आहोत असे वाटावे म्हणून मी त्यांना या कामगिरीची रूपरेषा सांगण्यास सुरुवात केली तेव्हा मला थांबवत ते म्हणाले, 'माझ्याकडून तुम्हाला काय हवे आहे तेवढे सांगा.' आयएएसमध्ये कामाला सुरुवात करण्याआधी ते भारतीय सेनेमध्ये होते. त्यामुळे आवश्यक तेवढीच माहिती द्यावी या तत्वाचा त्यांना चांगलाच परिचय होता. मी सांगितले - काही फरारी लोकांसाठी मला शारजा दिल्ली विमानामध्ये आरक्षण हवे आहे परंतु त्यांची नावे संगणकावर अथवा उड्डाणाच्या इतर कागदपत्रांवर जाता कामा नयेत. त्यांनी इंडियन एअरलाइन्सच्या ऑपरेशन्स विभागाच्या प्रमुखाला दूरध्वनी करून आवश्यक त्या सूचना इंडियन एअरलाइन्सच्या दुबई कचेरीला देण्यास सांगितले. दुबई कचेरीतील अधिकाऱ्याला सांगण्यात आले की सुरेश नावाचा एक माणूस आपल्या कुटुंबीयांसाठी जागा आरक्षित करण्यासाठी तुमच्याकडे येईल. त्याने केलेली आरक्षणे ही एअरलाइन्सच्या माहितीकोशामध्ये कोणतेही नाव न देता घातली जावीत. आणि केवळ एक पीएनआर क्रमांक संगणकावर दिसावा. तेथील अधिकाऱ्याला आणखी अशी

सूचना देण्यात आली की एकट्या सुरेशलाच तो पीएनआर क्रमांक देण्यात यावा, इतर कोणालाही देण्यात येऊ नये. जेव्हा हे सर्व प्रवासी विमानात बसण्यासाठी येतील तेव्हा बाकीचे सर्व तपशील भरता येतील.

दुसरी समस्या होती ती शारजा ते दिल्लीपर्यंतच्या आणखी एका निकीट संचासाठी आवश्यक असलेल्या पैशाची. एमईए किंवा माझे स्वत:चे वरिष्ठ यांच्याकडे गेलो तर ही समस्या अधिकच गुंतागुंतीची आणि वेळखाऊ होईल असे मला वाटले. माझ्याकडे वेळ नव्हताच. मग मी पुन्हा दुबईतील माझ्या जुन्या मित्राला साकडे घातले. माझ्या सांगण्यावरून सुरेश त्याला त्याच्या कचेरीत भेटला तेव्हा त्याने आनंदाने आवश्यक तेवढे पैसे सुरेशला दिले. अर्थात, हे पैसे भारत सरकारच्या निधीमधून त्याला परत करण्यात आले.

आता सर्व गोष्टी माझ्या बेताप्रमाणेच पार पडत होत्या-निदान मला तरी असे वाटत होते. इंडियन एअरलाइन्सच्या कचेरीत गेल्यावर सुरेशला एक पीएनआर क्रमांक देण्यात आला. शारजा विमानतळावर विमानामध्ये बसतेवेळी हा क्रमांक सांगायचा होता. आता आपल्या कुटुंबीयांसह दिल्लीला येण्यासाठी सुरेश अगदी तयार होता. २३ ऑगस्टपासून तो देइरा येथील क्लॅरिजेस हॉटेलमध्ये राहात होता. २४ ऑगस्टच्या दुपारी आपले सर्व सामान बांधून तो हॉटेल सोडण्याची प्रक्रिया पूर्ण करण्यासाठी हॉटेलच्या कचेरीत गेला तेव्हा तेथील रिसेप्शनिस्टने त्याला सांगितले की त्याचे पारपत्र त्याला परत करता येणार नाही. दुबई सरकारकडून हॉटेलला अशा सूचना मिळाल्या होत्या की सुरेश दुबईमध्येच अडकून पडावा. (१९९०च्या दशकाच्या मध्यावर दुबईतील बहुतेक हॉटेल्समध्ये हॉटेलच्या रिसेप्शनिस्टकडे आपले पारपत्र द्यावे लागत होते आणि हॉटेलची सर्व बिले चुकवल्यानंतरच ते पारपत्र परत केले जायचे. आता दुबईमध्ये काय पद्धत आहे हे मला माहीत नाही. परंतु, या बाबतीत, दुबई सरकारची ही सूचना म्हणजे केवळ धूळफेक होती.) आणि त्याला वाटले होते तसेच झाले होते. सहज आजूबाजूला नजर टाकताच त्याला आजवर त्याचा पाठलाग करत असलेले तेच सर्व गुंडलोक हॉटेलच्या लॉबीमध्ये त्याच्याकडे आक्रमक नजरेने बघत बसलेले दिसले.

भयंकर भेदरून जाऊन सुरेशने त्याच्या खोलीमधून मला दूरध्वनी केला. मोठमोठ्याने ओरडत तो त्याला फार मोठ्या संकटात टाकण्याचा माझ्यावर आरोप करत होता. त्याने मला सगळी माहिती दिली तेव्हा एक क्षणभर मला वाटून गेले की ही कामगिरी साफ फसलीच.

मी कॉन्सुल जनरल प्रभु दयाल यांना दूरध्वनी करून सांगितले की सुरेशला हॉटेल सोडू दिले जात नाहीये. या वेळेपर्यंत प्रभूची सहनशक्ती संपत आली होती. आजवर त्याने माझ्या सर्व कठीण, कठीण अडचणी सोडवल्या होत्या, एकदाही मला त्यांच्यासंबंधी काही स्पष्टीकरण विचारले नव्हते. आता मात्र त्याने मला काहीशा रागानेच विचारले. 'नीरज, हे काय चाललंय तरी काय?' मग त्याला मी ही सबंध कहाणी सांगून टाकली. मी म्हटले, 'प्रभू, मुंबई ब्लास्टच्या केसमध्ये आम्हाला हवी असलेली ही मेमन मंडळी आहेत. आणि त्यांना परत आणण्यासाठी सुरेशला मदत केली जाणं फार गरजेचं आहे.' प्रभूने काहीशा रागानेच मला म्हटले, 'आता मी काय करावं असं तुझं म्हणणं आहे?' मी विनवणीच्या स्वरात म्हटले, 'प्लीज, क्लॅरिजेसमध्ये जा आणि त्या रिसेप्शनिस्टला तू कोण आहेस ते सांग. त्याला हेही सांग की एका भारतीय नागरिकाकडून माझ्याकडे अशी तक्रार आलेली आहे की त्याला निष्कारणच त्रास दिला जात आहे. त्याचे पारपत्र बेकायदेशीरपणे तुम्ही अडकवून ठेवले आहे, त्याला हॉटेल सोडून जाऊ दिले जात नाहीये.' मी त्याला असेही सांगितले की हॉटेलमधून सुरेशला घेऊनच बाहेर पड आणि सरळ मेमन लोक जेथे लपून राहिले होते तेथे जाऊन मेमन लोकांना एका वाहनामध्ये बसवून त्यांना दुबई विमानतळावर सोडून येत असल्याची बतावणी कर. पण मध्येच रस्ता बदलून त्यांना शारजा विमानतळावर सोड.' त्याने मला विचारले, 'या साऱ्याला फॉरेन सेक्रेटरींची परवानगी आहे का?' मी आत्मविश्वासाने उत्तर दिले 'होय.' पण मी खोटे बोलत होतो.

प्रभु दयालने त्याची भूमिका उत्कृष्टपणे पार पाडली आणि आम्हाला वाचवले हे मान्य केलेच पाहिजे. तो त्याच्या अधिकृत मोटारीतून हॉटेलच्या पोर्चमध्ये शिरला. त्याच्या मोटारीवर तिरंगा फडकत होता. आपल्याबरोबर कॉन्सुलेटच्या आणखी काही कर्मचाऱ्यांना घेऊन तो हॉटेलच्या लॉबीमध्ये धडकला आणि थेट रिसेप्शनिस्टसमोर जाऊन उभा राहिला. आपण स्वत: कोण आहोत हे सांगून त्याने सुरेशचे पारपत्र ताबडतोब मोकळे करावे आणि त्याला बाहेर जाऊ द्यावे अशी मागणी केली. अचानक घडलेल्या या प्रसंगाने आश्चर्यचकित झालेल्या रिसेप्शनिस्टने आपल्या वरिष्ठांशी चर्चा केली आणि आपल्या खोलीमध्ये मोठ्याने रडत बसलेल्या सुरेशला दूरध्वनी केला. त्याची अनेक प्रकारांनी क्षमा मागण्यात आली आणि आपले सामानसुमान घेऊन येऊन हॉटेल सोडण्याची प्रक्रिया पूर्ण करावी असे त्याला सांगण्यात आले.

रिसेप्शनजवळ येताच प्रभू आणि अनेक वेळा कॉन्सुलेटच्या फेऱ्या मारल्यामुळे ओळखीच्या झालेल्या त्याच्या सहकाऱ्यांना बघून सुरेशला हायसे झाले. आत्तापर्यंत लॉबीमध्ये बसून असलेले गुंड आता नाहीसे झाले होते. त्यानंतर आपल्या सर्व लवाजम्यासह प्रभू सुरेशला घेऊन सर्व तयारी करून मेमन लोक जेथे वाट बघत होते तेथे गेला. त्या सर्वांना कॉन्सुलेटच्या एका मोठ्या मोटारीमध्ये बसवण्यात आले. सारे कुटुंबीय आणि राहीन यांनी एकमेकांचा भावपूर्ण निरोप घेतला. त्यानंतर राहीनला दुसऱ्या मोटारीतून कॉन्सुलेटमधील त्या कर्मचाऱ्याच्या घरी नेण्यात आले.

या संबंधातील माझा तर्क असा आहे की आयएसआयचा ताबडतोबीचा विचार मेमन लोकांना खूप त्रास देऊन भारतामध्ये परत जाण्यापासून रोखावे असा असावा. दुबईमध्ये त्यांना स्वत:ची अशी काही पोलिस यंत्रणा नव्हती किंवा कुणालाही दुबईमध्ये डांबून ठेवता यावे एवढी सत्ताही नव्हती. त्यामुळे, दूरवरूनच मेमन लोकांना विशेषत: सुरेशला सतत भेदरवत ठेवायचे एवढेच त्यांच्या हाती होते. मला खात्री आहे की आयएसआयने दुबई विमानतळावरील इमिग्रेशन कर्मचाऱ्यांशीही संधान बांधून कोणत्या ना कोणत्या कारणावरून मेमन लोकांना भारतामध्ये परतण्यापासून रोखण्याची तजवीज केली असणार.

२४ ऑगस्ट १९९४ ची संध्याकाळही उलटायला आली होती. प्रभू आणि सुरेश दोघांनीही माझ्याशी संपर्क करणे बंद केले होते. परंतु त्यांचे हे मौन चांगली बातमी देणारे आहे याची मला खात्री होती. याचा अर्थ असा होता की त्यांच्यापैकी कोणीच अडचणीत सापडलेले नाही आणि म्हणूनच मूक आहेत.

त्यानंतर मला दुबई इंटरनॅशनल एअरपोर्टवरील एअर इंडियाच्या सुरक्षा अधिकाऱ्यांचे दूरध्वनी येण्यास सुरुवात झाली. एअर इंडियाच्या सुरक्षा व दक्षता शाखेबरोबर काम करण्यास नेमलेले पोलिस अधिकारी होते. फार तपशीलवार महिती न देता जुजबी माहिती देऊन मी त्यांना या कामगिरीमध्ये सहभागी करून घेतले होते. विमानतळावर आजवर कधीही न झालेली अशी गडबड सुरू आहे असे त्यांनी मला सांगितले. काहीतरी खूप मोठे घडणार आहे हे त्यांना जाणवलेले होते. त्यांनी पुढे अशी माहितीही दिली की इमिग्रेशन शाखेचे वरिष्ठ अधिकारी आणि पाकिस्तानी कॉन्सुलेटचे अधिकारी यांचे जोरजोरात काहीतरी संभाषण सुरू आहे. आणि हे संभाषण एअर इंडियाच्या 'चेक-इन' च्या जवळच सुरू आहे. हा चेक इन काउंटर अजून पुढच्या उड्डाणासाठी उघडलेला

नव्हता. स्वत:शीच हसत मी मनात म्हटले, 'थांबू दे त्या विदूषकांना दुबई विमानतळावर - त्यांची सावजं तर दुसरीकडूनच उडणार आहेत.'

ठरलेल्या बेताप्रमाणे, प्रभूच्या मोटारी दुबई इंटरनॅशनल एअरपोर्टकडे निघाल्या. एकही वाहन त्यांचा पाठलाग करत नव्हते किंवा त्यांच्या हालचालींवर नजरही ठेवताना दिसत नव्हते. पाठलाग करणाऱ्यांना वाटले असावे की आता मेमन मंडळी ठरल्याप्रमाणे तेथे येऊन पोचतील आणि मग योग्य त्या रीतीने त्यांना वागवण्यात येईल.

एका आधीच ठरवलेल्या वळणावर या मोटारींच्या ताफ्याने एक वळण घेतले आणि अगदी सहजगत्या तो ताफा शारजा इंटरनॅशनल एअर पोर्टकडे जाऊ लागला. विमानतळापासून सुरक्षित अंतरावर प्रभूने त्याची मोटार उभी केली. त्याच्या सहकाऱ्यांनी सुरेश, सुलैमान, एस्सा आणि युसुफ (टायगरचे भाऊ), अब्दुल रझ्झाक (टायगरचे वडील), हनिफा (टायगरची आई), रुबिना (सुलैमानची पत्नी), इल्यास (सुलैमानचा ६ वर्षांचा मुलगा) आणि आलिया (सुलैमानची ९ महिन्यांची मुलगी) यांना इंडियन एअरलाइन्सच्या काउंटरवर नावे नोंदण्यासाठी नेले. सुरेशने त्याला मिळालेला पीएनआर क्रमांक सांगितल्यावर मेमन कुटुंब आणि तो स्वत: हे इंडियन एअरलाइन्सचे खास पाहुणे असल्यासारखी वर्तणूक त्यांना देण्यात आली. सारे काही सुरळीतपणे पार पडले आणि त्या सर्वांना विमानात बसण्यासाठी एका विश्रामकक्षामध्ये नेण्यात आले. प्रभू शारजा विमानतळावरून निघून न जाता आपल्या मोटारीत बसूनच सर्व गोष्टींवर नजर ठेवून होता. इथे माझे हृदय जोरजोरात धडधडत होते. आम्ही यशाच्या अगदी जवळ पोचलो होतो पण अजूनही यश दूरच होते.

प्रभूचा दूरध्वनी मला आला तेव्हा मध्यरात्र उलटून गेली होती. प्रभूने सांगितले मेमन लोक विमानात आहेत आणि विमानाने उड्डाण केले आहे. मग मात्र माझ्या भावना अनावर झाल्या आणि मी आनंदाने आरोळ्या ठोकायला सुरुवात केली. आयएसआयच्या ठगांसाठी माझ्या ओठांवर अगदी निवडक अशी विशेषणे खेळू लागली. पाकिस्तानशी क्रिकेट मॅच खेळताना हातातून गेली असे वाटणारी मॅच जेव्हा आपण जिंकतो - म्हणजे मॅचचा शेवटचा चेंडू शिल्लक आहे आणि आपला शेवटचा फलंदाज एक छक्का मारतो आणि आपल्याला जिंकवतो तेव्हा आपणा भारतीयांच्या मनात ज्या भावना असतात तशाच काहीशा माझ्याही भावना होत्या. कदाचित यावेळी मी त्यापेक्षा खूप अधिक आनंदात होतो. मी ही बाब सतीश झा यांना सांगितली तेव्हा तेही

असेच खूष झाले. पुढच्या काही तासांमध्ये माझ्याबरोबर विमानतळावर येण्याची तयारी ठेवा असे मी त्यांना सांगितले.

~

पण अजून आमचे काम संपले नव्हते. दिल्ली विमानतळावरील आगमन प्रणालींच्या भुलभुलैय्यामधून मेमन कुटुंबाला बाहेर काढायचे होते. यामध्ये महत्त्वाची गोष्ट अशी होती की त्यांच्या येण्याची आणि अटकेची बातमी फुटून चालणार नव्हते. प्रसारमाध्यमांना ही बातमी कळली असती तर ती आमच्या मागेच लागली असती.

मी दिल्ली विमानतळावरील पोलिसांना दूरध्वनी करून सांगितले की मी व माझा एक मित्र शारजाहून येणाऱ्या काही कुटुंब मित्रांना घेण्यासाठी येत आहोत. त्यावेळी तेथे तैनात असलेले इन्स्पेक्टर ग्यान चंद यांनी पूर्वी माझ्याबरोबर दिल्ली ट्रॅफिक पोलिस शाखेमध्ये काम केलेले होते. त्यांनाच माझ्याबरोबर राहाण्यास सांगण्यात आले. एअर ब्रिजच्या अगदी शेजारीच असलेल्या आगमन कक्षामध्ये मी व सतीश झा अतिशय उत्कंठेने विमानाची वाट बघत होतो. विमान उतरल्यावर त्यातून प्रथम बाहेर पडणारे लोक हे मेमन कुटुंबीय होते कारण शारजामध्ये त्यांना इंडियन एअरलाइन्स कर्मचाऱ्यांनी अधिक वरच्या श्रेणीच्या तिकिटांवर बसवले होते. सुरेश त्यांचे नेतृत्व करत होता. तो धावतच माझ्याकडे आला आणि लहान मुलासारखे रडतच त्याने मला मिठी घातली. त्याच्यामागोमाग सर्व मेमन कुटुंब हे त्यांच्या पारंपरिक वेषामध्ये होते. पुरुष कडक स्टार्चच्या कुडत्या पायजम्यामध्ये, स्त्रिया बुरख्यामध्ये होत्या. पुरुषांच्या दाढ्या लांब वाढलेल्या होत्या. इन्स्पेक्टर ग्यान चंदना माझ्याविषयी मोठा आदर आहे. त्यांना हे सर्व फारच चमत्कारिक वाटत होते. आम्हा सर्वांना असिस्टंट फॉरेनर रीजनल रजिस्ट्रेशन ऑफिसर (एएफआरआरओ) यांच्या कचेरीत नेण्यात आले. आलेल्या सर्व व्यक्तींची पारपत्रे इमिग्रेशन काउंटरकडे नेण्यात आली. ती पारपत्रे परत येण्याची वाट पाहात असताना एक कनिष्ठ पदावरील इमिग्रेशन अधिकारी आत आला आणि एएफआरआरओच्या कानामध्ये काहीतरी पुटपुटला अधिकाऱ्याने मेमन कुटुंबीयांकडे रोखून पाहिले आणि माझ्याकडे वळून तो म्हणाला, 'सॉरी सर, आम्ही त्यांना जाऊ देऊ शकत नाही. ते आमच्या वॉंटेड यादीवर आहेत आणि त्यांच्यावर नजर ठेवण्यासाठीच्या सूचना जारी करण्यात आलेल्या आहेत.'

आता हा सारा लपंडाव बंद करून इमिग्रेशन अधिकाऱ्याला सर्व काही सत्य सांगण्याची वेळ आली आहे हे मला कळून चुकले. मी म्हटले, 'मुंबई ब्लास्ट केसमधील हवे असलेले आणि फरारी आरोपी असलेले हे मेमन लोक आहेत. सीबीआयच्या एका यशस्वी कामगिरीमुळे ते येथे दिल्लीमध्ये आलेले आहेत. या कामगिरीला भारत सरकारचा पूर्ण पाठिंबा आहे.' एएफआरआरओने अतिशय सौजन्याने परंतु ठामपणे याला नकार दिला. 'या लोकांना माझ्याबरोबर येऊ देण्यासाठी आवश्यक त्या सूचना कुणी द्याव्या असे तुम्हाला वाटते?' मी त्याला विचारले. 'सर. माझे स्पेशल डायरेक्टर किंवा फॉरेनर्स विभागाचे जॉइंट सेक्रेटरी व्ही एस ऐलावादी यांनी.' तो उत्तरला.

इमिग्रेशनच्या स्पेशल डायरेक्टरांची व माझी ओळख नव्हती परंतु ते अडचणी आणणारे व नकारात्मक विचारांचे आहेत अशी त्यांची ख्याती मात्र मी ऐकलेली होती. माझ्या सुदैवाने, मी ऐलावादींना मात्र भेटलेलो होतो. त्यावेळी ते गृह मंत्रालयामध्ये जॉइंट सेक्रेटरी (फॉरेनर्स) म्हणून इमिग्रेशन विभागामध्ये काम करत होते. एकदोन दिवसांपूर्वीच संध्याकाळी, एका सहकाऱ्याच्या घरी माझी आणि त्यांची भेट झाली होती. त्यावेळी मी अगदी सहज म्हणून त्यांना विचारले होते की सीबीआयच्या एखाद्या कामगिरीचा भाग म्हणून पाकिस्तानी पारपत्र असलेले लोक दिल्ली विमानतळावर उतरले तर शेवटचा उपाय म्हणून मी त्यांची मदत मागू शकतो का? अतिशय सकारात्मक आणि मदत करण्यास तत्पर असलेल्या त्या माणसाने लगेच उत्तर दिले होते, 'अर्थात.'

त्या लहानशा इमिग्रेशन कचेरीमध्ये सर्व मेमन कुटुंबीय. एसपी झा आणि सरसकट इमिग्रेशन अधिकारी हे कोंबून उभे होते. अणि हे शेवटच्या मिनिटाला घडणारे नाटक बघत होते. सकाळचे नऊही वाजले नव्हते. मी ऐलावादींना दूरध्वनी केला. त्यांच्या सौजन्यशील पत्नीने आरतीने फोन उचलला. तिने सांगितले, 'व्ही एस आज लवकरच ऑफिसला गेले आहेत कारण जॉइंट सेक्रेटरी म्हणून काम करण्याचा त्यांचा आजचा शेवटचा दिवस आहे. आपले नवे काम हाती घेण्याआधी त्यांना हातातील कामे संपवून नव्या माणसाला चार्ज द्यायचा आहे.'

माझी छाती धडधडू लागली. आत्तापर्यंत त्यांनी दुसऱ्या माणसाकडे चार्ज देऊन टाकला असेल तर? ते आता फॉरेनर्स विभागाचे जॉइंट सेक्रेटरी नाहीत ही बातमी एएफआरआरओच्या कानावर आलेली असली तर? मी ऐलावादींच्या कचेरीत दूरध्वनी केला. सुदैवाने मी त्यांच्याशी बोलू शकलो.

आमच्या आधीच्या संभाषणाचा संदर्भ देत मी त्यांना सांगितले की मुंबई बॉंबस्फोटांच्या केसमधील अनेक वॉंटेड आरोपींना सीबीआयने मोठ्या अडचणींवर मात करून दिल्लीला आणले आहे. परंतु एएफआरआरओ त्यांना विमानतळाबाहेर घेऊन जाण्याची आम्हाला परवानगी देत नाही. ऐलावादींच्या जागी दुसरा कोणताही सरकारी अधिकारी असता तर त्याने मला सरळ सांगितले असते की माझी बदली झाली आहे आणि आता मी तुम्हाला कोणतीही मदत करू शकत नाही. याउलट ऐलावादींना माझ्या हातातील रिसीव्हर इमिग्रेशन अधिकाऱ्याकडे द्यायला सांगितले. 'काय प्रॉब्लेम आहे?' असे जॉइंट सेक्रेटरींनीच विचारल्यावर एएफआरआरओनी सांगितले की सीबीआय अधिकाऱ्यांना ज्या प्रवाशांना बाहेर न्यायचे आहे ते सर्व 'वॉंटेड' यादीमध्ये आहेत. इमिग्रेशन अधिकाऱ्याला ऐलावादींनी दिलेल्या सूचना अगदी स्पष्ट होत्या. शेवटी हे जे अधिकारी या प्रवाशांना घेऊन जायला आलेले होते ते सीबीआयचेच होते आणि या केसचा तपास करणारी यंत्रणा म्हणजे सीबीआयच होती. हे प्रवासी 'वॉंटेड' यादीमध्ये आहेत म्हणूनच तर हे सीबीआय अधिकारी विमानतळावर त्यांना अटक करायला आलेले आहेत. मग इमिग्रेशनला अडचण का असावी? सीबीआय अधिकाऱ्यांकडून एएफआरआरओने एक लेखी विनंती अर्ज लिहून घ्यावा आणि मेमन्सना त्यांच्याबरोबर जाऊ द्यावे. अशा त्या सूचना होत्या.

थरथरत्या हाताने मी एक विनंती अर्ज लिहून दिला. त्यामध्ये या लोकांची खरी नावे, खोटी नावे, पाकिस्तानी पारपत्रांचे तपशील अशी सर्व माहिती देऊन पुढे मी विनंती केली होती की एएफआरआरओने या सर्वांना आमच्याबरोबर जाण्याची परवानगी द्यावी. त्याने अतिशय नाईलाजाने परवानगी दिली परंतु आता त्याला कोणी दोषी धरले तर त्याच्या हातामध्ये एक लेखी कागद होता आणि त्याच्या जॉइंट सेक्रेटरीच्या सूचनाही होत्या.

मला नंतर कळले की इमिग्रेशनच्या विशेष संचालकांना जेव्हा ही सर्व हकीकत कळली तेव्हा ते एएफआरआरओवर खूपच रागावले. त्यांची परवानगी घेतल्याशिवाय मेमन्सना जाऊ द्यायला नको होते असे त्यांचे मत होते. 'दिल्ली इमिग्रेशनने मेमन्सना पकडून सीबीआयच्या हवाली केले असे जगाला सांगण्याची सुवर्णसंधी आपण घालवली. त्यांच्या अटकेसाठी जाहीर झालेले भले मोठे इनामही आपण मिळवू शकलो असतो.' असे ते त्यांच्या दुय्यम अधिकाऱ्यावर ओरडले होते. परंतु दुर्दैवाने पक्षी उडून गेले होते.

विमानतळावरून बाहेर पडताच त्यावेळी या केसचे आयओ असलेल्या डीएसपी आय एस सारोलियांनी त्यांना औपचारिकपणे अटक केली. या अटकेपर्यंतचे घटनाचक्र असे होते की या वेळपर्यंत एसटीएफच्या इतर सदस्यांप्रमाणेच या केसचा तपास करणाऱ्या प्रमुख अधिकाऱ्यालाही हे काय चालले आहे याची कल्पना देण्यात आलेली नव्हती.

~

आता एकच गोष्ट करणे बाकी होते. आणि ती म्हणजे याकूबची पत्नी आणि मुलगी यांना परत आणणे. मेमन्सना अटक झाल्याची बातमी फुटली होती आणि प्रसारमाध्यमे सुसाट निघाली होती. अनेक प्रवाद उठत होते. त्यापैकी एक प्रवाद असा होता की सीबीआय आणि मेमन लोकांच्यामध्ये एक समझौता झाला आहे. सीबीआय संचालकांना रागानेच प्रसारमाध्यमांना सुनवावे लागले होते की असे काहीही झालेले नाही. या सबंध कामगिरीचे तपशील गुप्त ठेवण्यात आलेले असल्याने अशा चित्रविचित्र तर्कांना उधाण आले होते.

खरे सांगायचे तर, याकूब किंवा इतर कोणताही मेमन सदस्य याच्याबरोबर कसलाही समझौता झाला नव्हता. कोणत्याही पायरीवर त्यांच्यापैकी कोणालाही कसलेही आश्वासन देण्यात आलेले नव्हते. भारतामध्ये परतल्यास तुमच्याबद्दल सहानुभूतीचा दृष्टिकोन बाळगण्यात येईल असे आश्वासन आम्हाला देण्यात आले होते असा मेमन कुटुंबियांचा दावा सपशेल खोटा आहे. हे मी अतिशय प्रामाणिकपणे नमूद करत आहे.

राहीन आणि तिची मुलगी झुबैदा यांच्याबद्दल बोलायचे तर यशस्वी होऊ शकेल असा कोणताच मार्ग सापडला नाही. समुद्रमार्गे त्यांना गपचुप भारतात आणावे अशीही एक सूचना मांडण्यात आली होती. परंतु आधीच नाजूक असलेल्या आंतरराष्ट्रीय राजकारणामध्ये अशा कल्पनांना थारा देता येत नाही.

संचालकांनी निर्णय घेतला आणि ठरवले की राहीनने उघडपणे आणि जाहीरपणे भारतीय वकिलातीला सांगावे की तिचा पती व इतर कुटुंबीय हे भारतामध्ये पोलिसांच्या ताब्यात आहेत. ती स्वतः एक फरार आरोपी असून तिलाही तिच्या स्वतःच्या देशात परत जाऊन खटल्याला सामोरे जाण्याची इच्छा आहे. असे केल्यास दुबईमधील इंडियन मिशन तिला सर्व मदत करेल. तिने सांगितल्याप्रमाणे केले.

तिच्या मुलीचे नाव घातलेले एक तातडीचे पारपत्र भारतीय वकिलातीने तिला दिले. तिकिटे काढण्यात आली आणि दुबई अधिकाऱ्यांना हे सर्व सांगण्यात आले. या वेळी काहीही लपवाछपवी नव्हती. दुबईच्या इमिग्रेशन अधिकाऱ्यांकडे भारतीय वकिलातीने राहीनला दुबई सोडण्याची परवानगी द्यावी अशी एक औपचारिक विनंती पाठवली आणि ती लगेच मान्यही करण्यात आली. मेमन लोकांच्या अटकेनंतर प्रसारमाध्यमांनी त्या घटनेला जी अमाप प्रसिद्धी दिली होती त्यामुळेच दुबई अधिकाऱ्यांच्या वर्तनामध्ये फरक पडला असावा असे मला वाटते.

५ सप्टेंबर १९९४ एअर इंडियाच्या विमानाने राहीन व तिची तान्ही मुलगी भारतात यायला निघणार होती. तिला व तिच्या एका महिन्याच्या बाळाला आसरा देणाऱ्या वकिलातीतील कर्मचाऱ्याच्या कुटुंबीयांचा अश्रूपूर्ण डोळ्यांनी निरोप घेऊन भारतीय वकिलातीच्या कर्मचाऱ्यांच्या सोबतीने राहीन दुबई इंटरनॅशनल एअरपोर्टवर येऊन पोचली. पुढच्या काही तासांमध्ये आपला नवरा याकूब आणि इतर कुटुंबीय आपल्याला भेटतील अशी तिला आशा वाटत होती. त्या क्षणी, तिच्या दृष्टीने तेवढीच एक महत्त्वाची गोष्ट होती.

परंतु अशा कहाण्यांमध्ये अचानक वळसे आणि अडचणी येतातच. मला स्वच्छ आठवते आहे – ती एक शुक्रवारची दुपार होती. मला एक कॉल आला. राहीन विमानतळावर आलेली आहे परंतु तिचे नाव रेड नोटीस यादीमध्ये असल्याने तिला दुबई सोडण्यास परवानगी दिली जात नाही. मुंबई स्फोटांनंतर जी रेड नोटीस जारी करण्यात आलेली होती तीच ही रेड नोटीस होती. ही बातमी आली तेव्हा मी माझ्या कचेरीत होतो. आता मला मदत करू शकेल अशी एकच व्यक्ती होती – ती म्हणजे माझे सहकारी रवी शर्मा. ते फ्रान्समध्ये लियॉन्स येथे इंटरपोलच्या मुख्यालयामध्ये काम करत होते. अतिशय घायकुतीला येऊन मी त्यांना दूरध्वनी केला.

त्यांचा फोन वाजत राहिला – काही उत्तर नाही. माझी अखेरची आशा मावळू लागली होती. पुन्हा प्रयत्न केल्यावर काही वेळ वाजल्यावर त्यांनी फोन उचलला. राहीनचे नाव इंटरपोलच्या यादीतून ताबडतोब काढून घेण्यात यावे ही माझी अशक्यप्राय विनंती ऐकून घेतल्यावर रवीने उत्तर दिले, 'हे आठवड्याचे शेवटचे दिवस आहेत याची जाणीव आहे का तुम्हाला? इंटरपोलचे मुख्यालय बंद होण्याच्या तयारीत आहे. बाहेर माझे कुटुंब माझी वाट बघत मोटारीत बसलेले आहे. आम्ही स्कीइंगच्या सुटीवर निघालो आहोत. मी आता

तुम्हाला कशी मदत करू शकेन?' मी म्हटले, 'रवी, हे काम व्हायलाच हवे. इथपर्यंत आलो आहोत आम्ही आणि आता या नोटीसमुळे ते पुढे जाऊन चालणार नाही.' अगदी नाईलाजाने त्यानी मला एक औपचारिक विनंतीचा फॅक्स पाठवण्यास सांगितले. मी ताबडतोबच तसे केले. आपल्या कुटुंबासोबत जाण्याचे थोडे पुढे ढकलून रवीने ताबडतोब इंटरपोलच्या त्या नोटीसमधून राहीनचे नाव कमी करून घेतले याचे श्रेय रवीला द्यायलाच हवे.

ही बातमी मी आपल्या वकिलातीतील अधिकाऱ्यांना दिली आणि त्यांनी ती दुबई इमिग्रेशनला पोचवली. ते अधिकारी संगणकाच्या पडद्याकडे अविश्वासाने बघत असतानाच अचानक त्या रेड यादीमधून राहीनचे नाव दिसेनासे झाले. तिला दुबई सोडण्याची परवानगी देण्यात आली. दिल्लीकडे जाणाऱ्या इंडियन एअरलाइन्सच्या विमानामध्ये चढणारे शेवटचे उतारू म्हणजे राहीन व तिची मुलगी या होत्या.

दिल्लीमध्ये पोचताच आयओने त्यांना अटक केली. तरीही याकूबची भेट झाल्याने ती अतिशय आनंदात होती. आपल्या एक महिन्याच्या लेकीला प्रथमच पाहाणाऱ्या याकूबच्या डोळ्यात पाणी आले.

ही कामगिरी फत्ते करण्याची माझी जबाबदारी आता जवळ जवळ संपल्यासारखीच होती. काम झाले होते आणि आम्ही ते कसे पार पाडले हे माझे मलाच कळत नव्हते. माझे सहकारी, वरिष्ठ आणि अनेक एजन्सीज विशेषत: विदेशमंत्रालय आणि इंडियन एअरलाइन्स यांची जी मदत झाली त्यावरून हेच सिद्ध होते की जेव्हा सरकारच्या अनेक विभागांमध्ये हेतू आणि ऊर्जा यांमध्ये एकतानता निर्माण होते तेव्हा अनेक आश्चर्ये घडून येऊ शकतात. माझ्यामागून अनेक कार्यक्षम अधिकारी यामध्ये आले. त्यांनी पुढील चौकशी पार पाडली, एक पुरवणी आरोपपत्र दाखल केले आणि नियोजित न्यायालयासमोर हा खटला चालवला. मुंबईतील माझ्या गटाने या खटल्याचा पाठपुरावा सुमारे २ दशकेपर्यंत अतिशय काटेकोरपणे केला आणि आजही करत आहेत. या गटाचे नेतृत्व करत होते एसपी ओ पी छटवाल. या केसमधील इतर अनेक फरार आरोपी – आबु सालेम, एजाझ पठाण, मुस्तफा दोस्सा उर्फ मजनू, ताहिर 'टकल्या', फिरोझ, रियाझ सिद्दिकी, करीमुल्ला या साऱ्यांना वेळोवेळी अटक करण्यात आली. हे अटकसत्रही अजून सुरू आहे. या अतिप्रचंड केससाठी छटवालने (बऱ्याच काळापूर्वी निवृत्त झालेल्या) जमवलेला माहितीचा प्रचंड खजिना हा सीबीआयच्या अजूनही उपयोगी पडत आहे. खटला चालवण्याच्या

त्याच्या क्षमतेचाही उपयोग होत आहे. त्या वेळी एसटीएफमध्ये काम करत असलेले लोकही मधून मधून काहीतरी माहिती देतच असतात.

याकूब व त्याच्या कुटुंबीयांपैकी काहीजण यांच्या विरुद्ध नोंदवण्यात आलेला पुरावा हा खूप मोठा व खोडून काढता येणार नाही असा आहे. मुंबईवरील दहशतवादी हल्ल्यांमागील कारस्थानांचा सूत्रधार असल्याचा आरोप याकूबवर ठेवण्यात आला. निधी जमवणे, हत्यारांच्या प्रशिक्षणासाठी पाकिस्तानला जाण्यासाठी आपल्या सहकाऱ्यांची तिकिटे खरेदी करणे, कार बॉंब्ज बनवण्यासाठी वाहने पुरवणे आणि हत्यारे व स्फोटके साठवून ठेवण्यासाठी मेमन लोकांच्या जागेचा वापर करू देणे हे आरोप त्याच्यावर ठेवण्यात आले.

न्यायाची चक्रे सावकाश पण निश्चितपणे फिरत त्यांच्या कठोर निर्णयाकडे जात होती. वीस वर्षांनंतर, एका लांबलचक चाललेल्या खटल्यानंतर, २००७ मध्ये याकूबला फाशीची शिक्षा सुनावण्यात आली. त्याचे वडील अब्दुल रझ्झाक हे पोलिसांच्या ताब्यात असताना मरण पावले. रुबिना, एस्सा आणि युसुफ यांना जन्मठेपेची शिक्षा सुनवण्यात आली. राहीन, सुलैमान आणि याकूबची आई हनिफा यांची मात्र निर्दोष मुक्तता करण्यात आली.

या गुन्ह्यातील प्रमुख गुंड टायगर मेमन त्याची पत्नी व मुलांसह कराचीमध्ये मजेत आयुष्य घालवत आहे असे गुप्तहेर खात्याचे म्हणणे आहे. त्याचा भाऊ अयुब आणि त्याचे कुटुंबही असेच मजेत आहे. टायगर आणि अयुब हे दोघेही जमीन खरेदी विक्रीसारख्या फायदेशीर अशा वेगवेगळ्या उद्योगांमध्ये गढलेले आहेत असे अहवाल आहेत. मधूनच कधी तरी टायगर लष्कर-ए-तैयबा सारख्या गटांच्या साह्याने भारतामध्ये दहशतवादी हल्ले करण्याचे बेत आखत आहे अशी बातमी आमच्या कानावर येते.

३० जुलै २०१५ या दिवशी याकूबला फाशी देण्यात आले. यावेळीही अनेक वादविवाद आणि प्रसारमाध्यमांचा गोंगाट होताच.

7

परतभेट

रोशन अन्सारीला अटक आणि हद्दपारी

२००२ हे वर्ष माझ्या आयुष्यात अनेक चांगल्या व वाईटही गोष्टी घेऊन आले. भारताचे दोन सर्वात 'वाँटेड' गुन्हेगार–आफताब अन्सारी आणि राजू अनडकट यांना १० फेब्रुवारी २००२ या दिवशी दुबईमधून हद्दपार करण्यात आले. हा एका लांबलचक आणि कठीण अशा कामगिरीचा शेवट होता. पोलिसांबरोबर सहकार्याने केलेल्या या कामगिरीमध्ये एक महत्त्वाची भूमिका बजावण्याचे सुदैव मला लाभले होते. माझ्या दृष्टीने आणि सीबीआयच्याही दृष्टीने हा एक विजयोत्सवाचा क्षण होता. मी तर सातव्या स्वर्गात होतो, त्या क्षणाचा सुगंध अजूनही माझ्या मनात दरवळतो आहे.

त्यानंतरचा पाठपुरावा करण्यासाठी अजून खूपच कामाची गरज होती आणि मी या हद्दपार व्यक्तींच्या चौकशीचे अहवाल तयार करण्यात पुरता गुंगून गेलेलो होतो. या सर्वांच्या चौकशीच्या दरम्यान मिळालेला माहितीचा प्रचंड साठा आता नीट जुळवून घ्यायचा होता. आणि त्यानंतर ती माहिती कोणत्या वेगवेगळ्या स्रोतांमधून आली आहे ते निश्चित करून वेगवेगळ्या एजन्सीजकडे ती माहिती सोपवायची होती. हे सर्व सुरू असतानाच, १५ दिवसांच्या आतच माझ्याकडे एक आदेश आला. माझी बदली दिल्ली पोलिस दलामध्ये करण्यात आली होती. हे माझे मूळचे स्थान होते.

अचानक झालेल्या या बदलीमुळे मी गडबडून गेलो. माझ्या प्रतिनिधित्वाचा काळ संपला असला तरी मी अजून काही काळ तेथेच काम करावे असे संचालकांनी दर्शवले होते. केवळ दोन वर्षांच्या एकत्र काम करण्याच्या कालावधीमध्ये आम्ही व्यावसायिकदृष्ट्या बरेच जवळ आलो होतो. त्यांची

हस्तक्षेप न करण्याची प्रवृत्ती आणि हातातील कामगिरीमध्ये बिनशर्त पाठिंबा देण्याचा स्वभाव हे मला खूप आवडत होते. आणि माझा असा समज आहे की त्यांनाही मी आवडू लागलो होतो – कारण माझा गट कामगिरी फत्ते करत होता आणि सीबीआयला स्तुतीचे हारतुरे मिळवून देत होता. परंतु एकदोन महिन्यांपूर्वी एक वरिष्ठ अधिकारी आमच्या संस्थेमध्ये दाखल झाल्यापासून संचालकांच्या या वृत्तीमध्ये काहीसा बदल होऊ लागल्याचे मला जाणवले होते. संचालकांच्या माझ्याविषयीच्या या आपुलकीने हा नवा भिडू फारसा खूष झालेला नसावा आणि म्हणून तो संचालकांना माझ्यापासून हळूहळू दूर करत असावा असा मला संशय होता.

तरीही, या आदेशाने अस्वस्थ होऊन मी संचालकांना भेटायला गेलोच. मनात एक आशा होती की ते मला म्हणतील, 'काम सुरू ठेव. मी सरकारशी बोलतो.' परंतु आश्चर्याची गोष्ट म्हणजे अतिशय शांतपणे त्यांनी मला चार्ज देऊन टाकायला सांगितले. निरोपादाखल ते एवढेच म्हणाले, 'नीरज, सीबीआयमधील तुझी कारकीर्द सामान्य नव्हती. परंतु आता वेगळे होण्याची वेळ आली आहे.'

याचा अर्थ अगदी स्वच्छ होता. या साऱ्या अपमानास्पद वागणुकीमुळे मला फार वेदना झाल्या परंतु शक्य तेवढ्या लवकर मी सर्व काही आवरले आणि कचेरी सोडली. ना औपचारिक निरोप ना भावपूर्ण संदेश – जवळ जवळ ९ वर्षे मी ज्या संस्थेमध्ये जीव ओतून काम केले – माझ्या पोलिस कारकिर्दीतील सर्वोत्तम कामगिरीची वर्षे होती ही – त्या संस्थेकडून काहीही नाही.

काही काळानंतर मला कळले की हे दिसत होते तेवढेच नव्हते. एक आर्थिक गुन्हेगार आणि तोही जनतेचा सेवक माझ्या या अचानक बदलीच्या मागे होता. १९९९ मध्ये माझ्या गटाने त्याच्यावर गुन्हा दाखल केला होता आणि नंतर २००२ मध्ये दोन केसेसमध्ये आरोपपत्रही दाखल केले होते. या पांढरपेशा गुन्हेगाराचे हात अतिशय वरपर्यंत आणि अनेक ठिकाणी पोचलेले होते. त्यामुळे आता मला अधिक काळ सीबीआयमध्ये काम करता येऊ नये याचा बंदोबस्त त्याने केला होता. कदाचित माझ्या संचालकांनी याला ठामपणे विरोध केला असता आणि मला सीबीआयमध्येच ठेवून घेतलेही असते. पण सीबीआयमध्ये आलेल्या नव्या माणसाला – ज्याच्याबद्दल मी आधी बोललेलो आहे – त्याला वाटले असावे की वार करायला हीच वेळ

चांगली आहे - अर्थात हा माझा तर्क आहे. असे दिसते की त्याने संचालकांना पटवले की माझी बाजू घेणे त्यांच्या (संचालकांच्या) हिताचे होणार नाही. काहीही असो, मी दिल्ली पोलिसदलामध्ये परत जाण्यास खूष होतो. तेथे मी पुन्हा एकवार दहशतवादी आणि संघटित गुन्हेगारी या क्षेत्रातील माझे काम सुरू केले.

२००२ च्या मार्चमध्ये, दिल्ली पोलिसदलामध्ये परत आल्यानंतर, मी एक अतिशय गरजेची असणारी सुटी घ्यायचे ठरवले. दिल्ली सरकारकडून माझ्या नव्या पदासंबंधीचे औपचारिक पत्र अजून यायचे होते. मी काही दिवसांची सुटी घेतली आणि पत्नीला घेऊन दुबईला - माझ्या आवडत्या शिकारीच्या कुरणाकडे - गेलो. शिवाय योगायोग म्हणजे आमच्या विवाहाला पंचवीस वर्षे पूर्ण होत होती त्यामुळे ही सुटी मी माझ्या पत्नीला दिलेली भेट होती.

दुबई पोलिसदलातील माझ्या मित्रांनी आमच्या स्वागताची प्रचंड मोठी तयारी केलेली होती. ब्रिगेडियर ए आणि मेजर एम हे दोघे अधिकारी आमची सतत काळजी घेत होते. या दोघांनी आफताब अन्सारी आणि राजू अनडकटला परत नेण्यामध्ये आम्हाला खूप मदत केली होती. आपले राजदूत, के सी सिंग हे देखील आमच्याशी अतिशय सौहार्दाने वागले त्यांचे आदरातिथ्यही उत्तम होते. ते व त्यांची सौजन्यशील पत्नी यांनी एमिरेट्स गॉल्फ क्लब या सुंदर ठिकाणी आमच्यासाठी आयोजित केलेली संध्याकाळ आजही आमच्या स्मरणात आहे. आठवड्याभरातच आम्ही घरी परतलो. आमची ही सुटी अतिशय संस्मरणीय झाली होती.

दिल्ली पोलिसदलातील स्पेशल ब्रँचचा संयुक्त पोलिस आयुक्त या माझ्या नव्या कामामध्ये मी नुकता रुळू लागलो होतो. तेव्हाच दुबई पोलिसांकडून आलेल्या एका कॉलने मला पुन्हा एकवार सीबीआयच्या एका कामगिरीमध्ये गुंतवले. २ एप्रिल २००२ या दिवशी दुबई पोलिस दलामधील मेजर एम यांनी मला दूरध्वनी करून सांगितले की भारतीय वंशाची एक स्त्री - रोशन अन्सारी जिने दुबईच्या एका शेखशी लग्न केले होते - ही दुबईमधून मुंबईला पळून गेलेली आहे. तिने तिच्या तरुण सावत्र मुलीचा मुना अहमदचा खून केला आहे. सावत्र आई व सावत्र मुलगी यांच्यामध्ये सतत भांडणे होत होती आणि हे रोशनला सहन होईनासे झाले असे दिसत होते. १ एप्रिल २००२ला या स्त्रीच्या सहनशक्तीची सीमा झाली आणि रागाच्या भरात तिने त्या तरुण मुलीला ठार मारले. इतर तीन भारतीय हद्दपार व्यक्ती आणि एक बांगलादेशी

नागरिक यांच्या मदतीने तिने त्या मुलीचे प्रेत तिच्याच घराच्या भांडारघरामध्ये पुरले.

दुबई प्रसारमाध्यमांमध्ये या खुनाला खूप प्रसिद्धी मिळाली आणि दुबई पोलिसांवर खुन्याला अटक करण्यासाठी मोठाच दबाव टाकण्यात येऊ लागला. त्यांनी ते तिघे भारतीय व एक बांगलादेशी यांना अटक केली होती परंतु प्रमुख आरोपी रोशन अन्सारी ही मात्र तिच्या मूळ देशामध्ये पळून जाण्यात यशस्वी झाली होती. भारतीय पोलिसांनी तिला अटक करून दुबईला परत पाठवावे अशी दुबई पोलिसांची विनंती होती. आफताब आणि राजूला पकडण्यात त्यांनी भारतीय पोलिसांना मदत करून जे चांगले काम केले होते त्याची ताबडतोब आमच्याकडून परतफेड होईल अशी त्यांची रास्त अपेक्षा होती.

आता मी सीबीआयमध्ये नाही हे मेजर एमला सांगण्याचा मला धीरच होत नव्हता. याला तुम्ही माझे कर्तव्याचे ओझे म्हणा किंवा मला वाटत असलेली माझी नैतिक जबाबदारी म्हणा. मी त्याला एवढेच सांगितले, 'सर्व तपशील मला मेल कर आणि मी काम सुरू करतो.' काही मिनिटातच एक ई-मेल माझ्या संगणकावर इनबॉक्समध्ये आली. या खुनाशी संबंधित असे सर्व तपशील त्यामध्ये होते.

फरारी व्यक्ती-रोशन ए एस अन्सारी हिचे आईवडील घाटकोपर पश्चिम येथे राहात होते. धार्मिकदृष्ट्या अतिशय संवेदनशील असा हा मुंबईचा एक भाग आहे. तिने दुबईच्या एका नागरिकाशी लग्न केले होते. त्याचे नाव होते ए हमिद एम काबांजी. त्यांना एक मुलगी होती - हिंद काबांजी. काबांजीच्या पहिल्या पत्नीपासून त्याला एक मुलगी झालेली होती - २० वर्षे वयाची मुना अहमद. आपल्या ५ वर्षांच्या मुलीला हिंदला घेऊन रोशन एअर इंडियाच्या ए आय ७०० या विमानाने १ एप्रिल २००२च्या संध्याकाळी - खुनाच्याच दिवशी दुबईहून पळाली होती. आई आणि मुलगी या दोघींकडेही युएईची पारपत्रे होती. त्याचे तपशीलही या ई-मेलमध्ये दिलेले होते.

मी सीबीआयच्या संचालकांना दूरध्वनी करून या फोन कॉलची सर्व माहिती दिली आणि दुबई पोलिसांच्या विनंतीविषयीही सांगितले. मला पुढील कामाच्या सूचना हव्या होत्या. काही क्षणांच्या शांततेनंतर ते म्हणाले, 'यार, हे काम तूच का करत नाहीस? सीबीआयमधले सगळे लोक तुझं ऐकतील. आणि तू सांगितल्यासारखं करतील. एखाद्याने तसं केलं नाही तर सरळ मला सांग.' त्यांनी फोन ठेवला पण मला मात्र कोड्यात

टाकले. हे काम माझ्याच गळ्यात घालण्यात आले होते खरे पण मी सीबीआय सोडल्यानंतरही त्यांनी माझ्यावर दाखवलेल्या विश्वासामुळे मला खूप आनंदही झाला होता.

मी डीआयजी वीरेंद्र सिंग यांच्याकडे वळलो. ते सीबीआयच्या मुंबई विभागातील इकॉनॉमिक ऑफेन्सेस विंगमध्ये काम करत होते. मी दिल्ली पोलिसदलामध्ये परत जाण्याआधीच्या माझ्या शेवटच्या कामगिरीमध्ये त्यांनी माझ्याबरोबर काम केले होते. त्यावेळी मी ईओडब्ल्यू-२ चा संयुक्त संचालक होतो. आमच्या शाखा चारही महानगरांमध्ये होत्या. १९८५ तुकडीतील इंडियन रेव्हेन्यू सर्व्हिस अधिकारी असलेला वीरेंद्र हा प्रतिनिधित्वावर एस पी म्हणून सीबीआयमध्ये आलेला होता. सीबीआयमधील त्याची सुरुवातीची काही वर्षे काहीशी अवघडच होती कारण त्याचे त्याच्या वरिष्ठांशी फारसे पटत नव्हते. ईओडब्ल्यू-२ चा मी चार्ज घेतला तेव्हा वीरेंद्र हा एक चांगला, प्रामाणिक, कष्टाळू आणि तरल बुद्धीचा अधिकारी आहे असे मला आढळून आले. त्याचा सर्वेक्षण अधिकारी म्हणून मी काम केलेले असल्याने मी अगदी खात्रीने सांगू शकतो की माझ्या एवढ्या मोठ्या कारकिर्दीमध्ये मला भेटलेल्या अनेक आयपीएस अधिकाऱ्यांपेक्षा वीरेंद्रच्या पोलिसी जाणिवा आणि तपासकामाची कौशल्ये कितीतरी वरच्या दर्जाची आहेत. आज, आयकर विभागामध्ये परत गेल्यावर तो एका महत्त्वाच्या पदावर उत्तम काम करत आहे.

दुबईहून आलेली ई-मेल मी वीरेंद्रला पाठवली आणि अधिक तपशिलांसाठी दुबईच्या पोलिसदलातील मेजर एमशी संपर्क साधण्यास सांगितले. वीरेंद्र लगेच कामाला लागला. डीएसपी डी एस शुक्ला यांच्या नेतृत्वाखाली त्याने याच कामाला वाहिलेला असा एक गट स्थापन केला. या गटाने आपले काम सुरू करतानाच प्रथम रोशन अन्सारीच्या आईवडिलांचा घाटकोपर पश्चिमचा पत्ता तपासला. आता ती आपल्या आईवडिलांच्या घरी राहाते आहे का हे बघणे ही उघडपणेच पुढची पायरी होती. याचा अर्थ मिळालेल्या पत्यावर सतत नजर ठेवणे आणि शेजारीपाजारी चौकशा करणे हा होता. परंतु ही गोष्ट बोलायला सोपी होती, करायला नव्हे.

घाटकोपर पश्चिम येथील लाल बहादुर शास्त्री मार्गावरील पंखे शाह बाबा दर्ग्याजवळची मारु मियां चाळ हा रोशनच्या आईवडिलांचा-आम्हाला दिला गेलेला पत्ता होता. हा एक धार्मिकदृष्ट्या संवेदनशील विभाग आहे. येथील झोपड्या आणि घरे एकमेकांना अगदी लगटून अशी बांधलेली आहेत – जणू

काही एक घर दुसऱ्या घराला गिळू पाहात असावे. शिवाय येथील सर्वच अरुंद गल्ल्याबोळ एकमेकांमध्ये मिसळल्यामुळे भूलभुलैय्या सारखे आहेत.

दुबई पोलिसांनी रोशनच्या आईवडिलांच्या घरी असलेल्या दूरध्वनीचा एक लँडलाइन क्रमांकही दिला होता. +९१-२२-५००२***. त्यांच्या घराचा निश्चित पत्ता हा दूरध्वनी क्रमांक इत्यादी माहिती खरीखोटी तपासणे आणि निश्चित करणे आवश्यक होते. त्या भागात एखादा परका माणूस गेलाच तर तेथल्या रहिवाशांच्या ते ताबडतोब लक्षात येणार होते. आपला 'एरिया' जपण्यात ते सारेच फार हुशार होते. त्यामुळे सीबीआय गटाला अगदी सावकाश पावले टाकणे गरजेचे होते. तसेच तपासाच्या सर्वसामान्य पद्धतींपेक्षा वेगळ्या पद्धती वापरणेही गरजेचे होते. डी एस शुक्ला स्थानिक दूरध्वनी केंद्राच्या कर्मचाऱ्याला बरोबर घेऊन त्या विभागातील दूरध्वनी तपासण्याच्या बहाण्याने त्या विभागात शिरले. त्यांना ते घर सापडले, रोशनची आई भेटली आणि आणि हा क्रमांक बरोबर असल्याचेही कळून आले. अर्थात, अपेक्षेप्रमाणेच फरार व्यक्ती तेथे नव्हतीच.

योग्य त्या परवानग्या घेतल्यानंतर या दूरध्वनी क्रमांकावर नजर ठेवण्यात येऊ लागली. अनेक दिवसपर्यंत रोशनचा एकही कॉल आला नाही किंवा तिच्या विषयी काही संभाषणही झाले नाही. आम्हाला चकवण्यासाठी ती सर्व प्रकारची काळजी घेत होती हे उघडच होते.

परंतु, आता दुबई पोलिस अस्वस्थ होऊ लागले होते. आमची प्रगती जाणून घेण्यासाठी मला व वीरेंद्रला त्यांच्याकडून असंख्य कॉल्स आले होते. रोशनचा नवरा काबांजी आपल्या तरुण मुलीचा खून करणाऱ्या बाईला अटक करण्यासाठी स्थानिक पोलिसांवर प्रचंड दबाव आणत होता. रोशनच्या दुबईमधील घरातून तिची डायरी मिळवून देण्यात त्याने दुबई पोलिसांना मदत केली होती. त्या डायरीमध्ये बंगलोरचा (आता बेंगलुरु) एक पत्ता खरडलेला होता. बंगलोरच्या सीबीआय कचेरीमध्ये कार्यरत असणाऱ्या प्रताप रेड्डी या एसपीला वीरेंद्रने हा पत्ता शोधण्याची विनंती केली. हा विभाग धार्मिकदृष्ट्या संवेदनशील असल्याने रेड्डी काहीसा घुटमळत होता म्हणून त्याने स्थानिक पोलिसांची मदत मागितली.

दुबई हा युएईचा एक भाग आहे आणि त्यांची एक वकिलात मुंबईमध्ये आहे. या वकिलातीतील एक वरिष्ठ अधिकारी वीरेंद्रला भेटण्यास आला. युएई आणि भारत यांच्यातील राजनैतिक संबंध चांगले राहाण्यासाठी रोशनला शक्य

तेवढ्या लवकर अटक होणे किती गरजेचे आहे हे तो वीरेंद्रला पटवण्याचा प्रयत्न करत होता. शक्य तेवढे सर्व प्रयत्न सुरू आहेत असे वीरेंद्रने त्याला सांगितले. ही केस नुकतीच हाती आली असूनही विदेश मंत्रालय, गृह मंत्रालय आणि सीबीआय या सर्व ठिकाणची उत्कंठेची पातळी वाढू लागली होती. मला व वीरेंद्रला दोघांनाही तपमान वाढत असल्याची जाणीव आत्ताच होऊ लागली होती.

मध्यंतरीच्या काळात, दुबई पोलिसांनी रोशनचे परिचित, नातेवाईक आणि हितचिंतक या साऱ्यांच्या दूरध्वनीवर तांत्रिक नजर ठेवलेली होती. अशाच एका क्रमांकावर बंगलोरमधील दोन क्रमांकांवरून कॉल्स आले परंतु त्यांच्या क्रमांकातील शेवटचे २ आकडे दुबई पोलिसांच्या संगणकावर दिसू शकत नव्हते. सायरा नावाच्या स्त्रीने हे कॉल्स केलेले होते. दुबई पोलिसांच्या मते सायरा ही दुसरी तिसरी कोणी नसून रोशनच होती. मी पुढील कारवाईचा मागोवा घेण्यासाठी आवश्यक असलेल्या वरिष्ठ पातळीवरील संपर्कासाठी वीरेंद्रला बंगलोरला पाठवले. मी गृह मंत्रालयाकडून हद्दपारीचे पत्र घेऊन ठेवावे म्हणजे रोशन सापडलीच तर त्याचा उपयोग होईल असे वीरेंद्रने सुचवले.

११ एप्रिल २००२ या दिवशी मी नव्या दिल्लीतील खान मार्केट येथील जॉइंट सेक्रेटरी (फॉरेनर्स) यांच्या कचेरीला भेट दिली. तसे पाहिले तर या केसमध्ये मला काहीही स्थान नव्हते कारण मी आता सीबीआयमध्ये काम करत नव्हतो. माझ्याजवळ मी या केसच्या तपासामध्ये भाग घ्यावा अशा लेखी काही सूचनाही नव्हत्या. परंतु, कधी कधी एखाद्याला सरकारमध्येही सकारात्मक विचार करणारे अधिकारी भेटतात - त्यांच्या दृष्टीने काम होणे अधिक महत्त्वाचे असते, ते निष्कारण सरकारी अडचणी उभ्या करत नाहीत. संबंधित अधिकाऱ्याने मला एक विनंती पत्र देण्यास सांगितले मी ते ताबडतोब दिले. मी जॉइंट सेक्रेटरींच्या कचेरीत बसलेलो असतानाच सुमारे १५ मिनिटांच्या आतच हद्दपारीचा हुकूम माझ्या हाती पडला. मी ताबडतोब त्या हुकुमाची एक प्रत वीरेंद्रला फॅक्सने पाठवून दिली.

बंगलोरला जाऊन वीरेंद्रने स्थानिक पोलिसदलातील वरिष्ठ अधिकाऱ्यांशी संपर्क साधला. 'सायरा' राहात असलेला पत्ता शोधण्यासाठी त्याला त्यांची मदत हवी होती. बऱ्याच टाळाटाळीनंतर, बंगलोर पोलिसांनी सीबीआयला मदत दिली - या कामगिरीसाठी त्यांनी काही स्त्री-पोलिस अधिकारीही उपलब्ध करून दिले. दिलेल्या पत्त्यावर पोचल्यावर सायरा नावाची एक स्त्री

तेथे राहात असल्याचे आढळले. ती रोशन नव्हती. रोशनचे आणि तिचे दूरचे नाते आहे हे तिने मान्य केले परंतु आत्ता रोशनचा ठावठिकाणा माहीत नाही असे तिने सांगितले. स्थानिक चौकशीमध्ये ती खरे बोलत आहे असे आढळले आणि मग सीबीआयला माघार घेण्यावाचून दुसरा पर्यायच राहिला नाही. ही काहीशी पीछेहाट असली तरी वीरेंद्र लढतच होता.

त्याने भारत संचार निगम लिमिटेडच्या जनरल मॅनेजरशी संपर्क साधला (बीएसएनएल–भारत सरकारचे टेलिफोन डिपार्टमेंट). हे या विभागातील बंगलोरमधील सर्वात वरिष्ठ अधिकारी होते. आपण त्यांना श्री बीएसएनएल म्हणूया. वीरेंद्रने त्यांन विनंती केली की दुबई पोलिसांनी दिलेल्या दुबईच्या दूरध्वनी क्रमांकावर बंगलोरमधील हा क्रमांक कॉल करत आहे काय यावर लक्ष ठेवण्यात यावे. याआधी हे कॉल केले गेले होते त्यांच्या वेळा आणि किती वेळ हे कॉल सुरू होते तो काळ हे तपशील वीरेंद्रने त्यांना दिले.

श्री बीएसएनएलनी सुरुवातीला असे मागचे 'ट्रेसिंग' करणे शक्य नसते वगैरे कारणे सांगून थोडी टाळाटाळ केली. वीरेंद्रने उत्तर दिले, 'फॉरवर्ड ट्रेसिंग शक्य असेल तर बॅकवर्ड ट्रेसिंग करता यायलाच हवे.' यावेळी रात्रीचे ९.३० वाजले होते. बीएसएनएल अधिकाऱ्याने उत्तर दिले. 'तुमच्या विनंतीचा आम्ही उद्या सकाळी विचार करू.' 'हे बघा, या कामगिरीमध्ये राष्ट्रीय सुरक्षेचा प्रश्न आहे. उद्या सकाळपर्यंत थांबण्यास मी तयार आहे पण आजच्या रात्रीमध्ये काहीही घडले तर मात्र ती जबाबदारी तुमची राहील.' असे बोलून वीरेंद्रने टेलिफोन ठेवून दिला.

ही छुपी धमकी खोटी असली तरी तिने आपले काम केले. श्री बीएसएनएल घाबरून गेले आणि १० मिनिटांच्या आतच त्यांनी वीरेंद्रला पुन्हा दूरध्वनी करून सांगितले, 'माझ्या उत्कृष्ट अशा अभियंत्यांपैकी तिघांना मी या कामावर नियुक्त केले आहे. ते स्विच रूममध्ये ताबडतोब पोचतील आणि कामाला सुरुवात करतील. त्यांना मी तुमचा क्रमांक दिला आहे. त्यांना हव्या त्या क्रमांकाचा छडा लागला की ते लगेच तुम्हाला कॉल करतील.' श्री बीएसएनएल आता बरेच सुधारले होते.

दुसऱ्या दिवशी पहाटे ४ वाजण्याच्या सुमारास, वीरेंद्रला स्विच रूममधून कॉल आला. हवा असलेल्या क्रमांकाचा पत्ता लागला होता. दुबईला केलेल्या त्या कॉलच्या लगेच आधीचे व नंतरचे अशा सर्व कॉल्सचे तपशीलही वीरेंद्रने मागवले. त्या तपशिलांमध्ये मुंबईच्या लँडलाइनचे तीन क्रमांक होते. आणखी

तपास केल्यावर त्या तिनांपैकी हातातील कामगिरीच्या उपयोगाचा असा एकच क्रमांक असल्याचे आढळले. हा क्रमांक घाटकोपर पश्चिमधील होता. या क्रमांकावरही नजर ठेवण्याचे ठरले.

मध्यंतरीच्या काळात, बंगलोरहून सायराच्या वतीने कुणीतरी रोशनच्या आईवडिलांना त्यांच्या लँडलाइनवर दूरध्वनी करून पोलिस रोशनला शोधत आल्याचे त्यांना कळवले. कॉल करणाऱ्याने असेही सांगितले की पोलिस सायराच्या घरी पोचेपर्यंत रोशन तिच्या चुलतभावाबरोबर – बाबूबरोबर बंगलोर सोडून गेली होती हे चांगले झाले.

या सर्व बातम्या वीरेंद्र मला देत होता. दुबई पोलिसांचा दबाव वाढतच होता. परंतु आम्ही त्यांना ही सर्व माहिती देऊन थोडा धीर धरा एवढेच सांगू शकत होतो. वैयक्तिक स्तरावर – माझे वडील गंभीर आजारी असल्याची बातमी मला मिळाली. २२ एप्रिलला मी दिल्लीहून पाटण्याला – माझ्या मूळ गावाला माझ्या आजारी वडिलांची काळजी घेण्यासाठी गेलो. मोबाइल फोन्सना द्यावे तेवढे धन्यवाद कमीच पडतील – रुग्णालयामध्ये माझ्या वडिलांच्या बिछान्याशेजारी बसलेलो असतानाही मी वीरेंद्रच्या संपर्कात राहू शकत होतो आणि त्याला जेव्हा जेव्हा माझ्या सल्ल्याची गरज पडेल तेव्हा त्याच्याशी बोलू शकत होतो.

दुबईहून रोशन अन्सारी पळाली ही बातमी आम्हाला मिळाल्याला आता २० दिवस उलटून गेले होते. आमच्या विनंतीनंतर काही दिवसांच्या आतच आफताब अन्सारीला अटक करण्यात आली होती आणि १० दिवसांच्या आत त्याला हद्दपारही करण्यात आले होते. या पार्श्वभूमीवर आमची कामगिरी काही फारशी चांगली होत नव्हती. परंतु आम्ही धीर सोडला नाही आणि शक्य ते सर्व दुवे आम्ही तपासून बघत होतो.

बंगलोर क्रमांकावरून केल्या गेलेल्या कॉल्सच्या तपशिलांमध्ये जो एक मुंबईचा लँड लाइन क्रमांक होता तो रोशनच्या मामाचा असल्याचे स्पष्ट झाले. रोशन वेगवेगळी सिमकार्डस वापरून या क्रमांकाला वारंवार फोन करत होती. प्रथम ती गोव्याला गेली, मग हैद्राबाद आणि त्यानंतर महाराष्ट्रातील लहान लहान गावांमध्ये ती जात होती. सर्व वेळ आम्ही तिच्या हालचालींवर तांत्रिक नजर ठेवत होतो परंतु कोणत्याही एका ठिकाणी ती असताना तिला पकडण्यामध्ये मात्र आम्हाला यश मिळत नव्हते कारण प्रत्येक ठिकाणी ती फारच थोडा काळ राहात होती. तिचा पाठलाग होत आहे हे तिला माहीत

होते आणि आपल्या चुलतभावाच्या – बाबूच्या सोबतीने आपल्या ५ वर्षांच्या मुलीला घेऊन ती गावोगाव फिरत होती.

अखेरीस, तिच्या मामाच्या फोनवर एक कॉल आला. तिच्याजवळचे पैसे संपले होते आणि आता मुंबईला परतण्याशिवाय तिच्यासमोर दुसरा पर्यायच नव्हता. मुंबईमध्ये तिला राहाण्यासाठी सुरक्षित व स्वतंत्र जागेची सोय करावी अशी विनंती ती मामाला करत होती. तिला तिच्या आईवडिलांच्या घरी घाटकोपर पश्चिममधे जाऊन राहाण्याचा धोका पत्करायचा नव्हता.

दुसऱ्या दिवशी सकाळी तिच्या मामाला एक कॉल आला. ती मुंबईमध्ये येऊन पोचली होती. मामाने तिला वाशी ब्रिजवर येण्यास सांगितले. तेथे त्याचा मुलगा तिला भेटणार होता. तो जिथे तिच्या सुरक्षित राहाण्याची सर्व सोय करण्यात आलेली होती तेथे तिला घेऊन जाणार होता. आमचा गट ज्या ठिकाणी होता ते ठिकाण आणि वाशी यांच्यातील अंतर पाहाता इतक्या कमी वेळात या भेटीच्या ठिकाणी पोचणे आमच्या गटाला शक्यच नव्हते. परंतु, आता ती मुंबईमध्ये आलेली असल्याने तिच्या हालचालींवर नजर ठेवणे आम्हाला अधिक सोपे झाले आणि सर्व दुय्यम कार्यव्यवस्था मार्गी लावणेही शक्य झाले.

आता डीएसपी शुक्लांच्या सर्व पोलिस प्रवृत्ती उफाळून वर आल्या. रोशनची आई नक्कीच तिला भेटण्याचा प्रयत्न करेल हे त्यांनी ताडले. रोशनच्या घराचा पत्ता हाच आहे याची खात्री करून घेण्यासाठी ते एका टेलिफोन लाइनमनबरोबर गेले असताना त्यांनी रोशनच्या आईला पाहिले होते. दोन गट तयार करण्यात आले. एक गट घाटकोपरला थांबला आणि दुसरा वाशी स्थानकावर. तिच्या वर्णनाशी जुळणारी स्त्री दिसली की घाटकोपरचा गट तिचा पाठलाग करत थेट वाशी स्थानकापर्यंत जायचा. परंतु. त्या स्थानकामधून बाहेर पडण्याच्या एकाच दरवाजाशी तैनात केलेला गट मात्र तिला ओळखू शकला नाही. तीन चार दिवस हा प्रकार चालू राहिला परंतु यश मिळाले नाही.

मधल्या काळात, २ मे या दिवशी रोशनने तिच्या स्वत:च्या मोबाइल फोनवरून तिच्या भावाच्या मोबाइलवर फोन केला. तिचा भाऊ जेमतेम १५ वर्षांचा होता. तिच्या मोबाइलचे स्थान मुंब्रा आहे हे आम्हाला कळले. मुंबईचा हा विभागही अतिशय गर्दीचा व दाट वस्तीचा असा आहे. त्यामध्ये अनेक झोपडपट्ट्या आणि चाळी आहेत. मुंबईच्या जवळच्या ठाणे विभागातील पोलिस हद्दीमध्ये मुंब्रा हा भाग येतो. मुंब्रामध्ये नक्की पत्ता माहीत नसताना तिलाच

काय – कोणालाही शोधणे म्हणजे गवताच्या गंजीमध्ये सुई शोधण्यासारखेच होते. आता रोशनने आणखी एखादे चुकीचे पाऊल टाकण्याचीच आम्ही वाट बघत होतो.

दुसऱ्याच दिवशी, तिने एका सार्वजनिक दूरध्वनी केंद्रावरून आपल्या भावाच्या मोबाइलवर फोन केला. या फोनवर आम्ही लक्ष ठेवून होतोच. भावाच्या मोबाइलच्या कॉल्सच्या तपशिलांवरून आम्हाला या सार्वजनिक दूरध्वनी केंद्राचा क्रमांक लगेच कळला. परंतु, टेलिफोन विभागाच्या नोंदीनुसार ज्या ठिकाणी हा सार्वजनिक दूरध्वनी असायला हवा होता त्या ठिकाणी तो नव्हताच. बऱ्याच गोष्टी करून – टेलिफोन विभागाच्या वरिष्ठ अधिकाऱ्यांना मध्ये घालून, स्थानिक लाइनमन – सर्वात महत्त्वाचा माणूस – याला शोधून काढण्यात आले. त्यानेच हा दूरध्वनी वेगळ्याच ठिकाणी बसवला होता. बहुधा काहीतरी 'बक्षिसी' घेऊन. त्याला थोडी भीती दाखवावी लागली, सीबीआय त्याच्यावर कारवाई करेल असे सांगावे लागले तेव्हा कुठे त्याने आम्हाला त्या केंद्रापाशी नेले. त्या सार्वजनिक दूरध्वनी केंद्रावर नजर ठेवण्याची व्यवस्था लगेचच करण्यात आली. इतक्या गर्दीच्या आणि दाट लोकवस्तीच्या ठिकाणी हे काम फारच कठीण असते. या सर्व अडचणींना तोंड देत आमच्या अधिकाऱ्यांनी त्या केंद्रावर नजर ठेवली हे खरोखरच कौतुकाचे आहे.

४ मेच्या संध्याकाळी, रोशनच्या उंचीशी मिळतीजुळती उंची आणि बांधा असलेली एक बुरख्यातील स्त्री या केंद्राकडे येताना दिसू लागली. अंधार पडला होता. परंतु केंद्रावर नजर ठेवून असलेल्या सीबीआयच्या एएसआय ए आर राऊत यांना दूरूनच ती दिसली आणि त्यांनी तिचा पाठलाग करायला सुरुवात केली. अपेक्षेप्रमाणेच, ती त्या केंद्राजवळ आली आणि कॉल करण्यासाठी रांग लावून उभ्या असलेल्या लोकांच्या मागे रांगेत थांबली. एएसआय राऊत शांतपणे तिच्यामागे जाऊन रांगेत उभे राहिले – जणूकाही त्यांनाही कॉल करायचा आहे. तिची पाळी आल्यावर तिने तिच्या चेहऱ्यावरचा बुरखा उचलला आणि आकडे फिरवायला सुरुवात केली. एएसआयने चोरूनच पण तिच्याकडे नीट बघून घेतले. दुबई पोलिसांनी पाठवलेल्या रोशनच्या छायाचित्राशी मिळताजुळता असा तो चेहरा होता. तिचे बोलणे संपल्यावर ती ज्या मार्गाने आली होती त्याच मार्गाने परत जाऊ लागली. तिला संशय येणार नाही अशा रीतीने राऊतही तिच्या मागून जाऊ लागले. ती एका चाळीत शिरली. इन्स्पेक्टरनी ती चाळ नीट पाहून घेतली आणि ताबडतोब त्या ठिकाणी

असलेल्या सर्वात वरिष्ठ इन्स्पेक्टर मोरेंच्या मोबाइलवर फोन केला. मोरेंनी ही बातमी डीएसपी शुक्ला यांच्या कानावर घातली तसे ते मुंब्र्याला धावले.

ती रविवारची संध्याकाळ होती. वीरेंद्र आपल्या कुटुंबाला घेऊन दक्षिण मुंबईतील काला घोडा विभागातील अतिशय लोकप्रिय अशा खैबर रेस्टॉरंटमध्ये जेवायला गेला होता. तेथे त्याचा मोबाइल वाजला. डीएसपी शुक्ला बोलत होते. मुंब्र्यातील रोशनचे ठिकाण कळले असल्याचे आणि चढाई करण्याची वेळ आली असल्याचे त्यांनी त्याला सांगितले. वीरेंद्रला आपल्या कुटुंबाबरोबरचे जेवण तसेच सोडून देऊन धावत जावे लागले. त्याने शुक्लाला थोडी सबुरी दाखवण्यास सांगितले कारण स्थानिक पोलिसांशिवाय रोशनच्या घरावर सीबीआयने छापा टाकणे योग्य नव्हते.

मुंब्रा पोलिस स्टेशनच्या प्रमुख अधिकाऱ्याला इन्स्पेक्टर मोरे भेटले परंतु तो सहकार्य करण्यास अजिबात तयार नव्हता. त्याला न सांगता त्याच्या विभागामध्ये सीबीआयचा गट कसा आणि का आला हा त्याचा प्रश्न होता. वीरेंद्र मुंब्र्याच्या रस्त्यावरच होता. मोरेने त्याला स्थानिक पोलिस सहकार्य करण्यास तयार नसल्याचे सांगितले. त्याच विभागातील एका वरिष्ठ अधिकाऱ्याला वीरेंद्रने फोन केला. परंतु, धक्कादायक बाब म्हणजे पोलिस चौकीवरील अधिकाऱ्याने गायलेलेच गाणे तोही गाऊ लागला. मग मात्र वीरेंद्रला त्याला धमकावून सांगावेच लागले की त्याच्या स्तरावरच त्याने सकारात्मक निर्णय घेतला तर बरे होईल. त्याने जर असे केले नाही तर मात्र वीरेंद्रला सीबीआयच्या संचालकांशी संपर्क साधण्याशिवाय दुसरा पर्याय राहाणार नाही. त्यानंतर मग संचालक ठाणे पोलिस आयुक्तांशी संपर्क साधतील आणि ते मग स्थानिक पोलिसांना त्यांनी आधीच जे करायला हवे होते अगदी तेच करायला सांगतील. सुदैवाने, वेळेवर त्या वरिष्ठ पोलिस अधिकाऱ्याला शहाणपणा सुचला आणि त्याने चौकीच्या प्रमुख अधिकाऱ्याला सीबीआय गटाला मदत करण्यासाठी स्थानिक पोलिसांचा एक गट ताबडतोब तैनात करायला सांगितले.

मुंब्रा पोलिस आणि इन्स्पेकटर मोरेंच्या नेतृत्वाखालील सीबीआय गट यांनी रोशन ज्या चाळीत शिरताना दिसली होती त्या चाळीवर छापा मारला. रोशनला अटक करण्यात आली. तिच्या व तिच्या कुटुंबियांच्या थोड्या विरोधानंतर तिला बाहेर नेण्यात आले. सीबीआयच्या स्त्री इन्स्पेक्टर ज्योत्स्ना रासम आणि मुम्ब्रा पोलिसांच्या एकदोन स्त्री अधिकारी यांना तिच्याबरोबर

काहीसे कठोरपणेच वागावे लागले कारण ती आपण रोशन असल्याचेच नाकारत होती. परंतु दुबईहून मिळालेले तिचे छायाचित्र व इतर कागदपत्र तिला दाखवण्यात आले तेव्हा ती कबूल झाली. थोड्याच वेळात मुंब्र्याच्या त्या संवेदनशील विभागामधून तिला व तिच्या ५ वर्षे वयाच्या मुलीला एका सीबीआयच्या वाहनातून बाहेर नेण्यात आले.

वीरेंद्रने रोशनच्या अटकेची बातमी मला कळवली तेव्हा मध्यरात्र उलटून गेली होती. तिला सरळ आंतरराष्ट्रीय विमानतळावर घेऊन जाण्यास मी त्याला सांगितले. दुबईला जाणाऱ्या पहिल्याच उड्डाणामध्ये आम्हाला तिला व तिच्या मुलीला बसवायचे होते. दुबईमध्ये तिला कायदेशीर कारवाईला सामोरे जायचे होते. तिला आमच्या किंवा इतर कोणत्याही पोलिस कचेरीत नेणे धोकादायक होते. थोड्याच वेळात तिचे कुटुंबीय त्यांच्या हितचिंतकांसह एखाद्या वकिलाला तेथे घेऊन आले असते आणि गोंधळ उडाला असता. शिवाय मी सीबीआयच्या बड्या लोकांना जागे करण्याचे टाळत होतो कदाचित ते सर्व कायद्याच्या गुंत्यात आणि औपचारिक भागांमध्ये पडले असते. त्यापेक्षा ही गोष्ट पार पडली आहे असेच त्यांना सांगणे मला योग्य वाटले. भारत सरकारने जारी केलेला हद्दपारीचा हुकूम आमच्या हातात होता आणि तिला पाठवून देण्यास तो आम्हाला पुरेसा होता. मी वीरेंद्रला सांगितले की नंतर जर काही टीका झाली तर ती पूर्णपणे माझी जबाबदारी असेल.

सीबीआय गट रोशन व तिच्या मुलीला घेऊन विमानतळाच्या मार्गावर होता. रोशन आता बरीच शांत झाली होती. आपण आपल्या सावत्र मुलीचा खून केला आणि दुबईहून पळ काढला हे तिने कबूल केले. आमच्या सुदैवाने, मुंबईहून दुबईला जाण्यासाठी एमिरेट्सचे एक विमान पहाटे ५ वाजता निघणार होते. आमच्या समोर दोन महत्त्वाच्या समस्या होत्या - पारपत्रे व तिकिटे. रोशन आणि तिची मुलगी यांची पारपत्रे मिळाली नव्हती. यातून मार्ग काढण्यासाठी विमानतळावरील इमिग्रेशन अधिकाऱ्यांच्या संपर्कात वीरेंद्र होता. मधल्या काळात, रोशनने सीबीआय अधिकाऱ्यांना सांगितले की तिने त्या दोघींची पारपत्रे तिच्या काकांच्या घाटकोपर पश्चिम येथील घरामध्ये लपवून ठेवली आहेत.

ताबडतोब, डीएसपी शुक्ला एक लहानशी तुकडी घेऊन घाटकोपरला गेले आणि तेवढ्या रात्री त्यांनी रोशनच्या काकांचे घर शोधून काढले आणि ती पारपत्रेही ताब्यात घेतली. एक समस्या सुटली होती. दुसरी मोठी समस्या

होती ती या दोघींची तिकिटे काढण्याची. मी दुबईमध्ये ब्रिगेडियर ए यांना दूरध्वनी केला. एमिरेट्सच्या सुरक्षा व्यवस्थेशी त्यांचा संबंध आहे आणि ते यामध्ये मला मदत करू शकतील हे मला माहीत होते. मी त्यांना फोन केला तेव्हा ते लंडनमध्ये होते. माझ्या कॉलने त्यांना झोपेतून जागे केले. त्यांनी मला आश्वासन दिले की तिकिटांची व्यवस्था करण्यात येईल आणि मुंबई विमानतळावरील एमिरेट्सचे कर्मचारीही शक्य ती सर्व मदत करतील.

मधल्या काळात, वीरेंद्रने दुबई पोलिस दलाच्या मेजर एम यांच्याशी संपर्क साधला होता. मेजर एम यांनी वीरेंद्रला रोशन व तिची मुलगी यांना घेऊन दुबईला येण्याची व त्यांचा पाहुणचार घेण्याची विनंती केली. परंतु वीरेंद्रने त्यांना अतिशय सौजन्याने नकार दिला. वीरेंद्र व मेजर एम यांच्यातील संभाषण ऐकत असलेल्या स्त्री इन्स्पेक्टर ज्योत्स्ना रासम यांनी रोशनला दुबईला घेऊन जाण्याची तयारी दाखवली. त्यांच्याकडे पारपत्र आहे का याची चौकशी केल्यावर त्यांचे होकारार्थी उत्तर आले. त्यांचे पारपत्र अंधेरीतील त्यांच्या घरी होते. विमानतळापासून जवळच एका सीबीआय वाहनातून ताबडतोब घरी जाऊन शक्य तेवढ्या लवकर पारपत्र घेऊन विमानतळावर येण्यास त्यांना सांगण्यात आले. त्या आरोपीबरोबर दुबईला येत असल्याचे दुबईला कळवण्यात आले व त्यांच्या तिकिटाचीही व्यवस्था फोनवरूनच करण्यात आली. इन्स्पेक्टर ज्योत्स्ना रासम आपले पारपत्र घेऊन येईपर्यंत एमिरेटसचे विमान उड्डाण करण्यास तयारच होते. परंतु इन्स्पेक्टर ज्योत्स्ना रासम आणि त्यांची कैदी व तिची मुलगी विमानात चढेपर्यंत ते विमान थांबून राहिले होते.

विमानाने उड्डाण करेपर्यंत वीरेंद्र विमानतळावरच थांबला. इतक्या कमी वेळात किती गुंतागुंतीच्या समस्या सोडवण्यात आल्या होत्या हा एक चमत्कारच होता. मधल्या काळात रोशनच्या नातेवाईकांचा आणि हितचिंतकांचा एक लहानसा जमाव विमानतळाबाहेर जमला होता आणि पोलिसांविरुद्ध घोषणाही देत होता. रोशनला दुबईला पाठवण्याचे काम सीबीआयने केले आहे हे त्यांच्या गावीही नव्हते. वीरेंद्रने विमानतळ पोलिसांवर त्या लोकांना समजावण्याची जबाबदारी सोपवली.

५ मे २००२ ला भारतीय वेळेनुसार, सकाळी साडेसात वाजण्याच्या सुमारास मला इन्स्पेक्टर ज्योत्स्ना रासम यांच्या बरोबर रोशन दुबईला पोचल्याची बातमी कळली. विशेष बाब म्हणजे दुबई पोलिसदलाच्या क्रिमिनल इन्व्हेस्टिगेशन डिपार्टमेंटचे डायरेक्टर ब्रिगेडियर खालफान खालफान अब्दुल्ला हे

जातीने रोशनला ताब्यात घेण्यास विमानतळावर हजर होते. आरोपीला ताब्यात देणे आणि ताब्यात घेणे असा औपचारिक कार्यक्रम संपल्यावर दुबई पोलिसांनी रोशनला ताब्यात घेतले.

आता माझ्या संचालकांना दूरध्वनी केला तर तो फार लवकर होईल अशी काही ही वेळ नव्हती. सकाळ उजाडली होती. मी त्यांना दूरध्वनी करून आदल्या रात्री जे काही घडले ते सर्व सांगितले. दुसऱ्या बाजूने ताबडतोब काही प्रतिसाद आला नाही. आम्ही रोशनच्या अटकेसंबंधी व तिला दुबईला पाठवून देण्याच्या निर्णयाविषयी आधी काहीच सांगितले नाही याबद्दल ते थोडे नाराज होणे अगदी स्वाभाविकच होते. शिवाय त्यांना न विचारता आम्ही एका स्त्री सीबीआय अधिकाऱ्यालाही परदेशी पाठवले होते. हे तर सर्व अधिकृत योग्य वर्तनाच्या नियमांविरुद्ध होते. परंतु, त्यांनी एका शब्दानेही मला दोष दिला नाही यामधला त्यांचा मोठेपणा मान्य करायलाच हवा. परंतु शांतपणे व वेगाने पार पाडलेल्या आमच्या कामगिरीच्या यशाबद्दल त्यांनी फार तोंड भरून कौतुक केले नाही हेही खरे. नंतर वीरेंद्रने मला सांगितले की संचालकांनी त्याला कोणत्याही बाबीविषयी दोष दिला नाही. उलट, लगेचच्या वरिष्ठ सीबीआय अधिकाऱ्यांच्या तिमाही बैठकीमध्ये त्यांनी रोशन अन्सारी कामगिरीबद्दल वीरेंद्र व त्याच्या गटाचे सर्वांसमक्ष कौतुक केले.

रोशन अन्सारीच्या हद्दपारीच्या बातम्या दुबई वर्तमानपत्रांमध्ये पहिल्या पानावर झळकल्या. प्रमुख वृत्तपत्रांनी इन्स्पेक्टर रासम यांच्या सखोल मुलाखती घेतल्या आणि त्यांची वाक्ये उद्धृतही केली. या कामगिरीमध्ये किती प्रकारच्या अडचणी होत्या आणि आम्ही त्या सोडवण्यामध्ये आणि खुनी स्त्रीला पकडण्यामध्ये कसे कोणतेही मार्ग सोडले नाहीत याविषयी बोलताना त्यांनी उत्तम उत्तरे दिली.

आमच्या दुबई सहकाऱ्यांकडून मला कृतज्ञता व्यक्त करणारे अनेक कॉल्स आले. युएईबरोबर परस्पर सहकार्याने कायदा आणि सुव्यवस्था राखण्याच्या आपल्या वचनबद्धतेसाठी आम्ही दाखवलेल्या बांधिलकीमुळे विदेश मंत्रालयही खूष झाले होते. दुबई वृत्तपत्रांमध्ये राजदूत के सी सिंग यांचे वाक्यही झळकले, 'ही अटक व हद्दपारी म्हणजे भारत व युएई यांच्यातील राजनैतिक संबंधामधील एक महत्त्वाचा टप्पा आहे' असे ते वाक्य होते.

रोशन अन्सारीला दुबईमध्ये हद्दपार केल्यानंतर दुबई पोलिसदलाने मुंबई स्फोटांमधील आरोपी एजाझ पठाण, मुस्तफा दोस्सा उर्फ मजनू, ताहिर

'टकल्या' मर्चंट इत्यादी अनेक भारतीय फरारी आरोपींना हद्दपार करून भारतात पाठवले तसेच, रविंद्र रस्तोगी या ड्युटी ड्रॉ बॅक या एका पांढरपेशा गुन्ह्यातील फरारी गुन्हेगारालाही दुबई पोलिसांनी परत पाठवले. एका सीबीआय केसमध्ये हवा असलेला आर्थिक गुन्हेगार विजि वाहिद यालाही दुबई पोलिसांनी अटक केली व भारतात पाठवले. अशा अनेक चांगल्या गोष्टी झाल्या. रोशनचा शोध लावून तिला अटक करून दुबईला पाठवण्यात आम्हाला यश मिळाले नसते तर या सर्व अटका झाल्या नसत्या असे मला खात्रीने वाटते. तिची हद्दपारी हा भारत-युएई मधील कायदा अंमलबजावणीविषयक सहकार्यातील एक महत्त्वाचा टप्पा आहे असे म्हणावे लागेल.

नंतर आम्हाला कळले की रोशनवर खुनाचा खटला चालला आणि तिला दुबई न्यायालयाने १५ वर्षांची शिक्षा सुनावली.

या कामगिरीमध्ये भाग घेतलेल्या गटातील सर्वांना संचालकांनी भरपूर बक्षीस दिले. मला व वीरेंद्रला प्रशस्तिपत्रे देण्यात आली. सीबीआयमध्ये काम करत नसतानाही मला या कामगिरीचे नेतृत्व करण्यास योग्य समजण्यात आले म्हणून ही कामगिरी कायम माझ्या स्मरणात राहील. परंतु या यशाचे सर्वात मोठे श्रेय वीरेंद्र सिंगला दिले पाहिजे. व्यवसायाने पोलिस अधिकारी नसतानाही त्याने चिकाटी आणि पोलिसी कौशल्यं दाखवली. त्याचप्रमाणे, ही कामगिरी चालू असताना डीएसपी डी एस शुक्लांनी जे नजर ठेवणे, शोध घेणे, अत्यंत संवेदनशील व विरोधी भावना असलेल्या भागामध्ये आरोपीला अटक करणे असे उत्कृष्ट अपवादात्मक क्षेत्रीय काम केले त्याबद्दल त्यांचेही कौतुक उत्तम पोलिस कामाची जाण असलेली कोणीही व्यक्ती करेलच.

8

खादी वापरणारा सैतान

रोमेश शर्माचा पर्दाफाश

१९९८ च्या उन्हाळ्यातील एक दिवस होता. *इंडियन एक्स्प्रेस* या वृत्तपत्रामध्ये काम करणारी एक तरुण पत्रकार, सुपर्णा शर्मा नवी दिल्लीतील राजनैतिक विभागातील यशवंत प्लेस मधील माझ्या कचेरीमध्ये मला भेटायला आली. त्यावेळी मी सीबीआयच्या एसटीएफ विभागाचा डीआयजी होतो. याआधीही दोनतीन वेळा ती मला भेटायला येऊन गेलेली होती. १९९३ मध्ये झालेल्या मुंबई बाँबस्फोटांच्या तपासामध्ये मला मुंबईच्या गुन्हेगार जगाची बरीच माहिती झालेली होती. त्या संबंधामध्ये काही बातमी मिळते का ते पाहाण्यासाठी ती येत असे. परंतु या वेळी मात्र तीच मला एक बातमी देण्यासाठी आलेली होती. ती मला जे काही सांगणार होती त्यामुळे मुंबईच्या गुन्हेगार जगातील एका अतिशय सामर्थ्यवान माणसाचा शेवट होणार आहे याची त्यावेळी मला अजिबात कल्पना नव्हती. हा माणूस दिल्लीमध्ये राहाणाऱ्या राजकारणी माणसाच्या बुरख्याआड गुप्तपणे कुप्रसिद्ध अशा दाऊद इब्राहीमच्या टोळीला मदत आणि साह्य पुरवत असे. तो म्हणजे राजकारणाचे जग आणि गुन्हेगारी जग यांच्यातील दृढ संबंधांचे एक उत्तम उदाहरण होता. त्याच्या राजकीय अवतारामुळे त्याचा गुन्हेगारी जगाशी असलेला संबंध सिद्ध करताना आमच्यासारख्या तपासनिसांना नेहमीच अवघड जाणार होते.

या हिंमतवान सुपर्णाने मला सांगितले ते असे : ती रोमेश शर्मा नावाच्या एका माणसाच्या फार्महाऊसवर त्याची मुलाखत घेण्यासाठी गेली होती. हे फार्महाऊस दक्षिण दिल्लीच्या छत्तरपूर विभागामध्ये होते. कुणीतरी तिला रोमेश शर्माविरुद्ध गुन्हेगारी आरोप असलेले काही कागदपत्र दिले होते

म्हणून तिला त्याची मुलाखत हवी होती. फार्महाऊसमध्ये जाता जाता तिला तेथील हिरवळीवर एक हेलिकॉप्टर उभे असलेले दिसले. तिला ही गोष्ट थोडी वेगळी वाटली आणि म्हणून याबद्दल माझे काय मत आहे ते बघण्यासाठी ती माझ्याकडे आली होती.

१९८९ ते १९९२ या काळात मी दक्षिण दिल्लीचा डीसीपी होतो. त्यावेळी रोमेश शर्माबद्दल माझ्या कानी काही पुसट अशा गोष्टी आल्या होत्या. तो माझ्या कचेरीपासून जवळच मेफेअर गार्डनमध्ये राहात असे. आणि संशयास्पद व्यक्तीच समजला जात असे. परंतु, स्थानिक पोलिसांकडे त्याच्याविरुद्ध एकही तक्रार नोंदवली गेलेली नव्हती. नेत्याचे कपडे चढवून तो पोलिसांना नेहमीच दोन हात दूर ठेवत आला होता. परंतु माझ्या डीसीपी असण्याच्या दिवसांनंतर हा माणूस केवढी बडी असामी झाला आहे, एका विस्तृत अशा फार्महाऊसचा मालक बनला आहे आणि त्याच्या दारात एक हेलिकॉप्टर उभे आहे याची मात्र मला अजिबात कल्पना नव्हती. एखाद्याच्या दारात मर्सिडीझ उभी आहे किंवा फार तर फेरारी उभी आहे हे आपण समजू शकतो पण एखादे हेलिकॉप्टर उभे असणे हे मात्र काहीसे असामान्यच होते आणि याची चौकशी करणेही आवश्यकच होते. या तरुण पत्रकार मुलीने मला त्याचे - फार्महाऊस आणि मेफेअर या दोन्ही ठिकाणचे लँडलाइन क्रमांकही दिले.

हेलिकॉप्टरसंबंधीची ही माहिती मी माझे एसटीएफमधील एसपी ओ पी छटवाल यांना दिली. आम्ही दोघांनी असे ठरवले की या फार्महाऊसला भेट देऊन सर्व माहितीची शहानिशा करण्यासाठी तेथे एक अधिकारी पाठवण्यात यावा. एसटीएफचे इन्स्पेक्टर हस्सन यांना हे काम सोपवण्यात आले. त्याने ते फार्म तर शोधून काढलेच पण त्याच्या कुंपणभिंतीमधील एका छिद्रामधून आत डोकावूनही पाहिले. तेथे उभे असलेले हेलिकॉप्टर बघून त्यांनाही हे खरे वाटेना. परंतु त्या हेलिकॉप्टरवर काही विशेष खुणा मात्र त्यांना दिसल्या नाहीत. छटवालने हस्सनला पुन्हा एकदा पूर्ण चौकशी करण्यासाठी पाठवले. या दुसऱ्या भेटीनंतर मात्र त्यांनी येऊन सांगितले की हेलिकॉप्टरवर 'व्हीटी-ईएपी' असे लिहिले आहे.

मध्यंतरी एका चांगल्या योगायोगामुळे दिल्ली पोलिसदलाच्या क्राइम ब्रँचचे इन्स्पेक्टर ईश्वर सिंग हे मला भेटायला आले. दक्षिण विभागामध्ये त्यांनी माझ्याबरोबर सब-इन्स्पेक्टरच्या पदावर काम केलेले होते. त्यावेळीही त्यांनी काही विशेष तपास पार पाडलेले होते. त्यानंतर क्राइम ब्रँचचे इन्स्पेक्टर

या नात्याने त्यांनी आंतरराष्ट्रीय क्रिकेट मधील 'मॅच-फिक्सिंग' घोटाळ्यातील दक्षिण आफ्रिकेच्या संघाविषयीची चौकशी केल्यानंतर तर ते एक मान्यवर अधिकारी बनले होते. (या घटनेच्या अधिक तपशिलांसाठी 'बावीस यार्डांमध्ये' हे प्रकरण बघावे.) सीबीआयमध्ये फोन क्रमांकांवर तांत्रिक नजर ठेवणे बरेच गुंतागुंतीचे आणि वेळ खाऊ असल्याने मी रोमेश शर्मांचे दूरध्वनी क्रमांक इन्स्पेक्टर सिंगना दिले. शर्माचा गुन्हेगारी इतिहास माहीत असल्याने त्यांनी हे क्रमांक, 'माझ्या मूलभूत माहितीवर आधारित', 'कायदेशीररित्या रोखणे' या नावाखाली घेतले आणि त्याच्या संभाषणांवर नजर ठेवण्यास सुरुवात केली.

साधारणपणे त्याच सुमारास, आमच्या हेलिकॉप्टर चौकशीचा पाठपुरावा करताना, त्याची मालकी निश्चित करण्यासाठी छटवालने एअरपोर्ट अथॉरिटी ऑफ इंडिया यांच्याशी संपर्क साधला. त्यांच्या नोंदींनुसार सुरुवातीला हे हेलिकॉप्टर कोणा एच सुरेश राव या नावावर नोंदलेले होते. हा माणूस मुंबईचा रहिवासी असून पुष्पक एव्हिएशन प्रायव्हेट लिमिटेड या कंपनीचा एकल मालक होता. त्यानंतर १९९६ मध्ये ही नोंदणी रोमेश शर्मा या नावावर बदलण्यात आली. हे सर्व ठीकच होते. आम्हाला संशय येण्याचे कारण म्हणजे या हेलिकॉप्टरची किंमत फक्त ४०,००० रुपये एवढीच दाखवण्यात आली होती.

एअरपोर्ट अथॉरिटी ऑफ इंडियाच्या नोंदींमध्ये सुरेश रावचा मुंबईतील पत्ता व दूरध्वनी क्रमांकही दिलेला होता. छटवाल विमानाने मुंबईला गेले आणि त्यांनी सुरेश रावला आमच्या एसटीएफच्या कचेरीमध्ये बोलावून घेतले. आमची ही कचेरी महाराष्ट्र सरकारच्या सचिवालयाजवळच आहे. छटवालने त्याच्या हेलिकॉप्टरविषयी प्रश्न विचारण्यास सुरुवात केली तेव्हा प्रारंभी सुरेश बराच अवघडलेला होता. त्याला वाटले होते की त्याचा सूड उगवण्यासाठी रोमेश शर्मानेच सीबीआयला हाताशी धरले असावे. परंतु त्याच्या जेव्हा लक्षात आले की त्याला छळणाऱ्या या माणसाच्या हातून त्याला काय त्रास झाला ते ऐकण्यासाठीच हा अधिकारी आलेला आहे. तेव्हा मात्र त्याचे नियंत्रण कोसळले. त्याचे म्हणणे शांतपणे ऐकून घेण्यास तयार असलेला पहिलाच सरकारी विभाग त्याला भेटला होता. त्याने पुढील हकीकत सांगितली.

पुष्पक एव्हिएशन ही त्याची कंपनी हेलिकॉप्टर्स भाड्याने देण्याचा व्यवसाय करत असे. १९९६ मध्ये उत्तर प्रदेशातील फुलपूर विभागामधून रोमेश शर्मा लोकसभेची निवडणूक लढवत होता. आपल्या प्रचारमोहिमेसाठी त्याने

सुरेश रावकडून एक हेलिकॉप्टर भाड्याने घेतले होते. त्याने रावला सांगितले की हेलिकॉप्टर भाड्याने घेण्यासाठी येणारा खर्च मी माझ्या पक्षातील वरिष्ठांना सांगू शकत नाही कारण भारतीय निवडणूक आयोगाने निवडणूक खर्चावर बंधने घातलेली होती. त्याने मोठ्या हुशारीने हे हेलिकॉप्टर रावने शर्माला यापूर्वीच विकले असल्याचे कागदपत्र तयार करण्यास रावला पटवले. निवडणुका संपल्यावर लगेच हे विक्रीचे कागद नष्ट करण्यात येतील आणि हेलिकॉप्टर त्याला परत करण्यात येईल असेही त्याने रावला सांगितले. निवडणुकीच्या संपूर्ण कालावधीसाठी हे हेलिकॉप्टर भाड्याने घेतले जाणार असल्याने रावला चांगला फायदा मिळणार होता. या लोभाने आणि शर्माच्या गोड बोलण्याने फसून रावने विक्रीचे कागदपत्र तयार केले आणि आधीच्या तारखेचा एक समजुतीचा करारनामाही बनवला. या कागदांनुसार त्याने हे हेलिकॉप्टर २४ फेब्रुवारी १९९६ या दिवशी ४०,००० रुपयांना शर्माला विकले असे दिसत होते.

त्याच वर्षी २६ मार्चला ते हेलिकॉप्टर फुलपूरला पाठवण्यात आले. निवडणुकीच्या प्रचारासाठी शर्माने ते वापरले. शर्मा ती निवडणूक अगदी वाईट रित्या हरला याचे कुणालाच फारसे आश्चर्य वाटले नाही. (त्याचे गुन्हेगार जगातील सहकारी, राजकीय नेत्यांना पैसा पुरवणारे आणि जवळचे मित्र हे लोक सोडून) अखेरीस तो काही तळागाळात काम करणारा नेता नव्हता तर समोर आलेल्या संधीचा वापर करणारा एक माणूस होता. आणि सर्वसामान्य मतदारांना मतदानाच्या दिवशी आपले भले कशात आहे हे बहुधा नीट कळून आलेले असते. हेलिकॉप्टरबरोबर पाठवलेल्या आपल्या कर्मचाऱ्यांना ते हेलिकॉप्टर मुंबईला परत घेऊन यायला रावने सांगितले. परंतु ११ मे १९९६ ला शर्माने जबरदस्तीने हेलिकॉप्टरचा ताबा घेतला, रावच्या तंत्रज्ञांना ते मोडून त्याचे भाग एका ट्रकवर भरण्यास भाग पाडले. त्या ठिकाणी हजर असलेल्या रावच्या काही कर्मचाऱ्यांनी या गोष्टीला हरकत घेण्याचा प्रयत्न केला तेव्हा त्यांना धमकावण्यात आले, मारहाणही करण्यात आली. हा ट्रक फुलपूरहून छतरपूर येथील शर्माच्या फार्महाऊसवर नेण्यात आला. तेथे पोचल्यावर ते पुन्हा जोडण्यात आले आणि बंगल्यापुढच्या हिरवळीवर उभे करून ठेवण्यात आले. तेच त्या पत्रकार मुलीने पाहिले होते. एच सुरेश रावने यासंबंधी तक्रार करण्यासाठी व हेलिकॉप्टर परत पाठवण्याविषयी सांगण्यास त्याला अनेक वेळा कॉल करण्याचा प्रयत्न केला परंतु शर्माने त्याचे कॉल्स घेणे नाकारले. हेही

सुरेश रावने आम्हाला सांगितले. मग राव दिल्लीला आला. अनेक प्रयत्नांनंतर मोठ्या मुश्किलीने त्याची आणि शर्माची भेट झाली खरी परंतु त्याची परिणती मात्र सुरेशला भरपूर मारहाण करून पुन्हा शर्माला त्रास दिल्यास परिणाम वाईट होतील अशी धमकी मिळण्यात झाली.

सरदार जोगिंदर सिंग या माजी सीबीआय अधिकाऱ्याच्या आदेशावरून डीआयजी पदावरच्या व त्यावरच्या पदावरच्या सर्व अधिकाऱ्यांना लॅपटॉप्स देण्यात आले. त्यावेळी हे एक नावीन्यच होते. सुरेश राव आणि दिल्लीमधील त्याचा एक मित्र राकेश गुप्ता यांनी आम्हाला माहिती दिली की अशा किंमती वस्तू जबरदस्तीने हिरावून घेण्यात आलेला सुरेश हा एकटाच माणूस नाही तर रोमेश शर्माने ज्यांच्या मालमत्ता अशा लुबाडल्या आहेत असे बरेच लोक मुंबई व दिल्लीमध्ये आहेत. या कळात लॅपटॉप हा माझा एक अगदी जवळचा मित्र बनला होता. मला त्यावर काहीतरी करत बसायला आवडत असे. लवकरच मी पावरपॉइंट प्रेझेंटेशन करण्यात अगदी वाकबगार झालो. त्या काळात पोलिसदलामध्ये हेही एक नावीन्यच होते. मी शर्मावर एक प्रेझेंटेशन तयार केले आणि माहितीचे जे काही तुकडे मला मिळत ते त्यामध्ये घालून ते अगदी अद्यावत ठेवत असे. त्यामध्ये शर्माने हडप केलेल्या इतर मालमत्तांची छायाचित्रे व सुरेश, गुप्ता व इतर यांनी दिलेली अधिक माहितीही टाकली होती. परंतु, माझे संचालक टी एन मिश्रा यांना ही सर्व माहिती दाखवण्याची संधी काही मला मिळाली नव्हती कारण दिल्लीमधील त्यांचे वेळापत्रक तर गडबडीचे होतेच शिवाय ते बाहेरगावीही खूप वेळा जात असत.

सुदैवाने सप्टेंबर १९९८ मध्ये सीबीआय अधिकाऱ्यांचे एक शिष्टमंडळ मुंबईला जाणार होते त्यामध्ये माझे नाव होते आणि या गटाचे नेतृत्व संचालक मिश्रा हे करणार होते. मुंबईमध्ये हे शिष्टमंडळ मुंबई उच्च न्यायालयाच्या चीफ जस्टिसना भेटून मुंबई स्फोटांच्या केसेस अतिशय संथ चालत असल्याविषयीची आपली काळजी त्यांच्याकडे बोलून दाखवणार होते. माझ्या विनंतीवरून संचालकांनी रोमेश शर्माविषयीचे माझे प्रेझेंटेशन बघण्यासाठी थोडा वेळ काढला. ते संपता संपता त्यांना वाटू लागले की आपल्याकडे रोमेश शर्माविरुद्ध पुरेसे पुरावे जमा झालेले असले तरी आपण जपून पावले उचलली पाहिजेत. मिश्रांनी पूर्वी स्पेशल प्रोटेक्शन ग्रुपमध्ये (युएसच्या सिक्रेट सर्व्हिसचा एक भारतीय गट) काम केलेले होते आणि रोमेश शर्माला अनेक बड्या बड्या राजकीय नेत्यांबरोबर – एकदा तर एका माजी पंतप्रधानांच्या निवासस्थानीसुद्धा

पाहिलेले होते. शर्माविरुद्ध आणखी ताजे आणि निर्णायक पुरावे जमवावे त्यामुळे नंतर जर आपण त्याचे निवासस्थान तपासण्याचे किंवा त्याला अटक करण्याचे ठरवले तर राजकीय व इतर हस्तक्षेप कमीत कमी होतील असा त्यांनी सल्ला दिला.

त्यानंतर सुदैवाची मेहेरनजर आमच्यावर झाली. इन्स्पेक्टर ईश्वर सिंगने रोमेश शर्मा अबु सालेमशी बोलत असतानाचे संभाषण ध्वनिमुद्रित केले. अबु सालेम हा मुंबईच्या गुन्हेगार जगतातील कुप्रसिद्ध डॉन दाऊद इब्राहीमचा जवळचा हस्तक होता. मुंबई स्फोटांच्या केसेसमध्ये दाऊद आणि अबु सालेम हे दोघेही 'वॉंटेड' होते. दोघेही फरार होते परंतु तरीही भारतातील त्यांच्या गुन्हेगारी कारवाया मात्र ते रिमोट कंट्रोलने दुबाई व कराचीहून सुरळीत चालू ठेवत होते.

गुन्हेगारी जगाशी विशेषत: अबु सालेमशी संगनमताने शर्मा अनेक बेकायदेशीर कामे करत होता त्यापैकी एक काम म्हणजे पिळवणूक करणे आणि काही पैसे आकारून वादांचा निकाल लावणे. शर्मावर ठेवलेल्या तांत्रिक नजरेमध्ये तो रिलायन्स ग्रुपचे आनंद जैन आणि मुंबईतील एक स्टॉक ब्रोकर राजेंद्र बांथिया यांच्यातील मतभेद मिटवत असल्याचे इन्स्पेक्टर सिंगच्या कानावर पडले. दुसऱ्या एका वेळी, बबलू श्रीवास्तव टोळीने गुजरातमधील एका मोठ्या उद्योजकाचे अपहरण केले होते, त्यासंबंधीच्या खंडणीसंबंधी चर्चा करताना शर्माचे बोलणे ऐकले होते. अपहरण झालेल्या व्यक्तीला स्वत:च्या सुटकेसाठी त्या टोळीने मागितली तेवढी रक्कम तर द्यावी लागलीच होती शिवाय शर्माला 'मध्यस्थी' केल्याची जबरदस्त 'फी' ही द्यावी लागली होती. परंतु आमच्या दृष्टीने सर्वात महत्त्वाची गोष्ट घडली ती म्हणजे रोमेश शर्मा आणि अबु सालेम यांच्यातील संभाषण. या संभाषणामध्ये ते दोघे कुणा रमेश मलिक आणि त्याचा चुलत भाऊ अशोक मलिक यांच्यातील मालमत्तेच्या वादाची चर्चा करत होते. रमेश मलिकच्या मालकीची दक्षिण दिल्लीतील चिराग एन्क्लेव्हमध्ये काही मालमत्ता होती. अशोक मलिक हा एक निवृत्त कॉर्पोरेट अधिकारी होता.

एखाद्या दुष्ट माणसाचा पापाचा घडा भरून वाहू लागला की नशीबच अनेक मार्गांनी त्याला शिक्षा करत असते. हे अनेक जिवावर उदार झालेल्या गुन्हेगारांच्या बाबतीत घडताना मी स्वत: माझ्या पोलिसदलातील कारकिर्दीमध्ये अनेक वेळा पाहिलेले आहे. एका अतिशय सुदैवी योगायोगाने, मला एका

वरिष्ठ सहकाऱ्याचा दूरध्वनी आला. हे वरिष्ठ सहकारी गृह खात्यामध्ये स्पेशल सेक्रेटरी म्हणून काम करत होते. त्यांनी मला परदेशातील एक दूरध्वनी क्रमांक दिला आणि तो अबु सालेम नावाच्या कुणा माणसाचा आहे का याचा तपास करण्यास सांगितले. १९९३ मध्ये मुंबई स्फोटांच्या तपासाचे काम सीबीआयच्या एसटीएफने हाती घेतल्यापासूनच मी मुंबईच्या गुन्हेगारी जगाविषयीची माहिती गोळा करत होतो. त्या माहितीमध्ये असे आढळून आले की तो क्रमांक खरोखरच अबु सालेमचा आहे. ही माहिती बरोबर आहे हे सांगण्यासाठी मी स्पेशल सेक्रेटरींना दूरध्वनी केला तेव्हा त्यांनी मला ताबडतोब नॉर्थ ब्लॉकमध्ये येण्यास सांगितले. लुटन्सच्या दिल्लीमधील रायसिना हिलवर असलेले हे संकुल अतिशय भव्य आहे. त्यामध्ये, अर्थ, गृह या महत्त्वाच्या मंत्रालयांच्या कचेऱ्या आहेत तसेच कर्मचारी व प्रशिक्षण विभाग सुद्धा आहे. तेथे पोचल्यावर स्पेशल सेक्रेटरींनी मला त्यांच्याबरोबर अरविंद वर्मा यांना भेटण्यास नेले. अरविंद वर्मा हे कर्मचारी व प्रशिक्षण विभागाचे सचिव होते. रमेश मलिक यांचीव त्यांची जुनी ओळख असावी. रमेश मलिक यांना एक धमकीचा दूरध्वनी आल्याचे त्यांनी वर्मांना सांगितले होते. त्या दूरध्वनी करणाऱ्या व्यक्तीने त्यांना सांगितले होते की चिराग एन्क्लेव्हमधील त्यांची मालमत्ता त्यांनी आपला चुलत भाऊ अशोक मलिक यांच्या नावाने करून टाकली पाहिजे. त्या व्यक्तीने आपला मोबाइल क्रमांक दिला होता आणि आपले नाव अबु सालेम असल्याचेही सांगितले होते.

सालेम नावाची कुणीही व्यक्ती खरोखरच मलिकच्या ओळखीची नव्हती. त्याने विचारले, 'सालेम कोण?' 'तुझ्या पोलिस चौकीवर विचार नाहीतर तुझ्या पोलिस कमिशनरला विचार (मग काही शिव्या हासडून) ते सांगतील तुला सालेम कोण ते.' असे उर्मट उत्तर आले.

वर्मा आणि स्पेशल सेक्रेटरी या दोघांनाही मी आत्तापर्यंत पटवले होते की हा दूरध्वनी करणारा दुसरा तिसरा कुणी नसून खरोखरच अबु सालेम हा अतिशय धोकादायक गुन्हेगार आहे. त्यांनी मला रमेश मलिकला मदत करण्याचे काम दिले. एक गोष्ट उघड होती – त्यांचा चुलत भाऊ अशोक मलिक याला स्वत:च्या बाजूने या मालमत्तेच्या वादाचा निकाल लागायला आणि तोही झटपट लागायला हवा होता आणि म्हणून त्याने अबु सालेमला थेट किंवा गुन्हेगार जगाशी संबंध असलेल्या कुणाच्या तरी मध्यस्थीने मध्ये घातले होते. हा दुसरा तर्कच बरोबर असण्याची शक्यता जास्त होती.

रमेश मलिकला मी ताबडतोबच मदत करावी असे माझ्या वरिष्ठांचे मत असल्याने मी माझ्या गटातील, मुंबईमध्ये असलेल्या एका इन्स्पेक्टरला या कामावर लावले. त्याने खबरे आणि इतर लोक अशा खूप गुंतागुंतीच्या मार्गाने अबु सालेमपर्यंत बातमी पोचवली की त्याने रमेश मलिकला केलेल्या धमकीच्या दूरध्वनीची बातमी त्याच्या डीआयजींना कळलेली आहे आणि आता अबु सालेमने यातून दूर व्हावे हे त्याच्या हिताचे ठरेल.

सालेमने रमेशला दूरध्वनी करून सांगितले, ‘अरे मलिक साहेब, नीरज कुमार सारखे सीबीआय आणि सरकारमधील वरिष्ठ लोक तुमच्या ओळखीचे आहेत हे तुम्ही मला कधीच सांगितलं नाहीत. आता तुम्हाला माझ्यापासून कसलीही भीती नाही. उलट तुम्हालाच कसली मदत हवी असेल तर मला जरूर सांगा.’ आणि रमेशचा जीव भांड्यात पडला.

रमेश मलिकचा दूरध्वनी स्थानिक पोलिसांच्याही नजरेखाली होता ही गोष्ट मला नंतर कळली. तेही या सामन्यात उतरले होते. मलिकने ही बाब दिल्ली पोलिस कमिशनर व्ही एन सिंग यांच्याही कानावर घातली होती असे दिसत होते. त्यांनी संबंधित पोलिस चौकीला या तक्रारीमध्ये लक्ष घालण्याचे आदेश दिले होते. सालेम आणि मलिक यांच्यातील संभाषणामध्ये माझा नावाने उल्लेख केला गेलेला होता. ही बाब स्थानिक पोलिसांनी नोंदवून ठेवली. (माझ्यावर सूड उगवण्यासाठी या नोंदीला पुढील काही दिवसांमध्ये एक वाईट स्वरूप देण्यात आले. पण ती हकीकत नंतर सांगतो.)

रोमेश शर्मा आणि अबु सालेम यांच्यातील हे नोंदले गेलेले संभाषण इन्स्पेक्टर इश्वर सिंग यांच्या सौजन्याने आमच्याकडे आले तेव्हा आम्ही ते संभाषण डायरेक्टर टी एन मिश्रांना ऐकवले. तेव्हा त्यांची खात्री पटली की आता रोमेश शर्माविरुद्ध कारवाई करण्यास काहीच अडचण नाही. मलिक कुटुंबाच्या घटनेमधील सालेमचा सहभाग मला माहीत होता. गुन्हेगारी जगाशी संबंध असलेल्या व्यक्तीची बाजू कोणाही अधिकारी व्यक्ती – राजकीय किंवा नोकरशहा – घेण्याचे धाडस करणार नाही. तरीही संचालकांनी मला योग्य सल्ला देत म्हटले, आपल्या कारवाईचे कारण अधिक नवे, नुकतेच घडलेले असले पाहिजे. एच सुरेश रावने त्याचे हेलिकॉप्टर जबरदस्तीने घेतले गेले याची तक्रार १९९६ मध्ये नोंदवली आहे. आपल्या कारवाईसाठीची तक्रार यानंतरची असली पाहिजे.

सुरेश रावला मुंबईहून आमच्या दिल्लीतील कचेरीत बोलावण्यात आले. आम्ही आधीच ठरवलेल्या बेतानुसार तो शर्माला त्याच्या मेफेअर येथील

निवासस्थानी भेटणार होता आणि पुन्हा एकदा त्याचे हेलिकॉप्टर परत करण्याची मागणी करणार होता. शर्माची एक हिंसक व रागीट माणूस अशी ख्याती असल्याने तो ही मागणी नाकारणार आणि काहीतरी मारहाण करण्याचा प्रयत्न करणार हे नक्की होते. त्यानंतर रावने तेथील स्थानिक – हौज खास येथील पोलिस चौकीमध्ये तक्रार दाखल करायची होती. ती पोलिस चौकी ही केस दाखल करेल आणि आम्ही ती सीबीआयकडे मागून घेऊ असा हा बेत होता. या बेताला आमच्या वरिष्ठांनी संमती दर्शवली होती आणि स्थानिक पोलिस अधिकाऱ्यांनीही हा बेत ऐकल्यावर आमच्याशी सहकार्य करण्याचे कबूल केले होते.

२० ऑक्टोबर १९९८ या दिवशी सुरेश राव त्याचा मित्र राकेश गुप्ता, एसपी ओ पी छटवाल आणि मी असे सगळे दक्षिण विभागाच्या डीसीपीच्या कचेरीत गेलो. मी ॲडिशनल डीसीपी यांच्या कचेरीत थांबलो आणि छटवाल राव आणि गुप्ता यांच्याबरोबर शर्माच्या मेफेअर गार्डनमधील निवासस्थानाकडे गेला. राव आत गेला आणि छटवाल आणि गुप्ता सुरक्षित अंतरावर उभे राहून लक्ष ठेवू लागले. अगदी थोड्याच वेळात शर्मा रावची कॉलर पकडून त्याला फरफटत बाहेर घेऊन येताना त्यांना दिसला. शर्माने रावला आपल्या मोटारीत ढकलले आणि तो मोटार घेऊन निघून गेला. छटवालने काळजीपूर्वक त्याचा पाठलाग सुरू केला. शहराच्या मध्यभागामध्ये असलेल्या एका विस्तृत सरकारी बंगल्यामध्ये शर्माची मोटार जाताना त्याला दिसली. त्या बंगल्याचा पत्ता होता ११, महादेव रोड.

छटवाल आणि गुप्ता डीसीपीच्या कचेरीत परतले. मी त्यांची वाट पाहात तेथेच थांबलेलो होतो. त्यावेळच्या दक्षिण विभागाच्या डीसीपींनी हो-ना करता करता बऱ्याच वेळाने रावची सुटका करण्यासाठी शर्माच्या ११ महादेव रोड या बंगल्याकडे जाण्याची इन्स्पेक्टर जसबिर मलिक यांना परवानगी दिली. मधल्या काळात, मी शर्माच्या मेफेअर गार्डन मधील निवासस्थानामध्ये शिरलो होतो. माझ्याबरोबर इतर सीबीआय अधिकारी व स्थानिक पोलिसही होते. एवढ्या मोठ्या संख्येने पोलिस आलेले पाहून त्याचा संमिश्र कर्मचारी वर्ग घाबरलाच, त्यांनी आम्हाला कसलाही विरोध केला नाही. आम्ही घरात शोध घ्यायला सुरुवात केली तेव्हा आम्हाला अनेक गुप्त दारे आणि छुप्या पळवाटा दिसल्या – एखाद्या हिंदी चित्रपटामध्ये असतात तशा. बंगल्यामधे एक सुसज्ज अशी व्यायामशाळाही होती. त्याचे इतर अपराध सिद्ध करणारे पुरावेही आम्हाला मिळाले, प्राण्यांची कातडी आणि असंख्य परदेशी दारूच्या बाटल्या. परंतु खरा खजिना आमच्या

हाती लागला तो त्याच्या शय्यागृहात. त्याच्या गादीखाली अनेक मालमत्तांचे कागद लपवलेले होते. त्या कागदपत्रांमध्येच दक्षिण दिल्लीतील रमेश मलिकच्या मालमत्तेचे कागदही होते हे पाहून मला आश्चर्याचा एक सुखद असा धक्का बसला. रमेशने आपले घर आपल्या सख्ख्या चुलत भावाला कंपनी लीजवर भाड्याने दिले होते. अशोक एका कॉर्पोरेट हाऊसमध्ये अतिशय वरच्या पदावर काम करत होता. परंतु अशोक निवृत्त झाल्यावर त्याची कंपनी साहजिकच ही लीज नव्याने करणार नव्हती. मग अशोकने हा बंगला त्यालाच विकून टाकावा असा रमेशकडे आग्रह धरला. रमेशला ही कल्पना मान्य नव्हती. स्थानिक पोलिसांनी नंतर केलेल्या चौकशीत असे उघडकीला आले की आपल्या चुलत भावावर हे घर आपल्यालाच विकण्याची जबरदस्ती करण्यासाठी अशोक रोमेश शर्माकडे गेला होता.

शोध सुरू होत असतानाच, मला रोमेश शर्मा घरी परतताना आणि रागाने घरात घुसताना दिसला. मजबूत बांध्याचा आणि आपल्या खाजगी व्यायामशाळेत व्यायाम करून कमावलेल्या शरीराचा रोमेश उधळलेल्या बैलासारखा दिसत होता. वर्दीतील पोलिस अधिकाऱ्यांना त्याने हे काय चालले आहे असा प्रश्न केला. या छाप्यामागचा माणूस म्हणून त्याला माझ्याकडे पाठवण्यात आले. एखाद्या भुकेल्या रानटी जनावरासारखा तो माझ्याकडे आला. त्या क्षणी मला काहीतरी प्रतिक्रिया देणे आवश्यक होते–ती प्रतिक्रिया अतिशय नैसर्गिकरित्याच माझ्याकडून उमटली. माझ्यासमोर एक राक्षसासारखा माणूस उभा होता, त्याच्या गुन्ह्यांचे पुरावे घरभर पसरलेले होते आणि तरी तो पोलिसांना धमकावण्याचा प्रयत्न करत होता. मी फाडकन एक थप्पड त्याच्या थोबाडीत मारली – आजवर मारलेल्या अनेक थपडांमधील सर्वात जोरदार थप्पड होती ती. आणि काय आश्चर्य – तो माणूस सपशेल जमिनीवर कोसळला की. त्याला खेचतच मी पहिल्या मजल्यावरील त्याच्या शय्यागृहात नेले आणि तेथे त्याच्या गादीखाली सापडलेले सर्व मालमत्तांचे कागद त्याला दाखवले. आता आपला खेळ संपल्याची जाणीव त्याला झाली. पुढच्याच क्षणी त्याने दयेची भीक मागत माझ्या पायावर लोळण घेतली.

त्याला हौझ खास पोलिस चौकीवर नेऊन त्याच्या विरुद्ध तक्रार नोंदवण्यात आली. ही तक्रार आपल्या हेलिकॉप्टरसंदर्भात एच सुरेश राव यांनी दाखल केली. रोमेश शर्माला अटक करण्यात आली.

अपेक्षेप्रमाणेच या अटकेची बातमी वृत्तपत्रांच्या मथळ्यात झळकली. जीवनाच्या इतर सर्वच क्षेत्रांप्रमाणे, पोलिसदलातही माणसाचा एक कमकुवतपणा दिसून येतो, तो म्हणजे एखाद्या चांगल्या कामाबद्दलचे श्रेय दुसऱ्याचे असले तरी ते स्वतःला घेणे. ३७ वर्षांच्या माझ्या पोलिससेवेमध्ये मला असे अनेक सहकारी भेटलेले आहेत – जे ज्याचे त्याला श्रेय तर देत नाहीतच पण ते श्रेय अतिशय निर्ढावल्यासारखे, कसलीही लाज न बाळगता स्वतःचे म्हणून सांगतात. या अटकेनंतर दीर्घकालावधीनंतर नुकताच पुन्हा पोलिससेवेच्या मुख्य प्रवाहामधे आलेला असा एक वरिष्ठ सहकारी या अटकेचे सर्व श्रेय स्वतःला घेण्यासाठी प्रसारमाध्यमांच्या मोहिमेवरच गेला. आपले पुनरागमन त्याला मोठ्या गाजावाजाने जाहीर करायचे होते. परंतु, अनेक सरकारी आणि प्रसारमाध्यमातील व्यक्तींना सत्य माहीत होते. त्यांनी मात्र ही सीबीआयची कामगिरी होती आणि तिचे नेतृत्व मी केले असल्याची बातमी दिली.

ही गोष्ट त्या माणसाला संतापायला पुरेशी होती. माझे नाव छापील व इलेक्ट्रॉनिक माध्यमांमध्ये बघून त्याच्या तळपायाची आग मस्तकात गेली. त्याने केंद्रीय गृहमंत्र्यांची वेळ ठरवून घेतली आणि त्यांना रमेश मलिक आणि अबु सालेम यांच्यातील संभाषणाची पोलिसांनी हस्तगत केलेली ध्वनिफीत वाजवून दाखवली. मी आणि अबु सालेम यांच्यामध्ये काहीतरी संबंध आहे हे त्याला सिद्ध करायचे होते. मी मध्ये पडल्याने मलिक भावांच्या भांडणामधून अबु सालेम बाहेर पडला हे माझे व गुन्हेगारी जगाचे संबंध आहेत हे सिद्ध करण्यास पुरेसे आहे असे गृहीतक माझ्या माननीय वरिष्ठ सहकाऱ्याने मांडले.

गृहमंत्र्यांनी टेपसंबंधी सर्व माहिती माझ्या संचालकांच्या कानावर घातली. मला त्यांच्या कचेरीतून एक निरोप पाठवण्यात आला. दुसऱ्या दिवशी सकाळी मला त्यांच्या कचेरीत बोलावण्यात आले होते. हा सर्व काय प्रकार आहे असे मला संचालकांनी विचारले. त्यांना रमेश मलिक–अशोक मलिक वादाविषयी काहीही माहीत नव्हते हे उघडच होते. मी त्यांना सर्व हकीकत सांगितली. परंतु मी काय सांगत होतो ते त्यांना नीटसे कळले नसावे असे वाटत होते. माझे लगेचचे वरिष्ठ आणि विशेष संचालक गोपाल अचारी हेही तेथे उपस्थित होते. ते माझ्या मदतीला धावून आले. 'नीरजच्या नावाने एखाद्या गुन्हेगाराला घाम फुटत असेल तर त्यामध्ये काहीतरी संशयास्पद शोधत बसण्यापेक्षा आपल्याला त्याचा अभिमानच वाटायला हवा. शेवटी पोलिस अधिकाऱ्यांचं ते कामच आहे.' अचारी म्हणाले. संचालकांना थोडे हायसे झाल्यासारखे दिसले परंतु

त्यांनी सांगितले की आपल्याला सर्वांना पंडारा पार्कमधील गृहमंत्र्यांच्या निवासस्थानी जायचे आहे. अशा रीतीने मी गृहमंत्र्यांच्या समोर मीच एखादा गुन्हेगार असल्यासारखा उभा होतो. सुदैवाने, मंत्रिमहोदयांनी माझी सर्व कहाणी शांतपणे ऐकून घेतली. त्यांचे समाधान झाले आणि माझ्या मत्सरी आणि संधिसाधू सहकाऱ्याचे माझ्याविषयी गैरसमज पसरवण्याचे सर्व प्रयत्न फोल ठरले.

परंतु हे एवढ्यातच संपले नाही. रोमेश शर्मानि उघड केलेल्या अनेक गोष्टींमुळे राजकारणातील व उद्योगजगतातील मोठमोठी नावे, काही नोकरशाहीतील नावे आपापल्या रहस्यांसकट बाहेर कोसळू लागली. अनेक लोक अस्वस्थ झाले आणि शक्तिवान लोक माझ्यामागे हात धुवून लागले. तक्रारी, वाकडे संदर्भ आणि आरोप हे सर्वबाजूंनी खुशाल माझ्यावर फेकले जाऊ लागले. मधल्या काळात, रोमेश शर्माच्या अटकेनंतरच्या कामाचा एक भाग म्हणून देशातील एका मोठ्या उद्योगसमूहाची चौकशी करायची होती. संचालकांनी मला या चौकशीपासून बाजूला राहायला सांगितले. पुढच्या एकदोन दिवसांमध्ये जे काही घडले ते सीबीआयला फार मोठ्या अडचणीत – बहुधा सीबीआयच्या इतिहासामध्ये सर्वात अधिक – आणणारे ठरले.

त्या उद्योजकाच्या नातेवाईकांची मुंबईतील निवासस्थाने आणि कचेऱ्या यांवर धाड घालायची होती. सीबीआयच्या नावाला काळिमा फासणारी एक गोष्ट घडली ती म्हणजे, *'एशियन एज'* या वृत्तपत्राने या त्याच दिवशी घालणार असलेल्या छाप्याची बातमी पहिल्या पानावर मोठ्या अक्षरांमध्ये छापली. हे सर्व शोधकार्य अगदी वाया गेले, लज्जास्पद ठरले हे उघडच आहे. प्रसारमाध्यमांनी सीबीआयवर टीकेची झोड उठवली आणि टिंगलही केली. मला खात्री आहे की मला या कामगिरीपासून दूर ठेवण्याचा उपाय हा काही फारसा शहाणपणाचा नव्हता हे माझ्या वरिष्ठांना कळून आले असणार. संचालकांची मानहानी झाली आणि लवकरच त्यांना पदावरून दूर करण्यात आले.

माझ्या गटाने मध्यंतरीच्या काळात, उच्च पदी असणाऱ्या व्यक्तींच्या रोमेश शर्माशी असलेल्या संबंधांविषयी एक परिपूर्ण असे टिपण तयार केलेले होते. १९९३ मध्ये भारत सरकारने गुन्हेगार–पोलिस–नोकरशहा–उद्योग जग यांच्यातील परस्पर संबंध शोधून काढण्यासाठी नेमलेल्या एन एन व्होरा कमिटीने जो अहवाल दिला होता त्याच्याशी हे आमचे टिपण अगदी मिळते जुळते होते.

रोमेश शर्माच्या चौकशीमध्ये ज्या अनेक गोष्टी बाहेर आल्या त्यापैकी एक म्हणजे देशातील एका मोठ्या राजकीय पक्षाचे गुन्हेगार जगाशी असलेले जवळचे संबंध. या राजकीय पक्षाचे महत्त्वाचे सदस्य सरळ टोळीवाल्यांसाठी काम करीत होते किंवा निदान त्यांच्याशी अगदी जवळचे आर्थिक संबंध ठेवून तरी होते. घडले असे : दिल्ली पोलिसदलाचा एक एसीपी दाऊद इब्राहीमचा उजवा हात छोटा शकील याच्या काही दूरध्वनी क्रमांकांवर कायदेशीर मार्गाने नजर ठेवून होता. आधी उल्लेख केलेल्या राजकीय पक्षाच्या एका वरिष्ठ नेत्याकडून छोटा शकीलला एक कॉल येत होता तो या नजरेमध्ये आला. कॉल करणाऱ्याने छोटा शकीलला सांगितले की 'नेताजींनी' – पक्षाचे नेते – यांनी सांगितल्यावरून तो हा कॉल करत आहे. तो सांगत होता, मी (नीरजने) नेताजींना भेटून अशी माहिती दिली आहे की त्यावेळच्या सरकारने मला त्यांच्यावर नजर ठेवण्याचे काम दिले आहे. ही माहिती उघड उघड खोटी दिसत असली तरी जेव्हा या एसीपीने ती आपल्या एका वरिष्ठाला दिली तेव्हा माझ्याशी फारसे 'मैत्री'चे संबंध नसलेल्या त्या अधिकाऱ्याला वाटले की मला अडकवण्यास या माहितीचा खूप उपयोग होण्यासारखा आहे. त्याने एसीपीला या संभाषणाचा लेखी व शब्दशः अहवाल देण्यास सांगितले. एवढेच नव्हे तर मी चांगलाच संकटात येईन अशा रीतीने त्यामध्ये फेरफारही करण्यास सांगितले. असे करून चुकीचा अहवाल देण्यास एसीपीने नकार दिला आणि खराखुरा अहवाल सादर केला. तरीही माझ्या 'मित्राने' केंद्रीय गृह सचिवांना एक तातडीचे पत्र पाठवून दिले व त्याबरोबर या संभाषणाच्या ध्वनिफितीबरोबर नकलेची एक प्रतही पाठवली. गुन्हेगारी जगाशी माझे संबंध आहेत हे त्याला सिद्ध करायचे होते. मला पूर्वीचाच काळ परत आला आहे असे वाटू लागले. एकदोन महिन्यांपूर्वीच मी अशाच परिस्थितीमधून गेलो होतो. पुन्हा एकदा मला संचालकांच्या कचेरीमध्ये बोलावण्यात आले. आणि पुन्हा एकदा गोपाल अचारी हे विशेष संचालक माझ्या मदतीला धावून आले. त्यांनी संचालकांना समजावून सांगितले की हे संभाषण दोन गुन्हेगारांमधील आहे आणि ते फार गंभीरपणे घेतले जाऊ नये. दुसरे म्हणजे, या संभाषणातील मुद्दे हे उघड उघड मूर्खपणाचे, विसंगत असे आहेत ते फेकून देण्याच्याच लायकीचे आहेत. पहिली गोष्ट म्हणजे, सरकारने मला त्या राजकीय नेत्यावर नजर ठेवण्यास सांगितलेले नाही. दुसरे म्हणजे तसे सांगितलेले असते तरी मी त्या संबंधित नेत्याला तुझ्यावर नजर ठेवण्यात येत आहे असे का सांगेन? त्यानंतर संचालकांनी गृह सचिवांना हे स्पष्टीकरण देऊन विनंती केली असावी

की दिल्ली पोलिस दलातील माझ्या सहकाऱ्याने माझ्यावर केलेले आरोप सरळ फेटाळून लावावेत. इंटेलिजनस ब्युरोच्या त्यावेळच्या संचालकांनाही या ध्वनिफितीविषयी मत देण्यास सांगण्यात आले होते. त्यांनीही ठामपणे हेच मत दिले - कुणीही शहाणा माणूस हेच म्हणाला असता. सुदैवाने, या गोष्टीला तेथेच मूठमाती देण्यात आली - तीच तिची योग्यता होती.

दोन वरिष्ठ सहकऱ्यांनी मला बदनाम करण्याचे केलेले प्रयत्न-एकाने मत्सरापोटी आणि दुसऱ्याने जुने हिशेब पूर्ण करण्यासाठी - हे पोलिस अधिकारी म्हणून माझ्या आयुष्यातील सर्वात दुःखदायक प्रसंग आहेत. मत्सराची किंवा सूडाची ताकद कधीही कमी लेखू नये म्हणतात ते खरेच आहे.

इतर पोलिसदलातील अधिकाऱ्यांबरोबर सहकार्याने काम करणे आणि एकत्रित ऊर्जेमुळे ती कामगिरी पूर्ण करणे हा एक अतिशय समाधानाचा अनुभव असतो तर उलट पक्षी, सूडबुद्धी बाळगणाऱ्या आणि कमकुवत मनाच्या काही थोड्या सहकाऱ्यांमुळे तुम्ही खरोखरच निराश होऊ शकता. देवाच्या कृपेने मी या दोन दुष्ट आघातांमधून बचावलो ते माझ्या प्रामाणिकपणावर एकही डाग न लागता; परंतु त्या आघातांमुळे माझ्या मनावर उमटलेले व्रण खोलवर राहिले हेही खरे.

~

मध्यंतरीच्या काळात, शर्माच्या भानगडींच्या चौकशीमध्ये असे आढळून आले की तो अतिशय सामान्य पार्श्वभूमी असलेला माणूस अचानक धूमकेतूसारखा मोठा झाला होता आणि गुन्हेगारी जगाचा बाहेरच्या जगाशी संबंध जुळवून देणारा एक महत्त्वाचा माणूस बनला होता. सर्व रंगांच्या राजकारण्यांशी तर त्याचे जवळचे संबंध होतेच शिवाय त्याने स्वतःचा एक पक्षही स्थापन केला होता. तो निवडणुका लढवत होता आणि भारतीय राजकारणातील मोठमोठ्या माणसांशी तो जोडला गेला होता.

उत्तर प्रदेशातील अलाहाबादजवळील फुलपूर जिल्ह्यातील अग्रसेन नगर हे त्याचे मूळ गाव होते. तेथून तो दिल्लीला आला आणि सदर बझारच्या रस्त्यांवर हातरुमाल विकून पोट भरू लागला. १९७२ मध्ये तो मुंबईला गेला आणि तेथे त्याची वरदराजन मुदलियार या त्यावेळच्या मुंबईच्या गुन्हेगारी जगाच्या राजाशी ओळख झाली आणि तो त्याचा उजवा हात बनला. वरदराजनला वरदाभाई म्हणून ओळखले जात असे. गुन्हेगारी जगाच्या संबंधांमुळे शर्माला

मुंबईच्या पश्चिम भागामध्ये पसरलेल्या जमीन खरेदीविक्रीच्या उद्योगामध्ये रस निर्माण झाला. वादातील मालमत्ता शोधायच्या आणि त्यांच्यापैकी एका दावेदाराचा भाग विकत घ्यायचा. त्यामुले त्याला त्या मालमत्तेमध्ये शिरकाव करणे सोपे होत असे. मग आपले गुन्हेगारी संबंध वापरून तो इतर दावेदारांना ती मालमत्ता सोडून जण्यास भाग पाडायचा आणि सर्व मालमत्ता हडप करायचा. त्याच्या कामाची पद्धत ही अशी होती. वरदराजन मुदलियार टोळीच्या मदतीने अशी ताब्यात घेतलेली एक मालमत्ता मुंबईच्या सर्वे नं ५** येथे आहे. हा एक भला मोठा, अमूल्य असा जमिनीचा तुकडा आहे. समुद्राच्या जवळ, हॉटेल सन अँड सँड जवळ ही जमीन आहे. आमच्या चौकशीमध्ये असे दिसून आले की ही जमीन मुळात एका एस जे अलमेडा नावाच्या माणसाची होती. ती त्याने नानुभाई झवेरी यांना १९४७-४८ मध्ये लीजवर दिली होती. १९८० मध्ये वरदराजनच्या मदतीने खोटे कागदपत्र तयार करून रोमेश शर्माने ती जमीन हडप केली. त्या कागदपत्रांमध्ये एका लिऑन जे अलॅम्स (एस जे अलमेडाचा भाचा) याच्याकडून २१ लाख रुपयांना ती विकत घेतल्याचे लिहिले होते. या लिऑनचा या जमिनीतील हिस्सा केवळ १/२५ इतकाच होता. या जमिनीसंबंधीचे लेटर ऑफ अॅडमिनिस्ट्रेशन अलॅम्सकडे होते. त्याने हीच जमीन तन्वीर मोहम्मद हुसैन मर्चंट, स्वातचंद बाफना, मोती लाल दीराचंद दोशी आणि पुखराज पिरचंद दोशी यांना १९८९ मध्ये ४५ लाख रुपयांना विकली होती. ऑक्टोबर १९९३च्या आणखी एका करारानुसार, ही जमीन रोमेश शर्माच्या प्रत्यक्ष ताब्यात होती आणि मालमत्तेचे मालक म्हणून वर सांगितलेली चार नावे घातलेली होती. प्रत्यक्ष जागेवर जाऊन चौकशी करताना मी अनेक एकरांवर पसरलेल्या त्या जागेला अनेक वेळा भेट दिली. त्या जागेसमोरचे अरबी सागराचे दृश्य फारच सुंदर होते. या अमूल्य जागेमध्ये सुमारे २४-२५ नारळाची झाडे होती. आता या जागेची किंमत कितीतरी कोटी झाली असेल.

आमच्या प्रत्यक्ष चौकशीमध्ये असेही आढळून आले की धाकदपटशाचा वापर करून शर्माने याआधीही जुहू मधील गांधीग्राम कुटीर, जय माता कुटीर आर-३७१; बांद्रा येथील पालि हिल्स मधील संत सदन बंगलो नं. १०, युनियन बँक आणि चर्चगेट येथील अँबॅसेडर हॉटेलजवळील सुंदर महलमधील सदनिका क्र. ३०७ अशा मुंबईतील उत्तम जागांवरील मालमत्ता ताब्यात घेतलेल्या होत्या. एकत्रितपणे या सर्व जागांची किंमत कित्येक करोड रुपये होती.

आपल्या गुन्हेगारी जगातील संबंधाबरोबरच आपण जर एक राजकीय प्रतिमा निर्माण करू शकलो तर आपली शक्ती प्रचंड वाढेल हे जाणवताच तो दिल्लीला आला. एका राजकीय पक्षातून दुसऱ्या राजकीय पक्षामध्ये अशा उड्या मारत राहिला. एका दिवशी एका नेत्याबरोबर तर दुसऱ्या दिवशी दुसऱ्या नेत्याबरोबर. मग त्याने स्वत:चाच एक राजकीय पक्ष स्थापन केला. त्याचे नाव होते ऑल इंडिया भारतीय काँग्रेस पार्टी (एआयबीसीपी) या पक्षाच्या महादेव रोडवरील कचेरीमधूनच २० ऑक्टोबर १९९८ ला सुरेश रावची सुटका करण्यात आली होती आणि पोलिसांनी रोमेश शर्माला अटक केला होती.

दिल्लीमधील वास्तव्यात त्याने अनेक मालमत्ता हडप केल्या त्यामध्ये, सी-३० मेफेअर गार्डन; सी-२८ (बेसमेंट) मेफेअर गार्डन; एस-४१ पंचशील पार्क; सी-३१ हौझ खास; जय माता दी फार्म्स (येथेच सुरेश रावचे चोरलेले हेलिकॉप्टर उभे केलेले होते) आणि बी-१२१ चा पहिला मजला, सर्वोदय एन्क्लेव्ह. या मालमत्ता होत्या. यापैकी प्रत्येक मालमत्ता ही जबरदस्तीने हिरावून घेतलेली होती आणि त्यामागील कहाण्याही अतिशय विचित्र होत्या. त्या सांगू लागलो तर अनेक पृष्ठे भरतील. शिवाय ज्या सहजतेने तो या मालमत्ता गिळू शकला होता तोही आपल्या कमजोर व्यवस्थेवरचा एक ताशेराच आहे. आजमितीला शर्मा आपली १४ वर्षांची शिक्षा भोगून स्वतंत्र झाला आहे आणि अजूनही या मौल्यवान मालमत्तांचा मालक आहे, त्यांच्यापासून मिळणाऱ्या संपत्तीचा उपभोग घेत आहे या गोष्टीवरूनच आपल्या कायदाव्यवस्थेची परिणामकारकता किती दुर्बल आहे हे वाचकांना सहज समजून येऊ शकेल. या मालमत्तांचे खरे मालक गुन्हेगारी जगाच्या भीतीने तक्रार नोंदवण्यासाठी पुढेच आलेले नाहीत. एखादा असा पुढे आलाच तर क्रिमिनल प्रोसीजर कोडच्या सेक्शन १०२नुसार पोलिस त्याची जंगम मालमत्ता तेवढी ताब्यात घेऊ शकतात, त्याची स्थावर मालमत्ता नाही. पोलिस त्याची घड्याळे, दागदागिने, मोटारी, शस्त्रे इत्यादी जप्त करू शकतात पण जमीन नाही. जी बहुधा गुन्हे करूनच मिळवलेल्या पैशातून विकत घेतलेली असेल किंवा जबरदस्तीने बळकावळेली असेल. या केसच्या संदर्भामध्येच हा कायदा दुरुस्त करण्याचा एक प्रस्ताव १९९९ मध्ये सीबीआयने गृहखात्याकडे पाठवला होता. तत्वत: आमचा प्रस्ताव मान्य करण्यात आला असला तरी नोकरशाहीच्या चक्रव्यूहामध्ये तो कोठेतरी एखाद्या फाईलमध्ये अडकून पडलेला असावा. त्याचा दिवस अजून उजाडलेला दिसत नाही.

आमच्या चौकशीच्या दरम्यान रोमेश शर्माने स्वत:चा एक महत्त्वाचा दोष उघड केला. तो म्हणजे त्याचा कधी न संपणारा स्त्रीलंपटपणा. स्त्रियांचा उपभोग घेण्याबरोबरच तो त्यांचा वापर राजकारणातील व सरकारातील शक्तिवान लोकांचे मनोरंजन करण्यासाठी करत असे आणि यासाठी त्याला मदत करणारी व्यक्ती ही एका मोठ्या कॉर्पोरेट उद्योगातील लायझन अधिकारी होती. त्याच्या मालमत्तांपैकी काहीं घरांमधे अडकवून ठेवलेल्या, जेमतेम विशीतील अनेक मुलींची आम्ही सुटका केली. परंतु, या मुली किंवा त्यांचे आईवडील त्याच्याविरुद्ध तक्रार नोंदवण्यास आणि कायदेशीर कारवाई करण्यास राजी नव्हते.

शर्माच्या कर्मचारीवर्गामध्ये संपन्न घराण्यातील एक मान्यवर स्त्रीही होती असे मला नंतर कळून आले. तो नियमितपणे तिचा लैंगिक वापर करत होता. एका संध्याकाळी, तिची तरुण मुलगी तिला घरी घेऊन जाण्यासाठी आली तेव्हा शर्माची वाईट नजर तिच्यावर पडली. त्याने आईला काही कामासाठी बाहेर पाठवले आणि ती नसताना त्या तरुण मुलीवर बलात्कार केला.

मोठ्या प्रयासाने मी त्या स्त्रीला शोधून काढले. ती राहात असलेल्या दक्षिण दिल्लीमधील त्या सदनिकेच्या दारावर मी टकटक केले. तिने दरवाजा उघडला. मी जेव्हा माझी ओळख सांगितली तेव्हा ती मोठ्या नाट्यमय रीतीने उद्‌गारली, 'मला माहीत होते, तुम्ही याल हे.' शर्माच्या अटकेच्या सर्व बातम्या तिने नीट वाचलेल्या होत्या. तिच्या लक्षात हेही आलेले होते की शर्मा आणि ती यांच्यातील संबंधही मला माहीत झालेले आहेत. परंतु याबद्दल तक्रार करण्यास तिने साफ नकार दिला. 'मला माझ्या मुलीचे आयुष्य नष्ट करायचे नाहीये,' अतिशय उद्वेगाने आणि वेदनेने ती म्हणाली. तेवढ्यात दारावरची घंटा वाजली. आणि तिची मुलगी आत आली. लहानखुरी, दिसायला चांगली अशी ती मुलगी बहुधा कामावरून परत आली असावी. माझ्याशी थोडे शिष्टाचाराचे बोलणे करून ती आपल्या खोलीत गेली. तिच्या आईने काहीसे खिजवतच मला विचारले, 'तिला पाहिलंत ना? अजून तुम्हाला वाटतं मी तक्रार नोंदवावी असं? एक दोन महिन्यात लग्न आहे तिचं.' रोमेश शर्माने आपल्या भक्ष्यांना मानसिकदृष्ट्याही दुर्बल बनवले होते यामध्ये मला आता शंका राहिली नाही. त्याने त्यांची मानसिकता इतकी तुकडे करून टाकली होती की त्याच्या आणि त्याच्या वर्तनाच्याविरुद्ध आवाज उठवण्याचे धैर्यच त्यांच्यामध्ये उरले नव्हते. ही स्त्रीही असाच एक बळी होती. तिचे म्हणणे मला अगदी नीट कळत होते. तेथून बाहेर पडण्याखेरीज दुसरा पर्यायच नव्हता.

आम्ही चौकशी केलेल्या हेलिकॉप्टर प्रकरणामध्ये रोमेश शर्माला चौदा वर्षांच्या कारावासाची शिक्षा झाली. या यशस्वी खटल्याचे सर्व श्रेय माझे एसपी ओ पी छटवाल यांनाच द्यायला हवे. सर्वोच्च न्यायालयापर्यंत त्यांनी या खटल्याचा अथकपणे पाठपुरावा केला. २०१२ च्या सुरुवातीला कधीतरी, मी दिल्लीमध्ये डीआयजी (तुरुंग) या पदावर काम करत असताना मी माझ्या अधिकारक्षेत्रातील रोहिणी कारागृहाला तपासणीची भेट दिली. तुरुंगाच्या आवारातून बाहेर पडत असताना काय आश्चर्य – रोमेश शर्मा माझ्यासमोर उभा ठाकला. हात जोडून त्याच्या नेहमीच्या कपड्यात धोतर, कुडता नेहरू जाकीट आणि गांधी टोपी. कपाळावर एक मोठा थोरला लालभडक टिळा. ‘कसे आहात, पंडितजी?’ मी विचारले. ‘माझी शिक्षा संपत आली आहे. लवकरच मी सुटेन.’ त्याने विजयाने मला सांगितले. ‘चांगलं आहे, पंडितजी. माझ्या सदिच्छा.’ एवढे बोलून मी निघालो.

खरोखरच, लवकरच तो सुटला. पुढच्याच दिवाळीला, एक माननीय स्त्री मला भेटण्यासाठी माझ्या घरी आली. तिने स्वत:ची ओळख एका अतिशय थोर हिंदी कवीची नात म्हणून करून दिली. मला त्या कवीविषयी मोठाच आदर असल्याने मी तिचे आदरपूर्वक स्वागत केले. ती म्हणाली, ‘मी रोमेश शर्माच्या वतीने त्यांच्या शुभचिंतनाचा संदेश तुमच्यापर्यंत पोचवण्यासाठी आले आहे.’ मला आश्चर्याचा धक्काच बसला. मी खूप वेळ तिला रोमेश शर्मा कोण माणूस कसा आहे याबद्दल विस्ताराने सांगितले आणि त्याच्यापासून दोन हात दूरच राहाण्यास सांगितले. ती घाईघाईने निघून गेली खरी पण खूपच बावचळलेली होती. रोमेश शर्माने आणखी एका साध्यासुध्या स्त्रीला फशी पाडले होते. हा तरबेज ठग पुन्हा आपल्या उद्योगाला लागला होता.

9

फेकून देण्यासारखा सलीम

फरार सलीम कुर्लाचा तपास

२० जानेवारी १९९५. रात्रीचे साडेदहा वाजले होते तरी सीबीआयच्या एसटीएफचे इन्स्पेक्टर रमण त्यागी आपल्या कचेरीतच होते. १२ मार्च १९९३ला झालेल्या मुंबई स्फोटांच्या चाललेल्या खटल्यामध्ये दुसऱ्या दिवशी त्यांना एका महत्त्वाच्या बाबतीतील कागदपत्र पूर्ण करायचे होते. दिवसाचे काम ते आवरतच होते तेवढ्यात त्यांचा दूरध्वनी वाजला. त्यांना वाटले पुन्हा त्यांच्या पत्नीचाच फोन असावा - तुम्ही किती वाजेपर्यंत घरी याल हे विचारण्यासाठी - क्षणभर त्यांना वाटले फोन घेऊच नये. परंतु काहीशा रागानेच त्यांनी अखेर फोन उचलला.

'*आदाब, इन्स्पेक्टर साहिब.*' एक ओळखीचा आवाज रमणच्या कानी पडला. डी कंपनीमधील त्यांचा खबऱ्या होता तो.

'*हां, बोलो, क्या खबर है?*' (बोल काय खबर आहे?') रमणने अधीरपणे विचारले.

'*आपके कामकी खबर है इन्स्पेक्टर साहिब. सलीम कुर्लाका फोन नंबर मिल गया है. वो हैद्राबादमे है.*' (तुमच्या उपयोगाची बातमी आहे, इन्स्पेक्टर साहेब, सलीम कुर्लाचा फोन नंबर मिळालाय. तो हैद्राबादमध्ये आहे.) पलीकडून उत्तर आले.

'*अच्छा, और भी कुछ है कि बस फोन नंबर?*' (छान, आणखी काही माहिती मिळालीये की फक्त फोन नंबर?) इन्स्पेक्टरने चौकशी केली.

'*नहीं और कुछ नही. आप हैद्राबाद पहुंचो, वहां अपना कोई नंबर दे देना. सलीमसे बात करके मैं आपको कन्फर्म कर दूंगा कि वो वहां है कि नही.*

आप तैय्यारी करके रखना. इधर अपुन नक्की करेगा उधर आप रेड मार देना.' (नाही, आणखी काही नाही. तुम्ही हैद्राबादला पोचा. तिथला एखादा नंबर देऊन ठेवा. सलीमशी बोलून मी कन्फर्म करतो की तो तिथे आहे की नाही. तुम्ही तयारीत राहा. मी इथून नक्की करतो तिथे तुम्ही रेड टाका.) खबऱ्याने कट करत असल्याच्या आवाजात सांगितले.

रमणने त्याने दिलेला दूरध्वनी क्रमांक लिहून घेतला. आजपर्यंत या खबऱ्याने कधीच चुकीची खबर दिलेली नव्हती त्यामुळे इन्स्पेक्टर रमण त्यागींनी ठरवले की ही बातमी आपल्या वरिष्ठांना ताबडतोब सांगायला काहीच हरकत नाही. त्याचे वरिष्ठ होते सतीश झा, एसटीएफ मुंबईचे एसपी. एसपीनी दुसऱ्या दिवशी सकाळी या बाबीची तपशीलवार चर्चा करण्याचे ठरवले.

~

मुंबई पोलिसातील एका हेड कॉन्स्टेबलचा मुलगा दाऊद इब्राहीम हळूहळू परंतु निश्चितपणे मुंबईच्या गुन्हेगारी जगाचा अनभिषिक्त राजा बनत चालला होता. ही गोष्ट १९८० आणि ९०च्या दशकातील. हाजी मस्तान, करीम लाला इत्यादी त्याचे समकालीन डॉन आता वयस्कर झाले होते. त्यांनी त्यांची वाईट मार्गांनी मिळवलेली संपत्ती कायदेशीर उद्योगांमध्ये गुंतवली होती आणि आरामाचे असे निवृत्त जीवन जगत होते पोलिसांचे छापे पडतील याची त्यांना आता अजिबात चिंता उरली नव्हती. परंतु, त्याच्याविरुद्ध दाखल झालेल्या अनेक केसेस आणि त्याच्या रक्तासाठी आसुसलेले असंख्य शत्रू असल्याने दाऊदने जामीन मोडून दुबईला पलायन केले. ही गोष्ट १९८०च्या दशकाच्या मध्यावरची. त्याच्या टोळीची कामे मुंबई व मुंबईच्या उपनगरात राहाणाऱ्या त्याच्या विश्वासू हस्तकांच्या नेटक्या बांधणीच्या उतरंडीमार्फत रिमोट कंट्रोलने तो करून घेत राहिला. या टोळीतील त्याचा उजवा हात म्हणजे त्याचा धाकटा भाऊ अनीस इब्राहीम. हा एक उतावळेपणाने कामे करणारा, माथेफिरू आणि शिव्यागाळी करणारा असा गुन्हेगार होता. तो सतत मुंबईच्या आतबाहेर करत असे.

त्याच्या या अतिशय बांधीव संघटनेला सहसा डी-कंपनी असे म्हटले जात असे. सोने व चांदीची तस्करी, पिळवणूक, वाद मिटवण्यामध्ये मध्यस्थी करणे, हवाला, सुपारी घेऊन खून करणे, जमीन खरेदीविक्री, चित्रपटांना

अर्थसाह्य करणे, क्रिकेटमध्ये सट्टा लावणे हे सर्व या कंपनीचे उद्योग होते, मुंबईतील गुन्हेगारी जगावर त्यांचेच राज्य होते. १९९३ च्या मुंबई स्फोटांच्या खटल्यामध्ये त्यांचे नाव उघड होईपर्यंत सारे काही उत्तम चालले होते. ('दुबईतील आपला माणूस' हे प्रकरण पाहावे.) त्यानंतर मात्र दाऊदला दुबईहून कराचीला पळून जावे लागले. तेथेच तो आयएसआयच्या संरक्षणाखाली डिफेन्स कॉलनी, क्लिफ्टन येथे सध्या राहात आहे.

त्या स्फोटांच्या गुन्ह्यामध्ये दाऊद आणि त्याचा धाकटा भाऊ अनीस यांच्याबरोबर त्याच्या टोळीतील इतरही अनेक गुन्हेगार व त्याचे सहकारी आरोपी आहेत. उदाहरणार्थ, सलीम कुर्ला. डी-कंपनीमध्ये इतरही अनेक सलीम असल्याने याचे वेगळेपण लक्षात यावे म्हणून सलीम बिस्मिल्लाह खान हा कुर्ल्यामध्ये राहात असल्याने त्याला सलीम कुर्ला असेच नाव देण्यात आले. गुन्हेगारी जगामध्ये हे नेहमीच घडते. कारण अनेक गुन्हेगारांचे नाव एकच असते. उदाहरणार्थ-डी कंपनीमध्ये छोटा शकील आहे, लंबू शकील आहे. सलीम कुत्ता आहे सलीम टेंपो आहे आणि या कथेचा नायक सलीम कुर्लाही आहे.

सलीम हा या टोळीचा पैसे उकळणारा आणि मारेकरी म्हणून काम करणारा होता. त्याला बॉलिवुडमध्ये प्रचंड रस होता. चित्रपटजगातील व्यक्तींविषयी त्याला असलेले सखोल ज्ञान हे डी कंपनीला कुणाला लक्ष्य करावे आणि कोणत्या नव्या तारकेला लैंगिक सुखासाठी बोलवावे हे ठरवण्यात मदत करत असे. सलीम स्वत:ही पक्का बाहेरख्याली होता, स्त्रीलंपट होता, नशिबाने दगा देईपर्यंत त्याने तीन लग्ने केली होती.

१९९३ च्या मार्चमध्ये जे स्फोट करवण्यात आले त्यांच्यामागील अधिक मोठ्या कारस्थानामध्ये सलीम भागीदार होता, त्याने आपले चार शिष्य – उस्मान खान, सय्यद इस्साक, शेख इब्राहीम आणि मोहम्मद हनीफ – यांना पाकिस्तानात शस्त्रास्त्रांचे व स्फोटकांचे प्रशिक्षण घेण्यासाठी पाठवले होते. इस्लामाबादच्या जंगलामध्ये आयएसआयने आयोजित केलेल्या चार दिवसांच्या कठोर प्रशिक्षण शिबिरामध्ये हे चौघे सामील झाले होते. गमतीची गोष्ट म्हणजे ज्या दिवशी स्फोट झाले त्या दिवशी सलिम कुर्ला आणि सय्यद इस्साक हे दोघेही मुंबई पोलिसांच्या क्राइम ब्रँचच्या कोठडीत होते. एका गुजराती उद्योजकाकडून जबरी खंडणी गोळा केल्याच्या आरोपावरून त्यांना अटक करण्यात आली होती. नंतर स्फोटांच्या चौकशीच्या दरम्यान त्याचे चारही सहकारी पकडले

गेले आणि त्यांना ६ वर्षांची सक्तमजुरीची शिक्षा ठोठावण्यात आली. परंतु, सलीम कुर्ला मात्र पळाला, सीबीआयने त्याला पकडून देणाऱ्याला २ लाख रुपयांचे बक्षीस जाहीर केले.

राजेंद्र सदाशिव निकाळजे उर्फ छोटा राजन याचा जन्म आर्थिकदृष्ट्या मागासलेल्या महाराष्ट्रीय घरामध्ये झाला. मध्य मुंबईतील चेंबूर येथील टिळक नगर या निम्न मध्यमवर्गाच्या वसाहतीमध्ये तो लहानाचा मोठा झाला. १९७० च्या दशकाच्या अखेरीस, शंकर चित्रपटगृहाबाहेर चित्रपटाच्या तिकिटांचा काळाबाजार करण्यापासून राजनने आपल्या गुन्हेगारी आयुष्याची सुरुवात केली. त्याची ओळख राजन नायर उर्फ बडा राजन या चोरटी दारू विकणाऱ्याशी झाली. एका शत्रू टोळीने राजनचा खून केल्यानंतर छोटा राजनने त्याची टोळी ताब्यात घेतली. लवकरच तो दाऊद इब्राहीमला सामील झाला आणि त्याच्या प्रमुख हस्तकांपैकी एक बनला. मुंबई स्फोटांनंतर या टोळीमध्ये धर्माच्या कारणावरून फूट पडली तोपर्यंत तो दाऊदच्या हाताखालीच काम करत होता. ही पार्श्वभूमी समजल्यावर आपण आता मुख्य कथेकडे वळूया.

२१ जानेवारी १९९५ ला सकाळी सुमारे ११ वाजता रमणला त्याच्या खबऱ्याकडून ही माहिती मिळाल्याच्या दुसऱ्याच दिवशी, सतीशने मला कॉल केला. त्यावेळी मी दिल्लीमध्ये एसटीएफचा डीआयजी होतो. या गुप्त माहितीचे सर्व तपशील त्याने मला दिले आणि पुढे काय करायचे याविषयीच्या सूचना देण्यास सांगितले. खबऱ्याने दिलेला लँडलाइन क्रमांक कोणत्या ठिकाणी आहे हे त्याने आधीच निश्चित करून घेतले होते. यासाठी त्याला त्यावेळी हैद्राबादमध्ये झोनल डीसीपी असलेल्या जे व्ही रामुडू यांची मदत झाली होती (आता ते आंध्र प्रदेशचे पोलिसप्रमुख आहेत.) इन्स्पेक्टर रमण त्यागींना बरोबर घेऊन मिळेल त्या पहिल्या विमानाने हैद्राबादला जाण्यास मी सतीशला सांगितले. त्यांना इन्स्पेक्टर डी के परदेसी हा आणखी एक विश्वासू पोलिस अधिकारी बरोबर हवा होता. मी त्याला परवानगी दिली आणि त्याच संध्याकाळपर्यंत मीही हैद्राबादला पोचत असल्याचे सांगितले.

सतीश आणि इन्स्पेक्टर रमण त्यागी आणि डी के परदेसी हे त्याचे दोन विश्वासू सहकारी त्या संध्याकाळी ८ वाजण्याच्या सुमारास हैद्राबादला पोचले. मी सुमारे साडेनऊ वाजता पोचलो. बंजारा हिल्सजवळील मसब टँक येथील आंध्रप्रदेश पोलिस ऑफिसर्स मेसमध्ये आमची राहण्याची सोय करण्यात आलेली होती. परंतु मी थेट सिकंदराबादमधील बेगमपेट येथील एसीपी यांच्या

कचेरीतच जाण्याचे ठरवले. त्यावेळी एकत्र असलेल्या आंध्रप्रदेशाची ही राजधानी होती. हैद्राबादचे जुळे शहर. विमानतळावर मला घेण्यास आलेल्या सीबीआय अधिकाऱ्याने मला सांगितले की माझे मुंबईचे सहकारी तेथे माझी वाट बघत आहेत.

मी त्या ठिकाणी पोचेपर्यंत, रमण आणि परदेसी या दोघांनी हा लँडलाइन क्रमांक असलेला दूरध्वनी ज्या सदनिकेमध्ये बसवलेला होता त्या सदनिकेचा पत्ता शोधून काढला होता. ही सदनिका के आर त्यागी नावाच्या व्यक्तीची होती. या सीबीआय अधिकाऱ्यांनी कुणालाही न कळता या सदनिकेचा पत्ता लिहून घेतला. रमणने मग त्याच्या खबऱ्याला फोन करून कळवले होते की तो आणि त्याचे वरिष्ठ अधिकारी हैद्राबादमध्ये पोचलेले आहेत. आमचा तात्पुरता तळ बनलेली एसीपी कचेरी या सदनिकेपासून फार दूर नव्हती तिचा दूरध्वनी क्रमांकही खबऱ्याला देण्यात आला होता. खबऱ्याने रचलेल्या कटानुसार जे काही करणे आवश्यक होते ते सर्व सतीश झा आणि त्यांच्या नेतृत्वाखाली काम करणाऱ्या त्यांच्या सहकाऱ्यांनी करून ठेवलेले होते. आता खबऱ्या आम्हाला अखेरचा निरोप देईल याची उत्कंठेने वाट बघत आम्ही सर्वजण एसीपी यांच्या कचेरीत बसलो होतो.

थोड्याच वेळात लांब चेहऱ्याने सतीश झा व माझ्यासमोर रमण आला. आम्हाला फार मोठा धक्काच बसला. त्याने सांगितले, 'माझ्या खबऱ्याने फोन केला होता. त्या टोळीच्या बड्या लोकांचे मन पालटले. त्यांनी सलीम कुर्लाला बातमी दिली *'डॉक्टरसाब आ रहे हैं. निकल लो.'* (पोलिस टीम येते आहे. निघ तिथून.) त्यानंतर खबऱ्याने फोन घेतलाच नाही.

निराश आणि लज्जित झालेला रमण आमच्यासमोर उभा होता. माझा तोल सुटला आणि त्याच्या माहितीच्या अविश्वसनीयतेवरून मी त्याला रागावलो. मन पालटले म्हणजे ? अर्थ काय याचा ? रमणने एक कारण सांगितले: आपल्या कुटुंबाच्या खर्चासाठी सलीम कुर्ला सतत पैशाची मागणी करत असे याला दाऊद आणि त्याचा धाकटा भाऊ अनीस कंटाळले होते. मधून मधून ते त्याला सुचवतही होते की आता त्याने स्वत:च्या जबाबदारीवर काम करावे हे चांगले. परंतु सलीम फरारी असल्याने त्याला स्वत: पैसे मिळवणे कठीण होते.

मफिओसीच्या क्रूर जगामध्ये, आज जवळचा असलेला माणूस उद्या फेकून देण्याच्या लायकीचा होऊ शकतो. विशेषत: एखादा टोळी सदस्य जेव्हा एक जबाबदारी बनतो तेव्हा तर फारच सहज हे घडू शकते. सलीम कुर्ला

याने मुंबईतील स्फोटांच्या मालिकेच्या कारस्थानामध्ये भाग घेतलेला होता. तो आता आपल्या सततच्या पैशाच्या मागणीमुळे त्रासदायक बनला होता. त्या वेळीच या दोघा भावांनी – दाऊद आणि अनीस इब्राहीम – रमणच्या खबऱ्याला सांगितले होते की ही खबर पोलिसांना दे आणि सलीमला अटक करायची व्यवस्था कर. परंतु या आखलेल्या छाप्याची आणि सलीमच्या अंताची वेळ जवळ येऊ लागली तसतशा या दोघा भावांना त्याच्या गोड आठवणी येऊ लागल्या. त्यांच्या सेवेमध्ये सलीमने किती धोके पत्करले होते याची त्यांना आठवण झाली. सलीमची पत्नी आणि तीन मुलेही त्यांच्या डोळ्यासमोर आली. अनीसने स्वत:च सलीमला दूरध्वनी करून शक्य तेवढ्या लवकर तेथून पळण्यास सांगितले. सलीम त्याच सकाळी तेथून निघून गेला होता आणि यावेळेपर्यंत बहुधा शेकडो मैल दूर गेला होता.

माझी फार मोठी निराशा तर झालीच परंतु त्याहूनही दिल्लीमध्ये मला ज्या प्रश्नांना तोंड द्यावे लागणार होते त्याचीही काळजी मला लागली होती. रमण त्यागी आणि डी के परदेसी यांना बरोबर नेण्याची परवानगी मी सतीश झा यांना तोंडीच दिली होती. या दोघांना विमानाने जाण्याची परवानगी नव्हती. अधिकृतपणे बोलायचे तर, एक डीआयजी म्हणून अशी परवानगी देण्याचा अधिकार मलाही नव्हता. सतीश झाला त्याच्या अधिकाऱ्यांना विमानाने नेण्याची परवानगी देताना मला खात्री होती की ही कामगिरी फत्ते होईल आणि मग या खर्चासाठी माझ्या वरिष्ठांची परवानगी मिळवणे फारसे कठीण होणार नाही. परंतु ही कामगिरी तर सुरू होण्याआधीच अयशस्वी ठरली होती. रमणला माझ्याकडून हे सारे आणि आणखीही पुष्कळ काही ऐकून घ्यावे लागले. शिवाय हे बोलताना माझा स्वरही काही फारसा मंजुळ नव्हता. खांदे पाडून, मान वाकवून तो आमच्यासमोर उभा होता. त्याला अतिशय अपराधी वाटत होते. माझी खूप महत्त्वाची कामे दिल्लीत सोडून त्याच्या या अर्ध्या कच्च्या कामगिरीत भाग घेण्यासाठी आलो आहे हेही मी त्याला पुन्हा पुन्हा सांगितले.

माझ्या निराशेला पुरेशी वाट करून दिल्यानंतर आता पुढे काय करायचे हे मला ठरवायचे होते. सर्व काही आवरून, सलीमविषयी सारे विसरून जाऊन हैद्राबाद पोलिस मेसमध्ये परत जाण्याशिवाय करण्यासारखे दुसरे काही नव्हतेच. सतीश आणि मी आमच्या त्या लांबलचक प्रवासाला निघालो.

सीबीआयच्या मोटारीतून केलेला तो प्रवास मला स्वच्छ आठवतो आहे. मी आणि सतीश मागच्या सीटवर बसलेलो होतो. प्रवासाची सुरुवात काहीशा

नाराजीनेच झाली. एक विचित्र शांततेने आम्हाला घेरले होते. बेगमपेटहून पोलिस मेसकडे जाताना मी माझ्या बाजूच्या खिडकीतून बाहेरच्या अंधाराकडे बघत होतो आणि सतीश त्याच्या बाजूच्या खिडकीतून. मी अजूनही रागातच होतो आणि सतीशही रागात असावा असे मला वाटते.

त्या साऱ्या निराशा आणि दु:खद मानसिक अवस्थेमध्ये अचानकपणे माझ्या मनात एक विचार चमकला. आमच्या लोकांनी हा लँडलाईन दूरध्वनी जेथे बसवलेला होता ती जागा पाहिलेली होती. ती जागा आपणही पाहून का घेऊ नये? त्याच क्षणी टेलिपथी असावी तसा सतीश उद्‌गारला, 'सर, सलीम कुर्ला लपून बसला होता तो फ्लॅट बघून आलो तर काय होईल?' दोन माणसांच्या मनात एकाच वेळी एकच विचार यावा पण प्रथम कुणी बोलावे असा विचार दोघांच्याही मनात असतो – असा तो दुर्मिळ क्षण होता. 'माझ्या तोंडचे शब्द बोललायेस' मी सतीशला सांगितले.

आम्ही आमच्या चालकाला मोटार थांबवायला सांगितले. आमच्या मागून येणाऱ्या मोटारीत रमण होता. तो आमच्या मोटारीकडे चालत आला. त्या सदनिकेकडे आम्हाला घेऊन जाण्यास सतीशने त्याला सांगितले.

इन्स्पेक्टर रमण त्यागी आणि डी के परदेसी हे दोघे आम्हाला त्या चार मजली इमारतीकडे घेऊन गेले. त्या सबंध भागावर अंधार पसरलेला होता. थोडी घरे पूर्ण झालेली, काही बांधली जात असलेली अशी त्या अंधाऱ्या भागामध्ये दिसत होती. मधूनच रस्त्यावर काही ठिकाणचे दिवे कसेबसे मिणमिणत होते. हा भागही बहुतेक भारतीय शहरांमध्ये उगवणाऱ्या न आखलेल्या आणि अनधिकृत बांधकामांनी भरलेला होता हे उघड होते.

पळून जाण्याआधी सलीम कुर्ला ज्या ठिकाणी लपून राहिला होता त्या इमारतीपासून काही अंतरावर आम्ही आमची वाहने थांबवली आणि चोरट्या पावलांनी त्या इमारतीकडे जायला लागलो. आश्चर्याची गोष्ट म्हणजे जवळ जाताच आम्हाला दिसले की तळमजल्यावरच्या सदनिकेची दारे सताड उघडी होती. लखलखीत उजेड असलेली एक खोली समोर होती. तिच्यामधून मोठ्याने हिंदी चित्रपटगीते वाजत होती. खोलीत कुणीही नव्हते. आम्ही सरळ आत शिरलो. ती एक प्रशस्त, सजवलेली अशी बैठकीची खोली होती. *'कोई है?' 'कोई है?'* अशा तीनचार हाका मारल्यावर एक १० वर्षांचा मुलगा प्रकट झाला. नवल म्हणजे, आम्हाला पाहून त्याला काहीही आश्चर्य वाटलेले दिसले नाही. त्याचे आईवडील कुठे आहेत अशी चौकशी करेपर्यंत ती दोघेही शेजारच्या

खोलीतून बाहेर आली. त्यांनाही आम्हाला पाहून आश्चर्य वाटलेले दिसले नाही. आम्ही सीबीआय अधिकारी आहोत असे सांगितल्यावर त्याने ने आम्हाला बसायला सांगितले आणि काही पदार्थही पुढे केले. सौजन्यपूर्वक आम्ही ते आदरातिथ्य नाकारले. ८१३१** हा लँडलाइन क्रमांक त्यांच्याच सदनिकेमध्ये बसवलेला आहे काय या प्रश्नाला त्यांचे होकारार्थी उत्तर आले. कुणी बाहेरचा माणूस या दूरध्वनीचा वापर करतो काय या प्रश्नालाही त्यांचे होकारार्थीच उत्तर आले. त्याने पुढे असेही उघड केले की त्याच इमारतीमध्ये दुसऱ्या मजल्यावर राहाणारा अहमद नावाचा माणूस कधी कधी त्यांच्या फोनचा वापर करत असे. इन्स्पेक्टर रमण त्यागींनी या सदनिकेच्या मालकाला – के आर त्यागींना सलीम कुर्लाचे छायाचित्र दाखवल्यावर त्यांनी हाच अहमद असल्याचे ओळखले.

दुसऱ्या मजल्यावर गेल्यावर त्या सदनिकेला भलेमोठे कुलूप लटकत असलेले आम्हाला दिसले. तळमजल्यावरच्या त्यागी कुटुंबाने आम्हाला माहिती दिली की अहमद साहिब (सलीम कुर्लाला ते याच नावाने संबोधत असत.) त्याच दिवशी सकाळी आपली पत्नी व तीन मुले या सर्वांना घेऊन एका फियाट मोटारीतून निघून गेले आहेत. त्यांनी आम्हाला मोटारीचा नोंदणी क्रमांक, रंग आणि इतर माहितीही पुरवली. नेहमीच्या रीतीनुसार आम्ही आमच्याबरोबर मदतीला आलेल्या हैद्राबाद पोलिस अधिकाऱ्यांना ही सर्व माहिती त्यांच्या पोलिस बिनतारी यंत्रणेवरून प्रसारित करण्यास सांगितले. आता या ठिकाणी करण्यासारखे काहीच राहिले नसल्याने मी व सतीशने पोलिस मेसकडे जाण्याचे ठरवले. आम्ही तेथून निघतच होतो तेवढ्यात त्या लहान मुलाने समोर उभ्या असलेल्या स्कूटरकडे बोट करून सांगितले *'अंकल, यह स्कूटर उन्हीका है.'* (काका, ही स्कूटर पण त्यांचीच आहे.) सलीमला मोटार आणि स्कूटर एकाच वेळी चालवणे शक्य नसल्याने त्याने स्कूटर मागे ठेवली होती. क्षणभर विचार करून–केवळ पोलिसी अंत:सूचनेने आम्ही इन्स्पेक्टर त्यागी आणि परदेसी यांना मागे ठेवण्याचे ठरवले. अगदी अशक्य असले तरी सलीम आपली स्कूटर घेण्यासाठी परत येण्याची अगदी धूसर का होईना पण शक्यता होती. हे दोघे इन्स्पेक्टर्स आणि हैद्राबाद पोलिसचे सब इन्स्पेक्टर व्ही राव हे त्या इमारतीच्या जवळपासच नजर ठेवत थांबून राहिले. न जाणो आमची अंत:सूचना खरी ठरायची.

पोलिस मेसमधील माझ्या खोलीत पोचल्यावर झोपायचे कपडे घालण्यापूर्वी मी चटकन स्नान केले, एसीपी कचेरीतील काहीतरी खाण्यानंतर

मी जेवलेलो नव्हतो. एका अतिशय निराशाजनक आणि कष्टदायक दिवसानंतर मला केवळ झोपेची गरज होती. मध्यरात्र उलटून गेली होती. खोलीतील दिवा मालवून मी बिछान्यावर पडलो. माझे मस्तक उशीला टेकणार तेवढ्यात खोलीच्या दारावर टकटक झाली. मला वाटले मेसच्या कर्मचाऱ्यांपैकी कुणी प्रेमळ मनाचा माणूस मला काही खायला हवे आहे का हे विचारण्यास आला असावा. पुन्हा दिवा लावून मी दार उघडले समोर इन्स्पेक्टर त्यागी आणि परदेसी उभे होते त्या दोघांच्या मध्ये एक उंचापुरा, तगडा असा काहीसा ओळखीचा दिसणारा माणूसही होता. हा दुसरा तिसरा कुणी नसून सलीम कुर्ला आहे हे मला सांगण्यास रमणने क्षणाचाही विलंब लावला नाही.

चटकन कपडे बदलून मी मेसच्या दिवाणखान्यामध्ये, रमण, परदेसी आणि सलीम यांच्याशी बोलण्यासाठी गेलो. मधल्या काळात सतीशलाही ही चांगली बातमी देण्यात आलेली होती. तोही आमच्याबरोबर होता. सलीमच्या अटकेपर्यंतच्या साऱ्या घटनांचा प्रवास रमणने सांगितला तो असा :

आम्ही तेथून गेल्यानंतर सीबीआय इन्स्पेक्टर रमण त्यागी, परदेसी आणि हैद्राबाद पोलिसदलाचे सब-इन्स्पेक्टर राव यांच्यासह तेथेच शांतपणे वाट बघत त्या स्कूटरवर नजर ठेवत थांबला. त्यांना एक ऑटोरिक्षा येताना दिसली. काही अंतरावर ती रिक्षा थांबली. काही मिनिटांनंतर रिक्षाचा दिवा मालवण्यात आला आणि एक उंचीपुरी आकृती रिक्षाच्या प्रवासी सीटवरून उतरून बाहेर आली. त्या भागातील धूसर उजेडामध्ये ती आकृती काही क्षण कानोसा घेत थांबली आणि मग इकडेतिकडे पाहून अंधाराचा फायदा घेत त्या इमारतीकडे येऊ लागली. इमारतीकडे जाणाऱ्या कच्च्या रस्त्याच्या बाजूला असलेल्या झुडुपांच्या मागेच हे पोलिस अधिकारी लपलेले होते. ती उंच आकृती त्यांच्या पकडीच्या टप्प्यात येताच ते बाहेर आले आणि त्यांनी त्या आकृतीला घेरले. तो माणूस सशस्त्र नाही हे बघण्यासाठी त्यांनी त्याची झडती घेतली. त्याचे नाव विचारल्यावर त्याने फिरोझ अहमद पाशा असे नाव सांगितले. परंतु त्याचे छायाचित्रच दाखवल्यावर त्याने आपण सलीम कुर्ला असल्याचे मान्य केले. अंत:सूचनेने आम्ही जे ठरवले होते तसेच झाले होते. तेवढ्या रात्री तो आपली स्कूटर घेऊन जाण्यासाठी आलेला होता. त्याचे कुटुंब कुठे आहे हे विचारल्यावर मात्र त्याने ती माहिती देण्यास नकार दिला. अधिकारी त्याला सावकाश चालवत ज्या रिक्षातून तो तेथे आला होता त्या रिक्षापर्यंत घेऊन गेले. रिक्षाचालकाला सयेद युसुफ याला प्रश्न विचारल्यावर त्याने सांगितले की

सिकंदराबादमधील सिंध कॉलनी मधील हॉटेल हेरिटेजजवळ त्याने सलीमला रिक्षात घेतले होते.

आमच्या आनंदाला सुमारच राहिला नाही. एक साफ चुकत गेलेली कामगिरी अखेरीस अगदी संपूर्णपणे यशस्वी झाली होती. याचे कारण एकच होते की आम्ही आमच्या पोलिसी अंत:प्रेरणेचे ऐकून त्याप्रमाणेच केले होते. बऱ्याच वेळा, पोलिसांच्या कृती अविचाराच्या आणि बेअकली वाटतात पण त्याच कृतींची फळेही मिळत असतात. सारे काही संपल्यासारखे वाटत असताना देखील मी आणि सतीशने त्या इमारतीला भेट देण्याचे ठरवले नसते तर, अगदी कदाचितच सलीम आपली स्कूटर नेण्यासाठी येण्याची शक्यता आहे असा विचार करून आम्ही रमण, परदेसी आणि हैद्राबादचा सब-इन्स्पेक्टर यांना तेथेच थांबायला सांगितले नसते तर, त्या दोन सीबीआय इन्स्पेक्टर्स आणि हैद्राबादी सब इन्स्पेक्टरने पोलिस म्हणून असलेले आपले कर्तव्य बजावले नसते तर ही कामगिरी संपल्यातच जमा होती. अपयशाच्या काठावरून आम्ही ही कामगिरी यशाकडे खेचून आणली यामध्ये काही भाग नशिबाचा आहे आणि काही भाग विपरीत परिस्थितीमध्येही आपले व्यावसायिक कौशल्य शाबूत ठेवण्याचा आहे. त्याहून महत्त्वाचे म्हणजे आमच्या पोलिसी अंत:सूचनेकडे, मनातील सूचनेकडे आम्ही दुर्लक्ष केले नव्हते.

अजून बरेच काम शिल्लक होते. त्यामध्ये सलीमच्या हॉटेलमधील खोलीची आणि सदनिकेची झडती घेणे हे काम महत्त्वाचे होते. दिवस उगवण्याआधी ही कामे पूर्ण करण्यास आम्ही आमच्या अधिकाऱ्यांना सांगितले.

पहाटे पावणेतीन वाजता सीबीआयचे अधिकारी हॉटेल हेरिटेजमध्ये पोचले. खोली क्रमांक ४३७ मध्ये त्यांना सलीमची पत्नी, रिझवाना आणि त्याची तीन मुले सापडली. त्या सकाळी ती सर्व मंडळी ज्या सदनिकेमधून पळाली होती त्या सदनिकेची किल्ली रिझवानाजवळ होती. स्वतंत्र साक्षीदारांच्या समक्ष ती हॉटेलची खोली व ती सदनिका यांची झडती घेण्यात आली. परंतु त्यामध्ये फारसे महत्त्वाचे असे काही सापडले नाही. सलीमची फियाट आणि स्कूटर ही दोन्ही वाहने जप्त करून बेगमपेट पोलिस चौकीमध्ये ठेवण्यात आली.

२२ जानेवारी १९९५ या दिवशी, ११ वे न्यायालय, सिकंदराबाद येथे सलीमला हजर करण्यात आले. मुंबईतील स्फोटमालिकांविषयी चाललेल्या खटल्यामध्ये त्याला न्यायालयात हजर करण्यात यावे म्हणून आवश्यक असलेला प्रवासाचा परवानाही मिळवण्यात आला. इंडियन एअरलाइन्सच्या साडेचार

वाजताच्या विमानाने त्याला मुंबईला नेण्यात आले. या विमानप्रवासादरम्यान सलीमला रमण आणि परदेसी यांच्या मध्ये बसवण्यात आले होते. एक सुप्रसिद्ध चित्रपट अभिनेताही त्या विमानात होता. त्याने सलीमला पाहिले. सलीम सीबीआयच्या ताब्यात आहे याची जाणीव नसल्याने त्याने हसून सलीमला हात केला. ते दोघे याआधी काही वेळा भेटलेले होते आणि त्यांची चांगली ओळख होती असे दिसत होते. चौकशीदरम्यान सलीमने कबूल केले की त्यावेळी अतिशय लोकप्रिय असलेल्या एका बॉलिवुडच्या सिताऱ्याकडून त्याने ५ लाख रुपये उकळले होते. चौकशीनंतर खटला सुरू होण्याची वाट पाहाण्यासाठी त्याला न्यायालयीन कोठडीमध्ये पाठवण्यात आले.

२८ मे १९९७ या दिवशी, न्यायालयीन कोठडीत गेल्यानंतर सुमारे २ वर्षांनी सलीम कुर्लाला प्रकृतीच्या कारणाने जामीन देण्यात आला. त्याच्या जामीन अर्जामध्ये अनियंत्रित मधुमेह, रक्तदाब आणि पाठदुखी या तक्रारी लिहिण्यात आल्या होत्या. त्याच्या या आजारपणाचे पुरावे कागदोपत्री निर्माण व्हावे म्हणून तो पुन्हा पुन्हा रुग्णालयामध्ये भरती होत असे. आणि मग हे पुरावे त्याला जामीनाची मुदत वाढवण्यासाठीही उपयोगी पडले. या काळात त्याने पुन्हा पैसे उकळणे आणि इतर गुन्हे करण्यासही सुरुवात केली अशी नोंद आहे.

मधल्या काळात, दाऊद टोळी आणि छोटा राजन टोळी या टोळ्यांच्या परस्परविरोधी लढाया कळसाला पोचल्या होत्या. दाऊदची टोळी ही 'परंपरागत' निधर्मी होती, त्यामध्ये निष्ठा आणि कामगिरी एवढ्याच गोष्टी महत्त्वाच्या होत्या, धर्म नाही. परंतु स्फोटांच्या मालिकेनंतर मात्र ही टोळी उभी चिरली गेली ती धर्माच्या नावाने. डी कंपनीच्या बॉसेसनी ज्या ज्या लोकांना टोळीतून हाकलून लावले होते किंवा जे स्वतःच डी कंपनी सोडून गेले होते त्या सर्व हिंदू गुन्हेगारांच्या टोळीचा मुख्य असे छोटा राजन स्वतःला म्हणवून घेऊ लागला. हे दोन्ही गट एकमेकांच्या टोळीतील माणसांना वेचून वेचून मारत होते. राजनने यापूर्वीच मनीष लाला (दाऊदचा कायदा सल्लागार), थाकियुद्दीन वाहिद (ईस्ट-वेस्ट एअरलाइन्समध्ये काम करणारा, दाऊदच्या कंपनीचा चेहरा मानला जाणारा), मिर्झा दिलशाद बेग (दाऊदच्या जवळचा एक नेपाळी गुन्हेगार - आता राजकारणी नेता बनलेला), इर्फान गोगा (दाऊदचा दुबईस्थित सहकारी) इत्यादींना ठार केलेच होत. शिवाय या स्फोट मालिकेतील प्रत्येक आरोपीला एकामागून एक ठार करण्याचा विडाच छोटा राजनने उचलला होता.

२१ एप्रिल १९९८ या दिवशी, मुंबईतील अंधेरी वेस्ट या भागातील वीरा देसाई रोड मार्गावरील बेले व्ह्यू नर्सिंग होम या रुग्णालयातील वॉर्ड क्र. १ मधील एका बिछान्यावर सलीम कुर्ला पडलेला होता. ११ मारेकऱ्यांचा एक गट रुग्णालयामध्ये शिरला. त्यांचे लक्ष्य नक्की कोणत्या ठिकाणी आहे ते त्यांनी आधीच तेथे फेरी मारून निश्चित केले होते. शेवटच्या क्षणी येऊ शकणाऱ्या विघ्नांना तोंड देण्यासाठी या गटातील काही जण निरनिराळ्या ठिकाणी उभे राहिले. ५ जण वॉर्ड क्रमांक १ मध्ये घुसले आणि सलीम कुर्लावर त्यांनी गोळीबार केला. त्याला आठ गोळ्या लागल्या. सलीम कुर्लाचे शरीर त्याच्या बिछान्यावर कोसळले. त्याचा मोटारचालक आरीफ केबलवाला त्याची काळजी घेण्यासाठी तेथेच होता. त्यालाही चार गोळ्या लागल्या. या जखमांमुळे काही दिवसांनी तोही मरण पावला.

राजनच्या रक्तरंजित मोहिमेचा सलीम हा पहिला बळी ठरला. त्यानंतर मोहम्मद जिंद्रन, हनिफ कडावाला, रफिक माडी (हा अतिशय आश्चर्यकारक रीत्या त्याच्यावरील हल्ल्यामध्ये वाचला.) मोहम्मद शकील, माजिद खान (आरोपी येडा याकूबचा भाऊ) आणि अकबर अबु समा खान हे सर्व मारले गेले. १५ सप्टेंबर २००० ला बँकॉकमध्ये छोटा राजनवर झालेल्या एका जवळजवळ प्राणघातक हल्ल्यामुळेच हे खून थांबले; नाहीतर हे सत्र सुरूच राहिले असते. छोटा राजनवरील हल्ल्यामागचा सूत्रधार होता दाऊदचा उजवा हात छोटा शकील.

स्कॉट ॲडम्स हा एक प्रसिद्ध अमेरिकन लेखक, व्यंगचित्रकार आणि डिलबर कॉमिक स्ट्रिपचा निर्माता आहे. त्याने एकदा म्हटले होते, 'वेळ वाईट असला की मोजे हातातून निघतात, मालक फारसा चांगला वागत नाही आणि मग लोक फेकून देण्याच्या लायकीचे बनतात.' सलीम कुर्लाचा उपयोग संपला होता आणि डी-कंपनीचे पहिले भरभराटीचे दिवस संपून त्यांचेही तसे वाईटच दिवस आले होते. पहिल्या दिवसांमध्ये मुंबईमध्ये त्यांचाच हुकूम चालत होता. सलीम असाच फेकून देण्याच्या लायकीचा झाला होता, त्याच्या बॉसने त्याला दूर ढकलणे आणि त्याला असे मरण येणे हे त्याच्या नशिबातच होते.

10

‘बैठा है सर, बैठा है’

पंजाबच्या मुख्यमंत्र्यांच्या खुन्याला जाळ्यात पकडले

दिल्ली गोल्फ क्लब हा क्लब दिल्ली शहराच्या मध्यभागी अतिशय मौल्यवान अशा २२० एकर जमिनीवर आहे. १८ होल्सचे एशियन पीजीए टुअर ‘ए’ कोर्स आणि दुसरे ९ होल्सचे एक लहान ‘बी’ कोर्स तेथे आहे. नवशिके आणि सकाळी कामावर जाण्याआधी एखादा झटपट गेम होतो का ते बघणारे उच्चपदस्थ अधिकारी हे लोकच बहुतेक वेळा बी कोर्स वापरतात. सप्टेंबर १९९५ मधील एक रविवार दुपार होती. गरम आणि दमट हवा होती. तेव्हा मी हा खेळ शिकण्याची धडपड करत असलेला एक नवशिक्या खेळाडू (माझे हे धडपडण्याचे दिवस अजूनही संपलेले नाहीत अशी माझी पक्की खात्री आहे.) छोट्या कोर्सवरच्या ८ होल्सशी झटापट करून - पार थ्री- नवव्या होलच्या टी बॉक्सपाशी उभा होतो. हिरवळीच्या पलीकडून आणि क्लब हाऊसच्या दूरच्या टोकावरून तीन माणसे माझ्याकडे निरखून पाहात आहेत असे मला जाणवले. हे लोक या श्रीमंती आणि गर्द रानातील हिरव्या गार परिसरातील या क्लबमध्ये कसे काय आले असे माझ्या मनात आले. जसजसा हिरवळीजवळ गेलो तसे मी त्या तिघांपैकी एकाला ओळखले. १९९३ मध्ये मी सीबीआयमध्ये प्रतिनिधी म्हणून जाण्यापूर्वी दिल्ली पोलिसदलामध्ये माझ्याबरोबर काम केलेला तो एक इन्स्पेक्टर होता.

सीबीआयमध्ये गेल्यावर एसटीएफ मधील माझे पहिले पद डीआयजी हे होते. मुंबई आणि दिल्ली अशा दोन्ही ठिकाणी माझ्या कचेऱ्या होत्या आणि या दोन्ही ठिकाणचे प्रमुख एसपी पदावरील अधिकारी होते. भारताच्या आजवरच्या इतिहासातील बहुधा सर्वात भयानक आणि धिटाईचा गुन्हा म्हणजे

मुंबईमधील स्फोटांची मालिका. या गुन्ह्याचा तपास करण्यासाठी मी वर्षातील बराच काळ या दोन शहरांमध्ये जा-ये करत असे. आमचे प्रमुख़ काम या स्फोटमालिकांचा तपास करणे हे असले तरी आम्ही इतर अनेक केसेस मध्ये - विशेषत: दहशतवादी गुन्ह्यांमध्ये ओढले जातच होतो. अशाच एका केसची ही कथा आहे.

माझा खेळ संपवून मी त्या अधिकाऱ्याजवळ गेलो. मला एक महत्त्वाची बातमी देण्यासाठी तो तेथे आलेला होता. तसेच चालत आम्ही वाहनतळाकडे जात असताना त्याने सांगितले की जगतार सिंग तारा कुठे आहे यासंबंधीची बातमी त्याला मिळालेली आहे. पंजाबमधील दहशतवादी कारवायांना यशस्वीपणे आळा घालणारे पंजाबचे मुख्य मंत्री सरदार बेअंत सिंग यांच्या खुन्यांपैकी कुप्रसिद्ध जगतार सिंग तारा होता. मुख्यमंत्र्यांची हत्या ३१ ऑगस्टला झालेली होती म्हणजे जेमतेम दोन आठवड्यांपूर्वी. माझ्या अधिकाऱ्याबरोबरचे दोघे हे त्याचे खबरे होते. त्यांची खबर खरी असण्याबद्दल त्यांना पूर्ण खात्री होती. या माहितीनुसार, हा दहशतवादी एकतर दक्षिण दिल्लीमधील सफदरजंग एन्क्लेव्हमधील अर्जुन नगर या अर्धशहरी खेड्यातील त्याच्या भाड्याच्या घरामध्ये असेल किंवा दक्षिण दिल्लीमधीलच अधचिनी खेड्यातील गुरुद्वारामध्ये असेल अशी खबर होती.

इन्स्पेक्टरने संगितले की त्याचे हे खबरे स्वत: आधी ताराच्या या दोन्ही लपण्याच्या जागांवर जाऊन तो तेथेच असल्याची खात्री करून घेणार आहेत आणि मग आपल्याला कळवणार आहेत. परंतु त्यांनी मला अशीही धोक्याची सूचना दिली की ताराकडे एके ५६ रायफल असण्याची शक्यता आहे आणि सायनाइड गोळी तर नक्कीच असणार. शिवाय ताराला पकडण्याची ही कामगिरी ताबडतोब करण्याची गरज होती - शक्य तर दुसऱ्याच दिवशी, नाहीतर तो नाहीसा झाला असता.

त्यांच्याबरोबरचे थोडेसे बोलणेही त्यांच्या बातमीतील सत्य पटवण्यास पुरेसे होते. त्या माहितीवार आधारित कारवाईही लगेचच करणे आवश्यक होते. परंतु प्रत्यक्ष कारवाईला सुरुवात करण्याआधी माझा एक प्रश्न होता - ते किंवा तो इन्स्पेक्टर दिल्ली पोलिसांच्या खास विभागाकडे, स्पेशल सेल या दहशतवादविरोधी विभागाकडे किंवा चंडीगड पोलिसांकडे का गेले नाहीत? त्यांचे उत्तर साधे सरळ होते : 'आमचा त्यांच्यावर विश्वास नाही. ही बातमी अशीच वाया गेली तरी आम्हाला चालेल पण ती आम्ही त्यांना देणार

नाही.' या उत्तरावरून माझ्या लक्षात येऊन चुकले की स्थानिक पोलिसांकडे जाण्यासाठी त्यांचे मन वळवण्यास आता फार उशीर झालेला आहे. नंतर मला कळले की या खबऱ्यांनी इन्स्पेक्टरलाही ही बातमी देताना त्याच्याकडून हे कबूल करून घेतले होते की ही बातमी अशाच एका संस्थेकडे देण्यात येईल जी संस्था ही कामगिरी अतिशय कौशल्याने पार पाडेल आणि त्यामध्ये या खबऱ्यांना कोणताही त्रास होऊ देणार नाही. आपला विश्वास नसलेल्या एखाद्या अधिकाऱ्याकडे किंवा स्थानिक पोलिसांकडे आपण गेलो तर आपल्यालाच खूप त्रास होईल अशी शंका त्यांच्या मनात होती. हा इन्स्पेक्टर त्यांच्या चांगल्या ओळखीचा होता आणि तो मला वैयक्तिक रित्या ओळखतही होता म्हणूनच ते त्याच्याकडे गेले होते आणि मग त्याने त्या दोघांना माझ्याकडे आणले होते.

आता कामाला सुरुवात करण्याखेरीज माझ्यासमोर दुसरा पर्यायच नव्हता. अखेरीस ही केस फारच महत्त्वाची होती – देशाच्या आणि परदेशाच्याही दृष्टिकोनातून देशाच्या सुरक्षिततेशी या केसचा थेट संबंधच होता. पंजाबच्या मुख्यमंत्र्यांनी त्यांच्या कार्यकाळामध्ये त्यांच्या राज्यातील शीख अतिरेक्यांविरुद्ध कठोर भूमिका घेतली होती. त्यांनी त्यांच्या पोलिस प्रमुखांना, के पी एस गिल यांना संपूर्ण मोकळीक दिलेली होती. आणि दहशतवादाविरुद्धच्या त्यांच्या अथक मोहिमेला संपूर्ण पाठिंबाही दिला होता. एक सर्वसाधारण समज असा होता की दहशतवादाला टक्कर देण्याच्या नावाखाली मानवी हक्कांचे उल्लंघन अनेकदा करण्यात आले होते, अनेक निरपराध माणसे मारली गेली होती. शीख समाजातील जहाल मतवादी व्यक्ती बराच काळ सीएम व डीजीपी यांच्या नावाने ओरडा करत होत्या.

३१ ऑगस्ट १९९५ या दिवशी, संध्याकाळी ५ वाजून १० मिनिटांनी मुख्यमंत्री, चंडीगडमधील पंजाब हरियाना सचिवालयातल्या दुसऱ्या मजल्यावरील त्यांच्या कचेरीमधून खाली आले. व्हीआयपी पोर्चमध्ये उभ्या असलेल्या त्यांच्या अधिकृत मोटारीमध्ये बसत असतानाच पोलिस वर्दीमधील एक आत्मघातकी बाँबर त्यांच्या मोटारीजवळ घुसला आणि त्याने स्वत:सकट ती मोटार उडवून दिली. नंतर त्याचे नाव दिलावर सिंग असे होते हे कळले. मुख्यमंत्री आणि इतर १७ माणसे जागच्या जागीच ठार झाली. या आत्मघातकी बाँबहल्ल्यामध्ये जखमी झालेल्यांची संख्या १५ होती.

पुढील चौकशीमध्ये असे आढळून आले की बब्बर खालसा इंटरनॅशनल (बीकेआय) या संघटनेच्या सूत्रधारांनी आखलेल्या एका भयानक कारस्थानाचा

शेवट म्हणजे हा खून होता. बीकेआय या संघटनेचे अड्डे पाकिस्तान, जर्मनी, युके, आणि युएसए मध्येही आहेत. १९७८ मध्ये या संघटनेची स्थापना झाली. १९२० मध्ये प्रारंभ झालेल्या, ब्रिटिश सरकारविरुद्ध काम करणाऱ्या बब्बर अकाली चळवळीवरून या संघटनेने आपले नाव घेतले आहे. आजची बब्बर खालसा संघटना ही १३ एप्रिल १९७८ या दिवशी मुख्य प्रवाहाचा शीख धर्म आणि सुधारणावादी निरंकारी पंथ यांच्यातील रक्तरंजित झटापटीनंतर स्थापन करण्यात आली. या सशस्त्र झटापटीमध्ये मारल्या गेलेल्या १३ शिखांचे खून आणि हे गुन्हे करणाऱ्यांना शिक्षा करण्यामध्ये कायदा व्यवस्थेला आलेले अपयश यामुळे शीख समाजातील मूलतत्त्ववादी व्यक्तींमध्ये अतिरेकी वृत्तीचा उदय झाला. याचा परिणाम बब्बर खालसाचा जन्म प्रथम भारतामध्ये होण्यात आणि नंतर आंतरराष्ट्रीय बीकेआयची सुरुवात होण्यामध्ये झाला. भारतामधून खलिस्तान हे नवे स्वतंत्र राष्ट्र निर्माण करण्याची मागणी करणाऱ्या खलिस्तान चळवळीच्या खालोखाल बीकेआयने भारतीय राज्यव्यवस्थेशी लढा देण्यामध्ये दुसरे स्थान मिळवले. पोलिसांच्या 'फेक एन्काउंटर' मध्ये मारल्या गेलेल्या किंवा असा समज असलेल्या असंख्य शिखांच्या मरणाचा सूड उगवण्याचा या अतिरेकी गटांनी चंग बांधला होता. आणि या सर्वाला पंजाबचे त्यावेळचे मुख्यमंत्री सरदार बेअंत सिंग यांचा छुपा पाठिंबाच होता.

आता घालवायला वेळच नसल्याने मी सरळ अरुण भगत यांच्या निवासस्थानाकडे गेलो. अरुण भगत हे सीबीआयचे विशेष संचालक आणि माझे लगेचचे वरिष्ठ होते. ही खुनाची केस खून झालेल्या दिवशीच चंडीगड पोलिसांकडून सीबीआयकडे देण्यात आली होती आणि तिचा तपास भगत यांच्याच अधिकारातील दुसरा एक विभाग करत होता. योगायोगाची गोष्ट म्हणजे ही केस सीबीआयकडे आल्यानंतर थोड्याच दिवसांनी, डायरेक्टर के विजय रामा राव यांनी दिल्लीतील नॉर्थ ब्लॉकमधील त्यांच्या कचेरीमध्ये एक बैठक बोलावली होती. तेथे ते तीन अधिकाऱ्यांशी बोलले होते त्या तीन अधिकाऱ्यांमध्ये मी होतो. या केसच्या तपासाशी आम्ही तिघे अधिकृतपणे संबंधित नसलो तरी संचालकांना वाटत होते की ही केस सोडवण्यामध्ये आम्ही काही मदत करू शकू. त्यांनी पुढे म्हटले होते की तोपर्यंत सोडवली न गेलेली ही केस म्हणजे सीबीआयसमोरचे एक फार मोठे आह्वान आहे. आणि ती सोडवण्यास मदत करणे हे प्रत्येक अधिकाऱ्याचे कर्तव्य आहे. आम्हाला डोळे आणि कान उघडे ठेवण्यास सांगण्यात आले, सर्व स्रोत वापरून यासंबंधीची

शक्य तेवढी सर्व माहिती गोळा करण्यास सांगण्यात आले. योगायोग असा की या बैठकीनंतर काही दिवसांनीच मी एक महत्त्वाची माहिती देणारे माध्यम ठरणार होतो.

भगत यांनी त्यांच्या बापा नगर येथील निवासस्थानी माझे सर्व सांगणे शांतपणे ऐकून घेतले. ते संपल्यावर अत्यंत बेफिकिरीने ते म्हणाले, 'ठीक आहे मग जा आणि पकड त्या खुन्याला.' 'सर, पण ही कामगिरी पार पाडण्यासाठी, शीख अतिरेकी संघटनेच्या एका अतिरेक्याला पकडण्यासाठी मला हत्यारबंद पोलिसांची मदत लागेल. त्या माणसाकडे सायनाइडची गोळीही आहे.' मी मागणी केली. 'ओ, काही नाही, तू एकटा तुझ्या बळावर हे करू शकशील याची मला खात्री आहे. जा सरळ आणि करून टाक.' माझे म्हणणे झटकून टाकत ते उद्गारले.

माझ्या कर्तृत्वावरचा त्यांचा हा विश्वास मला छान वाटला असला तरी शहाणपण आणि विचारीपणा स्पष्टपणे सुचवत होता की यापेक्षा अधिक सर्वसमावेशक आणि व्यावसायिक असे उत्तर अपेक्षित आहे. विशेष संचालकांनी या केसचा तपास करणाऱ्या विभागाला यामध्ये घ्यावे आणि संचालकांबरोबर या कामगिरीची चर्चा करावी असे मला वाटत होते. परंतु त्यांचा माझ्यावरील विश्वास इतका अढळ दिसत होता की मी एकट्यानेच ही कामगिरी पार पाडावी असे त्यांना वाटत होते. आता पुढे काय करावे हे मला सुचेनासेच झाले. अखेरीस, भारतातील एका अतिशय धोकादायक अशा 'वॉंटेड' माणसाला पकडण्याची ही संधी होती हे खरे परंतु पाठबळाशिवाय हे काम करणे म्हणजे मानवी रक्ताला चटावलेल्या प्राण्याच्या मागे हाती एअरगन घेऊन जाण्यासारखेच होते. कितीही शौर्य दाखवले किंवा कोणी कितीही स्तुती केली तरी एका थंड डोक्याने खून करणाऱ्या खुन्याला पकडायला जाताना पाठीशी सशस्त्र आणि तयारीचे पथक असण्याची जागा या गोष्टी घेऊच शकत नाहीत.

आणि तरीही गरज आणि अधीरता यामुळे माणसातील उत्तम बाबी प्रकट होऊ शकतात हेच खरे. जी काही साधने माझ्याजवळ आहेत, जो डाव माझ्याकडे आला आहे त्यांच्यानिशीच मला हे काम करायला लागणार आहे हे मला कळून चुकले. मी घरी पोचलो तेव्हा संध्याकाळचे ७ वाजून गेले होते. मुंबईमध्ये तैनात असलेले माझे एसपी सतीश झा यांना मी फोन केला आणि त्यांच्या पथकासह विमानाने दुसऱ्या दिवशी सकाळपर्यंत दिल्लीमध्ये पोचण्यास त्यांना सांगितले. त्यांना ताबडतोब कळले की एखादी महत्त्वाची कामगिरी

सुरू होत आहे. त्यांनी फोनवर मला काहीही विचारले नाही. त्यांनी यापूर्वीही माझ्याबरोबर अशाच काही कामगिऱ्या पार पाडल्या होत्या. परंतु सतीश झा आणि त्याचे तीनचार विश्वासू सहकारी एवढेच लोक मला पुरेसे होणार नव्हते. मला आणखी काही धाडसी, हिंमतवान अशा विश्वासू सहकाऱ्यांची गरज आहे हे उघड दिसत होते. शिवाय या धोकादायक कामगिरीवर जाण्यासाठी या सहकाऱ्यांची माझ्याशी संपूर्ण निष्ठा असणेही गरजेचे होते. कुठे सापडणार होती ही माणसे मला आणि कशी? इथे माझ्या हातात एका सनसनाटी दहशतवादी घटनेतील सशस्त्र गुंडाच्या ठावठिकाण्याची पक्की खबर होती आणि मी दुसऱ्या कोणत्याही विभागाची मदत न घेता, माझ्या एकट्याच्या बळावर हे काम पार पाडावे अशी माझ्याकडून अपेक्षा केली जात होती. कसे करणार होतो मी हे? माझ्या वरिष्ठाच्या या अपेक्षेला मी पुरा पडणार होतो का? मुळातच ही कामगिरी चुकीचीच नव्हती का? हे काम मला एकट्याला पार पाडता येणार नाही असे मी माझ्या वरिष्ठाला ठामपणे का सांगू शकलो नाही?

त्या रात्री झोप नव्हतीच. उद्या आम्हा सर्वांच्या समोर काय वाढून ठेवलेले असणार आहे – यश की अपयश – जगणे की मृत्यू – याविषयीच्या सर्व प्रकारच्या भीतीने माझे मन अस्वस्थ झालेले होते. अशा एखाद्या परिस्थितीला सामोरे जातानाच आपल्याला देवाची आठवण होते. प्रार्थना म्हणतच मला थोडी झोप लागली.

सतीश झाबरोबर त्याचे ३ विश्वासू अधिकारी – रमण त्यागी, डी के परदेसी आणि नायर यांनी मुंबईहून दिल्लीला येणारे सकाळी ६ वाजताचे विमान पकडले होते. विमानतळावरून ते सर्वजण थेट माझ्या घरी आले तेव्हा सुमारे ९ वाजत आले होते. त्या सर्वांना मी माझी माहिती सांगितली. त्या खबरीचा अचूकपणा पाहून त्या सर्वांना उत्साह वाटू लागला. आपण सगळे मिळून ही कामगिरी पार पाडू शकू असे त्यांनी मला पटवले. तो माणूस नक्की तोच आहे असे निश्चित करता आले की मग तो सशस्त्र असला तरी तो त्याच्या शस्त्राला हात घालेपर्यंत आम्ही त्याला जेरबंद करू असे त्यांना वाटत होते.

परंतु आमची शिकार ज्या दोन ठिकाणांपैकी एका ठिकाणी असणार होती त्यापैकी एकाच ठिकाणी सतीश आणि त्याचे अधिकारी थांबू शकणार होते. त्यांना गुरुद्वाराजवळ पाठवायचे मी ठरवले. मी त्यांना एक वाहन दिले आणि अधचिनीला जायला सांगितले. तेथेच मी माझ्या दोन्ही खबऱ्यांपैकी एकाला घेऊन त्यांना भेटणार होतो. माझ्या घरून ते निघाले तेव्हा अगदी तयारीत

होते, उत्साहात होते. त्यांच्याकडे बघूनच मलाही आश्वस्त आणि सकारात्मक ऊर्जेने भारल्यासारखे वाटू लागले. तरीही हे सत्य बाकी होतेच की मला आणखी विश्वासू आणि आत्मविश्वासपूर्ण माणसांची गरज होती. ठरल्याप्रमाणे एखादी कामगिरी पार पडली नाही तर प्रसारमाध्यमे नेहमीच पोलिसांवर टीका करत असतात, परंतु लोकशाहीच्या या चौथ्या स्तंभाला आमच्या काही कामगिऱ्यांमधील खरी परिस्थिती कधीच माहिती नसते, देशाच्या सुरक्षिततेच्या दृष्टीने ते तपशील कधीच उघड केले जात नाहीत. आम्ही जे काही करायला निघालो होतो त्यावर कोणता शहाणा माणूस विश्वास ठेवणार होता? पुष्कळ जण असेही म्हणतील की असे काही धाडसाचे काम हाती घेऊन अनेक जीव धोक्यात घालण्यापेक्षा ही कामगिरी रद्द करणेच योग्य होते.

माझ्या घरासमोरच्या हिरवळीवर समोर चहाचा कप घेऊन मी बसलो होतो. दुसऱ्या जागेवर कशी नजर ठेवावी याचा विचार करत होतो. तेवढ्यात कॉन्स्टेबल धरमबीर सिंग हा माझा सुरक्षारक्षक कामावर हजर झाला. हा मूळचा दिल्ली पोलिसदलामधील होता परंतु आता प्रतिनिधित्वावर सीबीआयमध्ये काम करत होता. 'मी तुला एखादा माणूस दाखवला आणि तो हत्यारबंद आहे असे सांगितले तर तू त्याला पकडून त्याचे हत्यार काढून घेऊ शकशील?' मी काहीसे चाचरतच त्याला विचारले. मी त्याच्याकडून फार जास्त अपेक्षा ठेवतो आहे याची मला जाणीव होती. 'नक्की, सर. का नाही? मी नक्की हे करू शकेन.' त्याने आत्मविश्वासाने उत्तर दिले. त्याने एकदाही सशस्त्र मदतीची मागणी केली नाही. आता या कामगिरीसाठी आपल्याकडे आणखी एक विश्वासू माणूस आहे - माझ्या मनात आले. थोड्याच वेळात, सुरेंदर सिंग हा उंचापुरा काटक तरुण कॉन्स्टेबल कामावर हजर झाला. दिल्ली पोलिसांनी हा सुरक्षारक्षक माझ्या घरासाठी दिला होता. मी त्यालाही तोच प्रश्न विचारला आणि त्यानेही तेच उत्तर दिले. 'आता दोघे झाले.' मी मनात म्हटले. 'बुडत्याने काडीचा आधार घ्यावा तसेच आहे हे.' योगायोगाची गोष्ट म्हणजे दिल्ली वाहतूक खात्याचा एएसआय आंचल सिंग हाही सहजच मला भेटण्यासाठी आला. अनेक वर्षे दिल्ली पोलिसदलामध्ये तो माझ्या वैयक्तिक कर्मचाऱ्यांमध्ये होता. कठीण प्रसंगांमध्ये नेहमीच माझ्या शेजारी उभा राहणारा - विशेषतः १९८४ च्या शीखविरोधी दंग्यांमध्ये मला त्याची खूप मदत झाली होती. तो असा सहकारी होता ज्याला घेऊन त्याचा वरिष्ठ खुशाल एखाद्या लढाईवर जाऊ शकेल. लगेच सुरू होणाऱ्या एका दहशतवादीविरोधी कामगिरीमध्ये भाग घेण्याची त्याची

तयारी आहे हा असा प्रश्न मी त्याला विचारला. त्याचे उत्तर होकारार्थी असले तरी त्यामध्ये एक अट होती. तो हे त्याच्या वरिष्ठांना सांगणार नव्हता कारण त्यांनी त्याला कधीच परवानगी दिली नसती. अखेरीस, एका दिल्ली पोलिस अधिकाऱ्याने सीबीआयच्या कामगिरीमध्ये का पडावे? शिवाय त्या कामगिरीचे तपशील त्याच्या वरिष्ठांना सांगण्यात आलेले नसताना? ही परवानगी खुद्द पोलिस कमिशनरकडूनच मिळवावी लागली असती. म्हणून, अंचल सिंग कोणालाही न सांगता, अनौपचारिकपणे आणि अनधिकृतपणे या कामगिरीमध्ये भाग घ्यायला तयार होता. तो त्याच्या वर्दीमध्ये असल्याने मी त्याला त्याच्या उंच, भरदार शरीरयष्टीला नीट बसेल असा एक लांब पांढरा शर्ट दिला आणि कपडे बदलायला सांगितले. या घटनांमुळे हळूहळू माझा आत्मविश्वास वाढीला लागला. झटपट तयार होऊन मी माझ्या चाणक्यपुरीतील यशवंत पॅलेसमधील कचेरीत पोचलो. माझ्याबरोबर ते तीन दिल्ली पोलिसदलातील अधिकारी होते. मी एसटीएफचे एसपी एच सी सिंग, एएसआय हवा सिंग आणि इतर दोघा सीबीआय अधिकाऱ्यांनाही या कामगिरीसाठी बरोबर घेतले. सफदरजंग एन्क्लेव्ह मधील आधीच एका नक्की ठरवलेल्या जागी जाऊन दोनांपैकी एका खबऱ्याबरोबर माझी वाट बघत थांबण्यास सांगितले.

प्रथमत: मी अधचिनी गावामध्ये गेलो. तेथे दुसरा खबऱ्या आणि सतीश झा आणि त्याचे सहकारी थांबले होते. आम्ही त्या गुरुद्वाराची कुणालाही न कळता पण काळजीपूर्वक पाहणी केली होती आणि असा निर्णय घेतला होता की जर आमचा संशयित तेथे आला आणि त्याला ओळखण्यात यश आले तर त्याला गुरुद्वारात पकडायचे नाही तर बाहेर एका सुरक्षित अशा दूर अंतरावर पकडायचे. या निर्णयामागची कारणे उघडच होती. त्या काळात भारतामध्ये मोबाइल फोन आलेले नव्हते. एवढेच काय पण सीबीआय ही मूलत: भ्रष्टाचारविरोधी काम करणारी संस्था असल्याने आमच्याकडे आमचे स्वत:चे असे बिनतारी यंत्रणांचे जाळेही नव्हते. यामुळे, सतीश झा आणि त्याच्या सहकाऱ्यांना माझ्या संपर्कामध्ये राहाण्याचा कोणताही मार्ग उपलब्ध नव्हता. मी तर दुसऱ्या गटाला घेऊन अर्जुन नगरकडे निघालो होतो. अखेरीस मी सतीश झा आणि त्याच्या तीन अधिकाऱ्यांना एका सरकारी जीपमध्ये सोडून आणि त्यांना शुभेच्छा देऊन निघालो.

दुसरा खबऱ्या आणि मी अर्जुन नगरला पोचलो. हा भाग कसलाही आराखडा न बनवता, कसाही अस्ताव्यस्त वाढलेला असा निवासी भाग

आहे. येथील घरे एकमेकांना अगदी लगटून आहेत. खबऱ्याने एका अरुंद गल्लीमधील एका इमारतीच्या तळमजल्यावरील सदनिकेकडे बोट दाखवले. या सदनिकेवर आम्हाला लक्ष ठेवायचे होते. त्या अतिरेक्याची हीच लपण्याची जागा असणे शक्य होते. येथून तो अगदी सहज बाहेरही पडू शकत होता. हा विभाग असा होता की नजर ठेवण्यासाठी थांबायला योग्य जागा शोधणेही कठीण होते. बऱ्याच शोधानंतर आम्हाला त्या गल्लीच्या तोंडाशीच एक रिकामी जागा आढळली. त्या जागेभोवती ४ फूट उंचीची एक भिंत घातलेली होती. मी माझा दुसरा गट एकत्र केला आणि आम्ही सगळे त्या उघड्या प्लॉटमध्ये त्या ठेंगण्या भिंतीच्या आड बसून राहिलो.

साध्या कपड्यांमध्ये अशी नजर ठेवण्यासाठी बसण्याची माझी ही पहिलीच वेळ होती – आणि बसलो होतो तेही भर दिवसा उघड्यावर. साधारण तासभर उलटल्यावर मला माझ्या दिल्ली एसपीची चुळबूळ जाणवू लागली. सीबीआयमध्ये व्यवसाय म्हणून नोकरी करणाऱ्या व्यक्तीला अशी धाडसे करायला आवडत नाही. हे कंटाळवाणे काम करताना त्याला अस्वस्थ वाटू लागले होते. त्याला काही महत्त्वाच्या फायली वरिष्ठांना द्यायच्या असल्याने त्याला जाण्याची परवानगी द्यावी अशी विनंती त्याने माझ्याकडे केली. खरे सांगायचे तर ही सबबही अगदीच फुसकी होती. सकारात्मक ऊर्जा आणि आत्मविश्वास या गोष्टींची आता आवश्यकता होती. ज्यांच्याकडे या दोन्ही गोष्टी नसतील त्यांची काहीही मदत होणार नव्हती. आमच्याकडे माणूसबळ अतिशय कमी असूनही मी त्याला जाण्याची परवानगी दिली. ज्याला हे काम करण्याची अजिबात इच्छा नाही आणि ज्याची देहबोलीच त्याला किती अवघड वाटते आहे हे स्पष्ट करणारी होती त्याला अशा नजर ठेवण्याच्या आणि महत्त्वाच्या गट कामगिरीमध्ये सामील करून घेणे योग्यच नव्हते.

सबंध दिवस आम्ही थांबून होतो. काही खाणेपिणे नाही त्या बुटक्याशा भिंतीमागे उकिडवे बसून होतो. सप्टेंबरचे कडक ऊन आम्हाला अथकपणे भाजून काढत होते. आणि दमटपणामुळे आम्ही दमलो होतो. तरीही आम्ही शांतपणे वाट बघत बसून होतो. कुणी उंचापुरा तगडा शीख तरुण दिसतो आहे का हे आमच्या नजरा बघत होत्या. असे अनेक तास गेले तेव्हा आजूबाजूच्या लोकांचे साहजिकच आमच्याकडे लक्ष जाऊ लागले. या रिकाम्या प्लॉटमध्ये हे कोण अनोळखी लोक बसले आहेत असे वाटून ते संशयानेच आमच्याकडे बघत होते. त्यांच्यामध्ये काही तरी कुजबूज सुरू झाली आहे आणि लोक

जमाही होऊ लागले आहेत असे आम्हाला दिसले. ५ वाजण्याच्या सुमारास मी ठरवले की या बघ्यांपैकी एखाद्याने १०० क्रमांक फिरवून स्थानिक पोलिसांना बोलावून तमाशा करण्याच्या आधीच आपण ही कामगिरी रद्द करावी आणि इथून निघून जावे. माझ्या अधिकाऱ्यांना सर्व आवरून मी जायला सांगितले. थोड्या अंतरावर उभ्या केलेल्या आमच्या वाहनांकडे आम्ही जातच होतो तेवढ्यात आमचा खबऱ्या कुठून तरी हजर झाला. आणखी एकच जागा तपासण्याची त्याने मला विनंती केली पण तोवर मी फारच वैतागलेलो होतो, चिडलेलोही होतो. 'तुझी खबर तुझ्याजवळच ठेव. आमचा वेळ फुकट घालवू नकोस.' मी रागाने त्याच्या अंगावर ओरडलो. आमची सहनशीलता आता साफ संपलीच होती.

'सर. प्लीज माझ्यावर विश्वास ठेवा – आता ही एकच जागा बघून घेऊ आपण.' त्याने हात जोडून विनंती केली. अतिशय नाईलाजानेच मी त्याच्या मागोमाग जायला होकार दिला. त्याने आम्हाला सफदरजंग एन्क्लव्हेच्या दुसऱ्याच एका भागात नेले आणि थोड्या दूर अंतरावर आम्हाला थांबवून तो कुठेतरी गेला. तो अतिरेकी जेथे लपला असण्याची शक्यता त्याला वाटत होती ती जागा नजरेखालून घालण्यासाठी तो गेला होता. थोड्याच वेळात तो परत आला – थरथर कापत होता. घामाने साफ भिजला होता. त्याच्या चेहऱ्यावरचे भय स्पष्ट दिसत होते. तो कसाबसा पुटपुटत बोलला, *'बैठा है, सर बैठा है.'* (बसलाय तिथे, सर तो बसलाय तिथे.) आम्ही एक आणि दोनचे गट केले. त्याने आम्हाला चोरट्या पावलांनी वाट दाखवत एका एकमजली महानगरपालिकेच्या बाजाराच्या इमारतीकडे नेले. ही इमारत इंग्रजी युच्या आकारात बांधलेली होती. त्या बाजारामधील एका प्रवासी कंपनीचे नाव सांगून तो तेथून नाहीसाच झाला. आमची शिकार त्या प्रवासी कंपनीमध्ये बसलेली आहे अशी त्याची माहिती होती.

त्या यु आकाराच्या इमारतीमध्ये ती प्रवासी कंपनी काही कुठे दिसत नव्हती. ही देखील एक चुकीचीच बातमी आहे असे आमच्या मनात येते आहे तेवढ्यात त्या इमारतीच्या एका टोकाला एक स्वतंत्र अशी शौचालयाची इमारत आहे हे कॉन्स्टेबल धरमबीर सिंग याच्या लक्षात आले. शौचालयाची ती इमारत आणि या यु आकाराच्या इमारतीची त्या बाजूची भिंत यामध्ये एक अगदी अरुंद आणि पटकन लक्षात येणार नाही अशी एक गल्ली होती. या भागाचा भूगोल माहीत नसलेल्या एखाद्या व्यक्तीला ती गल्ली चटकन

दिसलीही नसती. त्या इमारतीच्या मागील बाजूला काही दुकाने असावीत आणि त्या दुकानांकडे या गल्लीमधून जाता येत असावे असे धरमबीरला वी वाटले. एएसआय अंचल सिंग आणि धरमबीर यांना मी पुढे जाऊन थोडा तपास करण्यास सांगितले. काही मिनिटांतच ते परत आले. खरोखरच मागच्या बाजूला काही कचेऱ्या आहेत आणि त्यांपैकी एक आपण शोधत असलेल्या प्रवासी कंपनीची आहे अशी माहिती त्यांनी सांगितली.

आमच्या पैकी ४ जण त्या दुकानाकडे अगदी काळजीपूर्वक पावले टाकत गेलो. त्या दुकानाच्या दरवाजाची काच रंगीत व अपारदर्शक होती. अशा परिस्थितीमध्ये निर्णय घेताना तर्कशास्त्र आणि विचारांचा काहीही उपयोग नसतो. माझ्या सबंध पोलिस कारकिर्दीमध्ये वेगवेगळ्या स्तरांवर काम करताना आणि अनेक प्रकारच्या कामगिऱ्यांमध्ये माझ्यासमोर इतकी धोकादायक आणि हाडे गोठवणारी परिस्थिती कधीच आली नव्हती. हाच तो सत्याचा क्षण होता. त्या रंगीत काचेपलीकडे आमचे आयुष्य होते किंवा मग आयुष्याचा कायमचा सोबती – मृत्यू. या टोकापर्यंत कमांडो युनिटशिवाय हत्यारांशिवाय आणि बुलेटप्रूफ जाकिटांशिवाय येण्याचा माझा निर्णय – हा सबंध भाग पोलिसांनी वेढा घालून बंद केल्याशिवाय आणि स्थानिक लोकांना विश्वासात घेतल्याशिवायच ही कामगिरी करण्याचा माझा निर्णय हा काही सेकंदांतच आमच्यावर उलटवार करू शकत होता – अक्षरश: पलटवार. आमची सर्वांची एकत्रित 'हिरोगिरी' आमच्यावरच बेतण्याची शक्यता होती. धोका फारच मोठा आणि तात्काळ होता. आणि आता केवळ काही मीटर्स अंतरावरच होता. पुढच्याच काही क्षणांमध्ये आम्ही दहशतवादविरोधी कारवायांविषयीच्या भारताच्या देदीप्यमान इतिहासामध्ये भर घालणार होतो आणि उद्याच्या वृत्तपत्रांमध्ये पहिल्या पानांवर झळकणार होतो किंवा मग स्वत:च इतिहासाचे एक पान बनणार होतो. शेवटच्या काही पावलांमध्ये जीवन आणि मृत्यू तागडीच्या दोन टोकांवर होते. कोणत्या बाजूने झुकणार आहे ही तागडी?

ए एस आय आंचल सिंग, कॉन्स्टेबल धरमबीर सिंग, कॉन्स्टेबल सुरिंदर सिंग आणि मी एकदम त्या दुकानामध्ये घुसलो. आमच्यापैकी प्रत्येक जण एकेकटा होता आणि तरीही एक गट म्हणून एकत्रही होता. आतली माणसे हातामध्ये कलाश्निकव्ह रायफल्स घेऊन गोळ्यांची फैर झाडण्याच्या तयारीत असतील अशी काहीशी आमची कल्पना होती. परंतु काय आश्चर्य – एक उंचापुरा तगडा, फेटेवाला शीख एका एक्झेक्युटिव्ह खुर्चीवर आरामात पसरून

बसला होता. त्याच्याशेजारीच आणखी एक माणूस होता. तो मोना शीख होता (फेटा न घालणारा शीख) तोही तसाच आरामात बसलेला होता. त्यांना कसलीही कल्पना नव्हती. काही क्षणांतच आम्ही त्यांना ताब्यात घेतले. फेटेवाल्या शिखाने चौकशीच्या दरम्यान कबूल केले की तो खरोखरच जगतार सिंग तारा आहे. त्याच्या अंगझडतीमध्ये त्याच्या फेट्यामध्ये लपवलेली सायनाइडची गोळी सापडली परंतु सुदैवाने त्या दोघांकडेही दुसरे कोणतेही हत्यार नव्हते. आपला खेळ संपला हे लक्षात आल्यावर जगतार सिंग तारा आणि त्याचा सोबती या दोघांनीही कसलाही प्रतिकार केला नाही. स्वेच्छेने आमच्याबरोबर येण्याची तयारी दोघांनीही दाखवली. आम्ही त्या दोघांना आमच्या वाहनांपर्यंत आणले आणि त्यांना चाणक्यपुरीतील यशवंत पॅलेसमधील एस टी एफच्या कचेरीत नेले. अजून अंधार पडला नव्हता. काही बघे उभेच होते. त्यांनी या दोन तरुणांना आम्ही घेऊन जात आहोत हे पाहिले. नंतर आम्हाला कळले की दिल्ली पोलिस कंट्रोल रूमला एक दूरध्वनी आला होता. आणि त्या माणसाने काही अनोळखी माणसे दोन शीख तरुणांचे अपहरण करत असल्याची बातमी त्यांना दिली होती.

जणू काही गेल्या काही तासांचा मानसिक तणाव पुरेसा नव्हता म्हणूनच की काय, या कहाणीमध्ये आणखी एक वळण आले. आमच्या कचेरीकडे जात असताना, ज्या मोटारीत तारा आणि आम्ही चौघेजण बसलो होतो त्या आमच्या अधिकृत अँबॅसेडर मोटारीमध्ये काहीतरी बिघाड निर्माण झाला. कल्पना करा – दक्षिण दिल्लीतील एका गर्दीच्या रस्त्यावर – चार तथाकथित सीबीआय गुप्तचर एका मोडकळीला आलेल्या मोटारीतून एका बब्बर खालसा अतिरेक्याला – सरदार बेअंत सिंग यांच्या खुनातील पहिलाच पकडला गेलेला अतिरेकी – घेऊन जात आहेत. आणि ती मोटार बिघडली आहे – भर रस्त्यावर थांबली आहे!! मोटार ठीक करण्यास काही मिनिटे लागली अणि आम्ही पुन्हा आपल्या मार्गाने निघालो. परंतु त्या काही मिनिटांमधला प्रत्येक क्षण हा एकेका तासासारखा भासला होता आम्हाला. तो उंच धिप्पाड खुनी आणि त्याचा साथीदार आमच्यावर सहज हल्ला करू शकले असते. त्यांनी असे का केले नाही हे आश्चर्य अजूनही मला गोंधळवून टाकते. कदाचित आमच्या संरक्षणासाठी आणखी काही सशस्त्र मोटारींचा ताफा मागेच आहे असे त्यांना वाटले असावे. आणि म्हणून शांतपणे आमच्याबरोबर जाण्याचे त्यांनी ठरवले असावे. सुदैवाने, लवकरच आम्ही आमच्या कचेरीच्या सुरक्षित

वातावरणामध्ये पोचलो आणि आमच्या सुटकेच्या नि:श्वासांनी हवा भरून गेली. अटकेची बातमी कळताच डायरेक्टर राव आणि स्पेशल डायरेक्टर भगत हे कचेरीत पोचले आणि त्यांनी तोंड भरून आमची स्तुती केली.

जगतार सिंग ताराच्या प्राथमिक चौकशीमध्ये त्याने उघड केले की त्याचा साथीदार जगतार सिंग हवारा आणि तो स्वत: या दोघांनी मिळून एक चंदेरी रंगाची अँबॅसेडर मोटार विकत घेतली होती. तिचा नोंदणी क्रमांक डीबीए ९५९८ असा होता. ही मोटार त्यांनी दिल्लीच्या पश्चिम विहार भागामधून खरेदी केली होती. तारा ने डिलिव्हरी कागदपत्रांवर बसंत सिंग म्हणून स्वाक्षरी केली होती. प्रथम तो ती मोटार घेऊन पतियाळाला गेला होता आणि तेथून चंडीगडला गेला होता. तेथे या मोटारीला पांढरा रंग दिला होता ज्यामुळे ती सरकारी मोटार दिसू लागली होती. त्या महत्त्वाच्या दिवशी. दुपारी सुमारे ३ वाजता तारा आत्मघातकी बाँबर दिलावर सिंग याला घेऊन पंजाब आणि हरियाना सेक्रेटेरियट संकुलामध्ये गेला होता. दिलावर सिंग हा निलंबित स्पेशल पोलिस अधिकारी होता. तो पोलिसच्या वर्दीमध्ये होता. त्याच्या कमरेशी दीड किलो आरडीएक्स बंदुकीच्या गोळ्या ठेवण्यासाठी वापरतात तशा एका पट्ट्याने बांधलेले होते. नंतर सी एम व इतर १७ जण ठार झाले त्या जागेपासून थोड्याच अंतरावर ताराने या 'मानवी बाँब'ला सोडले. तारा निघून गेल्यानंतर दिलावर सिंगला आणखी एक साथीदार येऊन मिळाला. बलवंत सिंग राजोवना. हा कार्यरत पोलिस कॉन्स्टेबल होता. राजोवना हा बदली आत्मघातकी बाँबर होता. आपला हा बेत यशस्वी होणार याची या कटवाल्यांना इतकी खात्री होती की त्यांनी या मोटारीला खोटी क्रमांकपाटी लावण्याचीही तसदी घेतली नव्हती.

त्याच्या अटकेच्या वेळी त्या प्रवासी कंपनीमध्ये त्याच्या शेजारी बसलेला माणूस हा या गुन्ह्याशी अजिबात संबंधित नव्हता असेही ताराने सांगितले. परंतु या कटातील त्याचा सहकारी – बब्बर खालसाचा जगतार सिंग हवारा हा नंदग्राममध्ये असू शकेल असेही त्याने उघड केले. नंदग्राम हे उत्तर प्रदेशातील गाझियाबादजवळचे एक शहर आहे. लगेच दिल्ली पोलिसांच्या स्पेशल सेलची मदत घेण्यात आली आणि रात्रभर चालणारी एक शोधमोहीम हाती घेण्यात आली. या वेळेपर्यंत मी इतका दमून गेलो होतो की या मोहिमेची एवढी गडबड सुरू असूनही मी नंदग्रामधील एका सदनिकेमध्ये गाढ झोपी गेलो. आता या मोहिमेचे नेतृत्व सतीश झा करत होता. दुर्दैवाने आम्हाला हवारा सापडला नाही

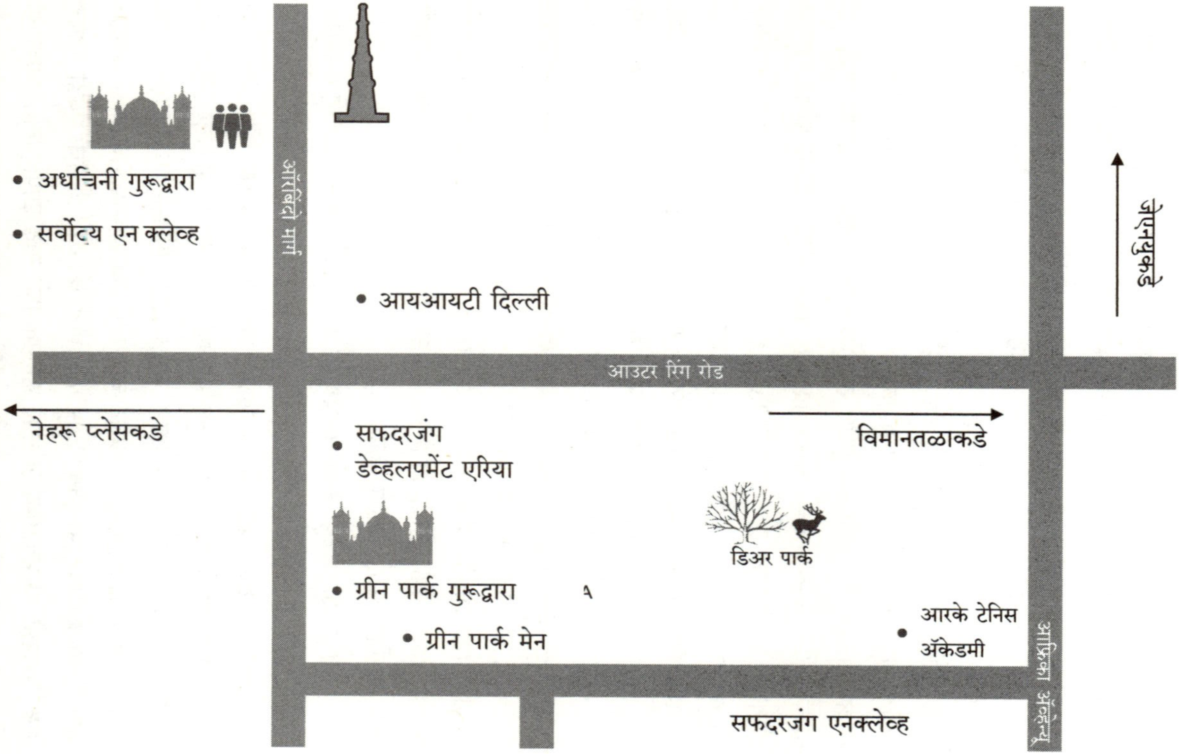
अधचिनी गुरूद्वारा
सर्वोदय एन क्लेव्ह
ऑरबिंदो मार्ग
आयआयटी दिल्ली
जेएनयुकडे
आउटर रिंग रोड
नेहरू प्लेसकडे
विमानतळाकडे
सफदरजंग
डेव्हलपमेंट एरिया
डिअर पार्क
ग्रीन पार्क गुरूद्वारा
ग्रीन पार्क मेन
आरके टेनिस
अ‍ॅकेडमी
आफ्रिका अ‍ॅव्हेन्यू
सफदरजंग एनक्लेव्ह

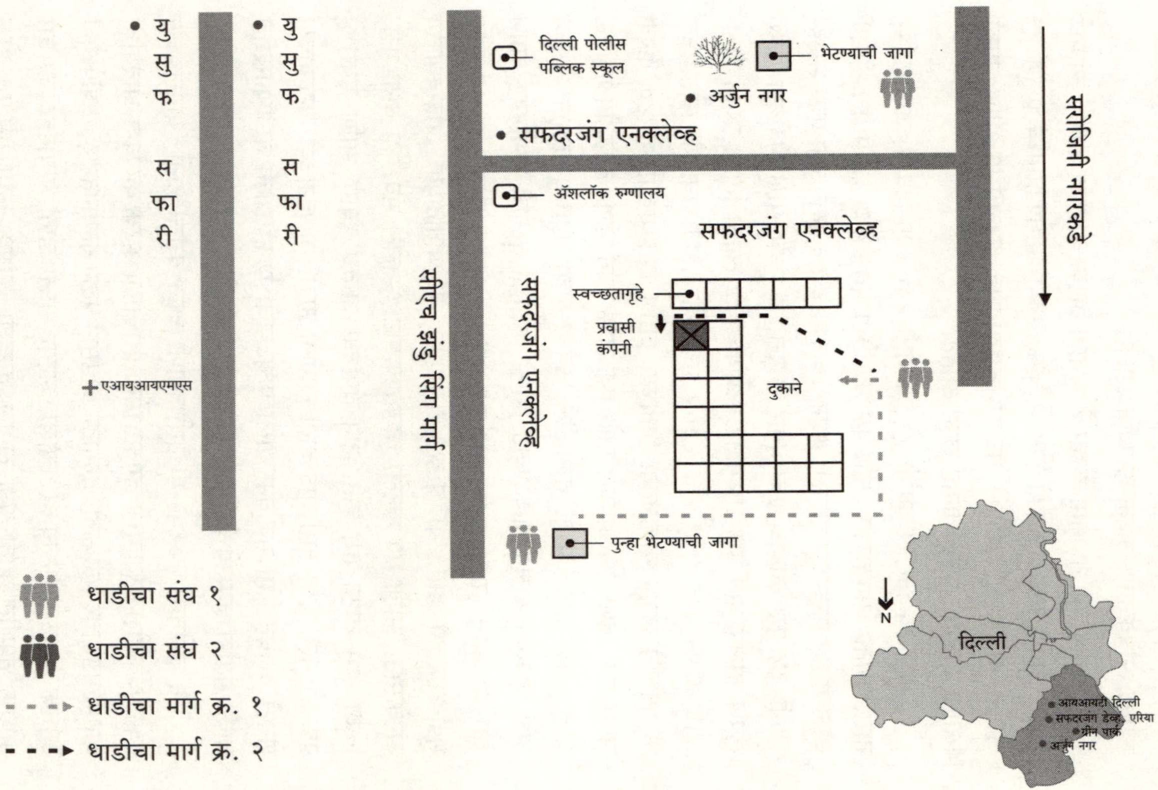
युसुफ सफारी
युसुफ सफारी
एआयआयएमएस
दिल्ली पोलीस पब्लिक स्कूल
भेटण्याची जागा
अर्जुन नगर
सफदरजंग एनक्लेव्ह
अॅशलॉक रुग्णालय
सफदरजंग एनक्लेव्ह
सरोजिनी नगरकडे
सीएच झंडु सिंग मार्ग
सफदरजंग एनक्लेव्ह
स्वच्छतागृहे
प्रवासी कंपनी
दुकाने
पुन्हा भेटण्याची जागा
N
दिल्ली
आयआयटी दिल्ली
सफदरजंग डेव्ह. एरिया
ग्रीन पार्क
अर्जुन नगर
धाडीचा संघ १
धाडीचा संघ २
धाडीचा मार्ग क्र. १
धाडीचा मार्ग क्र. २

कारण आम्ही येण्याच्या बराच आधी तो तेथून निघून गेलेला होता. या केसचा तपास करणाऱ्या गुन्हाशाखेकडे आम्ही जगतार सिंग ताराला सोपवले. त्यानंतर त्याला अधिकृतपणे अटक करण्यात आली.

त्यानंतरच्या तपासामुळे इतर ८ जणांना अटक करण्यात आली. त्यामध्ये हवारा आणि राजोवना हेही होते. सीबीआयच्या आरोपपत्रामध्ये एकूण १३ जणांची नावे होती. त्यांपैकी तिघेजण-वाध्वा सिंग, महल सिंग आणि जगरूप सिंग हे अजूनही पाकिस्तानात लपून आहेत.

या अटकेनंतर, ९ वर्षांनी २१ जानेवारी २००४ या दिवशी, जगतार सिंग तारा, जगतार सिंग हवारा आणि परमजित सिंग भेवरा हे या केसमधील आरोपी बुरैल मॉडेल जेलमधून पळाले. वजन उचलण्याच्या व्यायामाच्या एका सळईने त्यांनी ९४ फूट लांबीचे एक भुयार खोदले. हे भुयार सुरक्षाभिंतींच्या तिहेरी कुंपणाखालून जात होते. तुरुंगातून पळण्याचा हा त्याचा तिसरा प्रयत्न होता. आधीचे प्रयत्न हे १९९७ व २००२ मध्ये केले होते. त्यांच्या कोठडीच्या कपाटांमध्ये खणून काढलेल्या मातीच्या आणि दगडधोंड्यांच्या ४० गोण्या सापडल्या. खणण्याचे आवाज बाहेर ऐकू जाऊ नयेत म्हणून कोठडीमधले नळ चालू ठेवले जात असत. तुरुंगातील कर्मचाऱ्यांचा यामध्ये सहभाग असावा अशी शक्यता बोलून दाखवण्यात आली. त्यामुळे तुरुंगाचे सुपरिंटेंडंट आणि इतर ६ कर्मचाऱ्यांना अटक करण्यात आली. यामध्ये डेप्युटी व असिस्टंट सुपरिटेंडंट ही होते. या धाडसी पलायनाने या भीतीदायक अतिरेक्यांच्या अटकेसाठी आणि मग खटला चालवण्यासाठी घेतलेले सर्व कष्ट वाया गेले. किंवा असे वाटत तरी होते. दोन वर्षांच्या आतच हवारा आणि भेवरा हे पकडले गेले. परंतु तारा मात्र हाती लागला नाही. या खुनाच्या खटल्याच्या शेवटी बलवंत सिंग राजोवना याला मृत्युदंडाची शिक्षा झाली तर एकाखेरीज बाकी सर्वांना जन्मठेपेची शिक्षा सुनावण्यात आली.

६ जानेवारी २०१५. मी दूरचित्रवाणी बघत बसलो होतो. थायलंडच्या एका पूर्वेकडील प्रदेशामध्ये जगतार सिंग तारा याला अटक करण्यात आल्याची बातमी पडद्यावर झळकली. तुरुंगातून धाडसाने पळून गेल्यानंतर १० वर्षांपेक्षाही अधिक काळ उलटल्यावर त्याला अटक झाली होती. त्यानंतर जसजसे अधिक तपशील हाती येऊ लागले तसतशा अधिक कथा प्रसारित होऊ लागल्या. दुसऱ्या दिवशी, सर्व वृत्तपत्रांच्या पहिल्या पानावर ताराला पुन्हा अटक करण्यात आलेल्या बातम्यांची धमाल होती. त्याच्याविषयीची शेवटची

बातमी हाती आली ती अशी की त्याला भारतामध्ये परत आणण्यात आले असून जन्मठेपेची शिक्षा सुनावण्यात आली आहे.

आम्ही ताराला दिल्लीमध्ये अटक केली त्या गोष्टीला आता २० वर्षे झाली आहेत. आज त्या कामगिरीतील बारीकसारीक तपशीलही आठवले की इतके खोटे वाटतात की जणू असे कधी घडलेच नसावे. आज कधी कधी मीही एका बब्बर खालसाच्या अतिरेक्यामागे नि:शस्त्र आणि मोजके विश्वासू लोक घेऊन जाण्याच्या माझ्या निर्णयाचा विचारच करत बसतो. काहीही चुकले असते, आणि जगतार सिंग ताराकडे त्यावेळी कलाश्निकव्ह रायफल असती - पहिली खबर होती त्यानुसार - तर आम्हा सर्वांसाठीच ही कामगिरी काही वेगळ्याच स्वरूपामध्ये आटोपली असती. किंवा उलट पक्षी तो आमच्या पकडीतून निसटला असता तर ती गोष्ट अक्षम्य आणि कमालीची लाजिरवाणी ठरली असती. पोलिस समाज-विशेषत: माझ्या स्वत:च्या संस्थेतील लोकांनी आमची टरच उडवली असती. नवशिकेपणाचा ठप्पा लावण्यात आलेली ही कामगिरी म्हणजे कीस्टोन कॉप्सच्या गमतीजमतींच्या बरोबरीची ठरली असती. आणि पुढचा बराच काल टिंगलीचा विषय बनून राहिली असती. आम्ही ती यशस्वीपणे पार पाडू शकलो हीही देवाचीच कृपा आहे. आमच्या प्रामाणिक आणि धैर्याच्या प्रयत्नांना त्याने दिलेला आशीर्वादच आहे.

11

बावीस यार्डांमध्ये...

'एमके'चा शोध – क्रिकेटमधील मॅच–फिक्सिंगचा संस्थापक

नोव्हेंबर १९९७ मध्ये दिल्ली पोलिस क्राइम ब्रँचचे इन्स्पेक्टर ईश्वर सिंग हे खंडणी उकळण्याच्या एका केसचा तपास करत होते. ही केस देश बंधु गुप्ता रोड पोलिस चौकीमध्ये दाखल करण्यात आलेली होती. भारतीय हस्तकला वस्तू व कपडे परदेशी निर्यात करणाऱ्या एका निर्यातदाराला दुबईहून धमकीचे कॉल्स येत होते. तक्रार करणाऱ्याने आपल्या तक्रारीत म्हटल्यानुसार, +९७१-५०-६७९९*** आणि + ९७१-५०-६७९६*** या मोबाइल क्रमांकावरून हे धमकीचे कॉल्स केले जात होते. अगदी रोजच्या कामाचाच एक भाग म्हणून या क्रमांकांच्या संपर्कात एखादा दिल्लीतील क्रमांक आहे काय अशी चौकशी इन्स्पेक्टरने केली. त्याच्या विश्लेषणामध्ये असे दिसून आले की असा एक क्रमांक आहे आणि तो ९८१००***४११ असा आहे. हा क्रमांक क्रिशन कुमार या नावाने नोंदलेला होता. नंतर कळले की हा माणूस टी–सिरीजचे मालक कैलासवासी गुलशन कुमार यांचा धाकटा भाऊ होता. योग्य त्या परवानग्या घेतल्यानंतर क्रिशन कुमारच्या या क्रमांकावर तांत्रिक नजर ठेवण्यात आली. त्या पोलिस अधिकाऱ्याला कल्पनाही नव्हती की हा दिल्लीतील क्रमांक आणि त्याच्याशी सतत संपर्कात असणारे इतर ६ स्थानिक क्रमांक यांच्यावर नजर ठेवण्याच्या त्याच्या या रोजच्या कामातील कृतीमुळे कधी काळी 'सदगृहस्थांचा' आणि अतिशय प्रामाणिक व सरळ असा मानला गेलेला खेळ मुळापासून हादरून जाणार आहे. मी अर्थातच, २२ यार्डांच्या खेळपट्टीवर खेळल्या जाणाऱ्या क्रिकेटबद्दल बोलतो आहे.

हा इन्स्पेक्टर काही फारसा क्रिकेटप्रेमी नव्हता. तो या दोन क्रमांकांच्या संवादावर अधिकृतपणे नजर ठेवून होता तेव्हा त्याला या संवादांमध्ये

क्रिकेटवरचे जे बोलणे ऐकू येत होते त्याने तो पुरताच बावचळून गेला. त्याने हॅन्सी क्रोनिएचे नाव बहुधा प्रथमच ऐकले असावे. हा हॅन्सी क्रोनिए कुणा संजीव चावला नावाच्या माणसाला दिल्लीतील एका हॉटेलच्या लॉबीमध्ये भेटत होता आणि चावलाच्या विनंतीवरून स्वत:चा साउथ आफ्रिकन संघ नीट खेळणार नाही याची व्यवस्था करणार होता. एका गोष्टीमधून दुसरी गोष्ट निघत गेली आणि फार मोठ्या प्रमाणावर सुरू असलेली सट्टा लावण्याची आणि 'फिक्सिंग'ची कहाणी उघडकीला आली. यामध्ये साउथ आफ्रिकन संघाचा कप्तानच स्वत: सामील होता. ही बातमी फुटताच हलकल्लोळ झाला. २३ मार्च २००० या दिवशी, क्राइम ब्रँचने खटला दाखल केला आणि क्रिशन कुमार, सुनिल दारा उर्फ बिट्टू आणि राजेश कालरा या लोकांना अटक केली. हे सर्व संजीव चावलाचे सहकारी होते. तो स्वत: लंडनला पळून गेला होता. आणखी एक आरोपी मनमोहन खट्टर हाही फरारी झाला.

लोकांच्या आणि प्रसारमाध्यमांच्या अनेक संमिश्र प्रतिक्रिया होत्या – धक्का, संपूर्ण अविश्वास, येथपासून किळस येथपर्यंत. हॅन्सी क्रोनिएने जोरदारपणे हे सर्व नाकारले. साउथ आफ्रिकन क्रिकेट बोर्ड आणि संघातील त्याचे सहकारी हे त्याच्यामागे ठामपणे उभे होते. दिल्ली पोलिसांचे कट्टर टीकाकार आणि निंदक हे हॅन्सी क्रोनिएच्या या दूरध्वनी संभाषणाच्या ध्वनीफिती सर्वांना उपलब्ध असूनही यावर विश्वास ठेवण्यास तयार नव्हते.

११ एप्रिल ला रात्री ३ वाजता क्राइम ब्रँचने हॅन्सी क्रोनिए आणि इतर यांच्याविरुद्ध केस दाखल केल्यानंतर १८ दिवसांनी – साउथ आफ्रिकन क्रिकेट बोर्डाचा कार्यकारी संचालक अलि बाचर हा झोपेतून खडबडून जागा झाला. त्याला एका तरुणाने जाग आणली होती. हा तरुण गेले कित्येक दिवस–आठवडे थोडासुद्धा झोपू शकलेला नव्हता. तो आवाज अशा एका माणसाचा होता ज्याने स्वत:शीच एक भयंकर आणि एकाकी युद्ध आरंभले होते. त्या युद्धाचा शेवट आज स्वत:च्या सदसद्‌विवेक बुद्धीला शरण जाण्यामध्ये झालेला होता. हा माणूस आपल्या निर्भय कबुलीजबाबाने क्रिकेटचे जग उलटेपालटे करून टाकणार होता. त्या वेळी आकाशातून वीज पडावी तसाच हा कबुली जबाब जगावर कोसळणार होता. हॅन्सी क्रोनिएने अतिशय स्पष्ट शब्दांमध्ये हा जबाब दिला आणि अलि बाचरला त्याचा महाभयंकर परिणाम समजण्यास वेळ लागला नाही. साउथ आफ्रिकन कप्तान त्याला सांगत होता, 'आमच्या मागच्या भारतातील टूरमध्ये मी बेईमानी केली आहे.' त्यासाठी 'नको त्या

माणसांकडून' भरपूर पैसा मिळाल्याचेही त्याने कबूल केले. हे ऐकताच अलीची झोप उडालीच. हॅन्सीच्या या कबुलीजबाबामुळे भारतातील शंकेखोरांची तोंडे तर बंद झालीच परंतु सबंध क्रिकेटजग सुन्न होऊन गेले. अनेक क्रिकेटप्रेमींनी यापुढे क्रिकेट न बघण्याच्या आणि क्रिकेटसंबंधी बातम्याही न बघण्याच्या शपथाही घेतल्या. जेव्हा हॅन्सी क्रोनिए सारखे आदर्श आणि सत्य व प्रामाणिकपणाचे द्योतक मानले गेलेल्या व्यक्ती तुकडे तुकडे होऊन पडतात तेव्हा सर्व क्रिकेटप्रेमींना आपला फार मोठा विश्वासघात झाल्यासारखे वाटू लागले. त्यांचा भ्रमनिरास झाला, ते निराश झाले अशा लोकांमध्ये मीही एक होतो.

त्यावेळी मी सीबीआयमध्ये इकॉनॉमिक ऑफेन्सेस विंग २ अँड ३ या विभागाचा संयुक्त संचालक या पदावर काम करत होतो. दिल्ली पोलिस दलातून येथे प्रतिनिधित्वावर आलेला असल्याने माझ्या मूळच्या संस्थेच्या कामाचा मला अभिमान वाटत होता. विशेषत:, इन्स्पेक्टर ईश्वर सिंग याचा. हा तरुण माणूस सब इन्स्पेक्टर या पदावर माझ्याबरोबर १९८९ ते १९९२ पर्यंत काम करत होता. त्यावेळी मी दक्षिण दिल्लीचा डीसीपी म्हणून काम करत होतो.

या घटनेच्या प्रकटीकरणानंतर जनतेमध्ये जो काही कल्लोळ उठला तो कान बधीर करून टाकणारा होता. भारतीय क्रिकेटपटू सट्टा लावतात आणि फिक्सिंग करतात याविषयीच्या वावड्या आधीपासूनच उडत होत्या याचे एक कारण म्हणजे त्यांच्या ड्रेसिंग रूमजवळ आणि खेळाडूंच्या आसनांजवळ सतत फिरत असलेल्या संशयास्पद व्यक्तींशी असलेले आणि फारसे स्वच्छ नसलेले त्यांचे जवळचे संबंध. या प्रकरणाची सीबीआयने चौकशी करावी ही मागणी हवेत जोर धरत होती. काही वर्षांपूर्वी, भारतीय क्रिकेट संघातील एक खेळाडू मनोज प्रभाकर याने तर ११ जून १९९७ ला *'आऊटलुक'* या नियतकालिकाला एक मुलाखत दिली होती आणि त्यामध्ये सट्टा व फिक्सिंगमध्ये वरिष्ठ खेळाडूंचा हात असल्याचा आरोपही केला होता. या मुलाखतीकडे सर्वसामान्य लोकांचे आणि माध्यमांचेही लक्ष वेधले गेले होते. इतके की त्यामुळे बोर्ड ऑफ कंट्रोल फॉर क्रिकेट इन इंडिया (बीसीसीआय) ला, २० जून १९९७ ला भारताचे माजी चीफ जस्टिस निवृत्त न्यायमूर्ती वाय व्ही चंद्रचूड यांच्या अध्यक्षतेखाली एक चौकशी समिती नेमणे भाग पडले होते. परंतु या चौकशी समितीनी यामधील सर्व संबंधित स्वच्छ असल्याचा निर्वाळा दिला आणि हे आरोप सपशेल फेटाळून लावले होते. सारा ठपका मनोज प्रभाकर याच्यावरच

ठेवण्यात आला. या एक सदस्यीय समितीने काहीशा आश्चर्यजनक रीतीने असे मत नोंदवले होते, ज्या सर्वसामान्य स्त्रीपुरुषांच्या पाठबळावर या खेळाला हे महत्त्वाचे स्थान मिळाले आहे त्यांचाच जर असा समज झाला की हा खेळ निवडलेले ११ जण खेळत नसून सट्टेबाज खेळत आहेत तर तो अतिशय दु:खाचा दिवस ठरेल.

जस्टिस चंद्रचूड यानी सर्वांना दोषमुक्त केले असले तरी भारतीय क्रिकेटप्रेमींच्या आणि या खेळाचे निरीक्षण करणाऱ्यांच्या मनातला संशय तसाच रेंगाळत राहिला. आता साऊथ आफ्रिकेचा कप्तानच सट्टेबाजांबरोबर व्यवहार नक्की करताना ध्वनिफितीवर पकडला गेल्यावर आणि एक फौजदारी खटला दाखल झाल्यावर क्रिकेटमधील गुन्ह्यांची सीबीआय चौकशी व्हावी या सामान्य जनतेच्या मागणीने पुन्हा जोर धरला.

हा विषय संसदेपर्यंत पोचला आणि भारत सरकारने सीबीआयला या सबंध प्रकरणाची – भारतीय क्रिकेटमधील एकूणच सर्व गैरव्यवहारांची चौकशी करण्याचे आदेश देण्याचे ठरवले. २ मे २००० या दिवशी सीबीआयने आपली चौकशी सुरू केली. या चौकशीगटाचे नेतृत्व जॉइंट डायरेक्टर रवी सावनी हे करत होते. हे आयपीएस अधिकारी माझ्या एक वर्ष मागे होते. क्रिकेटजगत श्वास रोखून सीबीआयच्या अहवालाची वाट बघत होते आणि सीबीआय एखाद्या पक्क्या सुगाव्याची वाट बघत होते.

सीबीआयने ही चौकशी हाती घेतल्याच्या एक दोन आठवड्यातच दिल्ली पोलिसदलातील माझ्या कार्यकालातील एका जुन्या आणि विश्वासू खबऱ्याने मला भेटण्यासाठी वेळ मागितली. ठरलेल्या वेळेला तो माझ्या कचेरीत आला आणि त्याने सांगितले, 'मॅच फिक्सिंगच्या बाबतीमध्ये सीबीआयला जो माणूस चौकशीसाठी हवा आहे – एम के गुप्ता – त्याला तुम्हाला भेटायचे आहे.' मला याबद्दल काहीच माहिती नव्हते. मी विचारले, 'गुप्ता कोण?' मला एम के गुप्ता – क्रिकेटमधील सर्व सट्टेबाजांचा आणि फिक्सर्सचा 'बाप' – माहीत नाही याचे त्या खबऱ्याला फार आश्चर्य वाटले. मी जेव्हा त्याला कुतुहलाने विचारले, 'मला कशासाठी भेटायचे आहे त्याला?' 'सर, सीबीआयमधल्या फक्त तुमचेच नाव त्याने ऐकले आहे.' मी पुढे विचारले, 'माझे नाव कुठे आणि कधी ऐकले आहे त्याने?' खबऱ्या म्हणाला, 'सर, तो माझ्याकडे आला कारण मी तुम्हाला ओळखतो.' 'तो सीबीआयला शरण येणार आहे का?' तो उत्तरला, 'सर. तो प्रथम तुम्हाला भेटेल आणि मगच ठरवेल.'

माझ्या वरिष्ठांकडून परवानगी मिळेपर्यंत मी त्याला माझ्या कचेरीतच थांबायला सांगितले. आता, सीबीआय ही अशी संस्था आहे जेथे वर्तनाचे अलिखित नियम काहीसे कडक आहेत. एम के गुप्ता सारख्या संशयास्पद व्यक्तीला वरिष्ठांची परवानगी न घेता भेटणे योग्य मानले जात नाही. म्हणून मग मी माझ्या निकटच्या वरिष्ठांना – स्पेशल डायरेक्टर पी सी शर्मांना भेटून खबऱ्याच्या भेटीचे सर्व तपशील सांगितले. खबऱ्याच्या या खबरीने त्यांना खूपच उत्साहित वाटू लागले. हातातील मॅच फिक्सिंग चौकशीमध्ये खूपच काही हाती लागण्याची शक्यता त्यांना जाणवली. ताबडतोब ते मला डायरेक्टर आर के राघवन यांच्याकडे घेऊन गेले. आम्ही सर्व माहिती त्यांच्या कानावर घातली. कसलीही अडचण न येता मला पुढे जाण्याची परवानगी मिळाली कारण वर वर पाहता तरी ही माहिती सीबीआयकडे सोपवण्यात आलेल्या क्रिकेट मॅच फिक्सिंग केसच्या चौकशीच्या कठीण कामामध्ये मदत करेल असे वाटत होते.

खबऱ्याने एका क्रमांकावर दूरध्वनी केला आणि मग तो माझ्याकडे वळून म्हणाला, 'सर, हॉटेल ओबेरॉयमध्ये खोली क्रमांक ६५० मध्ये एम के तुमची वाट बघतोय. तुम्ही आत्तासुद्धा त्याला भेटू शकता.' सीबीआयचे मुख्यालय आणि हॉटेल ओबेरॉय ही दोन्ही ठिकाणे जवळजवळ असल्याने मला तेथे पोचण्यास १० मिनिटेच लागली. त्या हॉटेल स्वीटच्या दारावरची घंटी मी वाजवली. बऱ्यापैकी उंची असलेला, गव्हाळ वर्णाचा, सर्वसामान्य कपड्यांमधला एक माणूस समोर उभा होता. त्याने आदरपूर्वक माझे स्वागत केले. आणि मी एम के गुप्ता अशी स्वत:ची ओळखही करून दिली. त्या स्वीटच्या बैठकीच्या खोलीत आणखी दोन माणसे होती. त्यांच्याशीही माझी ओळख करून देण्यात आली. आम्ही सर्वजण सोफ्यावर स्थानापन्न झालो. थोड्याच वेळात शेजारच्या शय्यागृहातून आणखी दोन माणसे बाहेर आली. क्षणभर मला वाटले आपण नकळत एखाद्या सापळ्यात तर चालत आलो नाही ना. बहुतेक वेळा मी माझ्या अंत:सूचनेवर विश्वास ठेवत असलो तरी यावेळी मी जरा जास्तच विश्वास ठेवला की काय असेही माझ्या मनात येऊ लागले. मी या माणसाला हॉटेलच्या लॉबीमध्ये का बोलावले नाही? मी येथे एकटाच येण्याचे का ठरवले? एखाद्या गडद काळ्या ढगासारखे हे विचार माझ्या मनावर ओथंबून आले होते. तो एकाही प्रकाशकिरणाला आत येऊ देत नव्हता. मला चांगलेच अस्वस्थ वाटू लागले. परंतु तेवढ्यात मला माझ्या खबऱ्याची

आठवण झाली. तो अगदी विश्वासू आहे, मला धोका देणार नाही याची मला खात्री होती. अचानक आलेल्या त्या दोन माणसांमुळे माझ्या मनाची अशी स्थिती झाली होती, त्या दोघांनीही आदरपूर्वक माझे स्वागत केले आणि माझ्यासमोरच बसले. माझी अस्वस्थता कमी झाली.

एमकेने मला चहा विचारला पण मी त्याला नकार दिला. मग उगाच खोटेनाटे बोलून वेळ न घालवता तो सरळ मुद्यावरच आला.

'सर, मला शरण यायचे आहे. या साऱ्या गडबडीचे कारण मीच आहे.' तो मॅच फिक्सिंगच्या गोंधळाबद्दल बोलत होता.

या सर्वाशी त्याचा काय संबंध आहे माहीत नसताना मी आपल्याला सर्व काही माहीत आहे असा आव आणत त्याला विचारले, 'तुम्हाला काय म्हणायचे आहे?'

बाकीच्या गप्पा न मारता त्याने त्याच्या आयुष्याची कहाणी सांगायला सुरुवात केली. तो एका बँकेमध्ये कारकून होता. क्रिकेटच्या खेळामध्ये लहान लहान रकमांच्या पैजा लावण्याची त्याला सवय होती. या खेळासंबंधी मिळेल तेथून तो माहिती गोळा करत असे. या माहितीच्या आधारावर त्याने विचारपूर्वक पैजा लावण्यास सुरुवात केली. त्यामुळे त्याला इतर सट्टेबाजांपेक्षा अधिक पैसा मिळू लागला. त्याच्या बँकेतील एका ग्राहकामार्फत त्याची ओळख आनंद सक्सेना नावाच्या एका माणसाशी झाली. हा माणूस क्रिकेट व इतर खेळांमध्ये मोठमोठ्या रकमांचे सट्टे लावत असे. हळूहळू सक्सेनाच्य संगतीमध्ये एमकेची उलाढाल आणि नफाही अनेक पटींनी वाढला. त्याने आपली सुरक्षित परंतु 'बोअरिंग' अशी बँकेतील नोकरी सोडायचे ठरवले आणि तो आनंद सक्सेनाच्या भागीदारीमध्ये पूर्ण वेळ 'बुकी' म्हणून काम करू लागला.

१९८८ मध्ये एकदा, दिल्लीमध्ये एक क्लब-स्तरावरची क्रिकेटची मॅच बघत असताना एमकेचे लक्ष एका उभरत्या क्रिकेटरवर गेले. त्या क्रिकेटरने मोठ्या कौशल्याने शतक केले होते. एमके त्याच्या खेळाने खूपच प्रभावित झाला. मॅच संपल्यावर एमके त्या खेळाडूला जाऊन भेटला आणि त्याच्या खेळाचे कौतुक म्हणून त्याने त्याल २००० रुपये बक्षीस दिले. त्या तरुण क्रिकेटरला त्याने आपला दूरध्वनी क्रमांकही दिला आणि कसलीही आर्थिक किंवा इतर कसलीही मदत हवी असेल तेव्हा संपर्क करण्यास सांगितले. क्रिकेट मॅच फिक्सिंगमध्ये प्रणेता बनण्याचा निश्चय केलेल्या एका व्यक्तीच्या

जाळ्यात आपण अडकतो आहोत याची त्या नवशिक्या क्रिकेटरला अजिबात कल्पना नव्हती.

एमकेने प्रामाणिकपणे कबूल केले की एका तरुण टॅलेंटमध्ये मी गुंतवणूक केली होती. हा क्लब स्तरावर खेळणारा तरुण क्रिकेटर नक्कीच पुढे जाणार याची त्याला खात्री होती. तेव्हा मग त्याच्या या गुंतवणुकीचा फायदा त्याला मिळणार होता.

तो दिल्लीचा क्रिकेटर एमकेच्या संपर्कात राहिला आणि त्या दोघांमध्ये एक नाते निर्माण झाले – उपकारकर्ता आणि उपकृत यांचे – एम के उपकारकर्ता होता आणि तो खेळाडू उपकृत. १९९० मध्ये एमकेच्या भविष्याप्रमाणे न्यूझीलंडच्या दौऱ्यासाठी या नव्या खेळाडूची निवड झाली. दिल्लीचाच आणखी एक खेळाडूही एमकेच्या धूर्त काकदृष्टीने टिपलेला होता. हा एक चांगला 'ऑल राउंडर' होता आणि एमकेच्या जाळ्यात अडकण्याचीच जणू वाट बघत होता.

न्यूझीलंडच्या दौऱ्यादरम्यान एमकेने प्रशिक्षित केलेला दिल्लीचा खेळाडू फोनवर, खेळपट्टीविषयी, हवामानाविषयी, संघनिवडीविषयी आणि भारताच्या जिंकण्याहरण्याच्या टक्केवारीविषयी महत्त्वाच्या बातम्या या सट्टेबाजाला पुरवत होता. एमकेने या सर्व माहितीचा वापर सट्टे लावण्यासाठी व इतरांच्या 'बेट्स' घेण्यासाठी करून घेतला आणि भरपूर पैसा कमावला.

मार्च १९९० ला भारतीय क्रिकेट संघ तीन कसोटी सामन्यांची शृंखला ०–१ ने हरून मायदेशी परतला. त्याच वर्षी नंतर, भारताचा संघ इंग्लंडच्या दौऱ्यावर जाणार होता. परंतु दिल्लीच्या खेळाडूची निवड काही त्या संघामध्ये झाली नाही. एमकेच्या विनंतीवरून या खेळाडूने एमकेची ओळख आपला जवळच्या मित्र असलेल्या नव्या ऑल राउंडरशी करून दिली. आपल्या दुसऱ्या शिकारीला एमकेने ४०,००० रुपये दिले आणि न्यूझीलंडहून मिळत असत तशाच बातम्या देत राहाण्यास सांगितले. याशिवाय, त्याने जर एमकेला उपयुक्त ठरेल अशी आतील माहिती दिली तर तो परत आल्यावर त्याला एक मारुती जिप्सी घेऊन देण्याचे वचनही एमकेने त्याला दिले. मनोज प्रभाकरने त्याच्याकडून जेवढी अपेक्षा होती त्यापेक्षा खूपच अधिक काम केले. खेळपट्टी, हवामान इत्यादींबद्दल माहिती देतानाच त्याने एका कसोटी सामन्यामध्ये खेळही नीट केला नाही, ती कसोटी बरोबरीत सुटली. भारत ही मालिका ०–१ ने हरला.

दिलेल्या शब्दाला जागून, एमकेने त्या खेळाडूला इंग्लंडहून परतल्यावर एक वाइड व्हील्ड मारुती जिप्सी घेऊन दिली. या 'ऑल राउंडरने' मग अनेक आंतरराष्ट्रीय व राष्ट्रीय खेळाडूंची एमकेशी ओळख करून दिली. ही यादी बरीच मोठी आहे. यामध्ये संपूर्ण क्रिकेट जगतामध्ये अतिशय सन्मानाने घेतली जाणारी अशी अनेक नावे आहेत. (एमकेसाठी कुणी काय केले किंवा केले नाही – अर्थातच मोबदला घेऊन – लहान असो वा मोठा – रोख रक्कम असो वा काही वस्तूच्या रूपात – हे सारे घाणेरडे तपशील येथे पुन्हा सांगण्यात काही अर्थ नाही.) मधल्या काळात, एमके आणि तो ऑल राउंडर यांच्यामध्ये पैशावरून मतभेद झाले. हा खेळाडू इतर 'बुकीं'साठीही काम करू लागला आहे असा संशय एमकेच्या मनात होता. एमके पुन्हा आपल्या 'पहिल्या सहकाऱ्याकडे' वळला. ही त्याची दीर्घकालीन गुंतवणूक होती. या सहकाऱ्याने एमकेची ओळख भारतीय संघाच्या कप्तानाशी करून दिली. पुढचा इतिहास सर्वांनाच माहीत आहे. येथे एका गोष्टीचा उल्लेख करणे अतिशय आवश्यक आहे. भारतातील वेगवेगळ्या न्यायालयांनी भारतीय कप्तान व इतरांना 'तांत्रिक' मुद्यांवरून निर्दोष मानलेले आहे. परंतु, आपल्या देशाचे प्रतिनिधित्व करणारे क्रिकेटर्स म्हणून त्यांची कारकीर्द संपुष्टात आली ती आलीच. आता ते समालोचक म्हणून किंवा अगदी संसद सदस्य म्हणून आपल्या नव्या भूमिका करत आहेत.

मला आणखी धक्का बसला तो एमकेने उघड केलेल्या, पंच, फिजिओ, क्रीडा समीक्षक आणि क्रीडांगणातील कर्मचारी यांच्या सहभागामुळे. त्याच्या मते यांच्यापैकी कुणीही योग्य किंमत मिळाली तर त्याचे काम करायला तयार असे. वेगवेगळ्या वेळी त्याने ही कामे कशी करवून घेतली आहेत हे त्याने पुराव्यासह तपशीलवार सांगितले. एमके हा एक अतिशय मौल्यवान घटक ठरणार आहे याची कल्पना मला आली होतीच. क्रिकेट खेळाच्या पोटामध्ये काय चालते याची संपूर्ण माहिती देणारा हा खजिनाच होता. माझी संस्था, सीबीआय तर या सदगृहस्थांच्या खेळाला पछाडणाऱ्या सर्व वाईट घटनांचा उगम असलेल्या एमकेच्या विरुद्ध कारवाई करण्यास फारच उत्सुक असणार होती.

अर्थात एमकेच्याही काही अटी होत्या. भारतातील पोलिस ज्या प्रकारच्या वागणुकीसाठी प्रसिद्ध आहेत तशी वागणूक त्याची चौकशी करणाऱ्या पोलिस अधिकाऱ्यांकडून त्याला मिळू नये. त्याने जे आधी ऐकले आहे तशी वागणूक देण्याची सीबीआयची रीत नाही असे मी त्याला सांगितले.

एमके आणि मी यांच्यातील संभाषण जसजसे पुढे जात होते तसतसे माझ्या लक्षात येऊ लागले की खोलीत हजर असलेले बाकीचे लोक हे एमकेशी प्रामाणिक असणारे इतर मोठमोठे सट्टेबाज होते. ते एमकेशी अतिशय आदराने वागत होते. आता माझ्या क्षीण झालेल्या स्मरणशक्तीमुळे मला त्यांची नावे आठवत नाहीत. फक्त एक नाव माझ्या लक्षात आहे - विनोद चेंबूर. तो मुंबईच्या चेंबूर भागातील एक मोठा सट्टेबाज होता - अजूनही असेल. आणखी एक इंदोरचा होता आणि एक जयपूरचा होता. बहुधा आपल्या 'बिग बॉस'ने सीबीआय अधिकाऱ्यासमोर सर्व बाबी उघड करण्याचे ठरवले असल्याने त्याला पाठिंबा देण्यासाठी ते जमले असावेत.

दुपारी उशीरा मी सीबीआयच्या मुख्यालयामध्ये परतलो आणि एमकेशी झालेल्या सर्व संभाषणांबद्दल माझ्या वरिष्ठांना तपशीलवार अहवाल दिला. त्यांना फारच आनंद झाला हे सांगायला नकोच. आमची संस्था जे कोडे सोडवण्याची धडपड करत होती ते आता फारच सोपे वाटू लागले. या चौकशीची जबाबदारी मी घ्यावी असे मला सुचवण्यात आले परंतु अतिशय सौजन्याने मी ते काम नाकारले. माझ्याकडे आधीच खूप काम आहे त्यामुळे या एमकेला मी ही चौकशी करणारे माझे जे सहकारी करत आहेत त्यांच्या स्वाधीन करतो असे मी सांगितले. माझ्या वाचकांना खरे सांगायचे तर एकदा एक काम एका गटावर सोपवले गेल्यानंतर ते त्यांच्याकडून काढून घेऊन दुसऱ्या गटाकडे सोपवण्याने वातावरण दूषित होते. माझ्या कार्यकालामध्ये मला अनेक वेळा अशा परिस्थितीला सामोरे जावे लागले आहे. जेव्हा एखाद्या केसचा तपास दुसरा गट करत असताना माझ्या गटातील एखाद्या अधिकाऱ्याला त्या केसमधील महत्त्वाची माहिती मिळते आणि म्हणून ती केस माझ्याकडे दिली जाते. परंतु अशा प्रत्येक वेळी मी अतिशय काटेकोरपणे माझे नसलेले श्रेय घेण्याचा प्रयत्नही कधी केलेला नाही किंवा माझ्या सहकाऱ्यांच्या मनामध्ये माझ्याविषयी किल्मिष उत्पन्न होणार नाही याची काळजी घेतलेली आहे.

दुसऱ्या दिवशी क्रिकेट मॅच फिक्सिंगची केस हाताळणारे सीबीआयचे संयुक्त संचालक रवी सवानी हे आधी ठरवलेल्या वेळेनुसार माझ्याबरोबर हॉटेल ओबेरॉयमध्ये आले. एखाद्या कड्याप्रमाणे कोसळणाऱ्या एमकेच्या माहिती सकट त्याची आणि रवीची ओळख करून देऊन मी तेथून निघालो. त्यानंतरच्या आठवड्यांमध्ये रवी सवानी आणि त्यांचा गट हे सतत वृत्तपत्रांच्या पहिल्या पानांवर झळकत होते. प्रसारमाध्यमांच्या उन्मादाने क्रिकेटजगताला

हादरून सोडले कारण एमकेने जी लहानमोठी नावे घेतली होती त्या सर्वांना एकामागून एकाला लोधी रोडवरील सीबीआयच्या मुख्यालयामध्ये चौकशीला बोलावण्यात येत होते. मुख्यालयाच्या दाराशी दूरचित्रवाणीचे व वृत्तपत्रांचे असंख्य पत्रकार व छायाचित्रकार कॅमेरे घेऊन उभे असायचे. चौकशीसाठी बोलावण्यात आलेल्या प्रत्येकाला त्या गर्दीतून वाट काढतच यावे लागायचे. कान महोत्सवाच्या वेळी त्या लाल गालिचावरून चित्रपट तारेतारका चालत येतात ना तसेच काहीसे.

सीबीआयच्या चौकशीमधून जे काही निष्पन्न झाले त्यामुळे अनेक भारतीय क्रिकेटर्सना कायमची बंदी घालण्यात आली. आणि इतर अनेकांना काही काळापुरती बंदी घालण्यात आली. सीबीआयच्या या चौकशीमध्ये प्रचंड असा माहितीचा साठा उपलब्ध झाला. यासाठी, तोंडी, तांत्रिक व लेखी अशी बरीच माहिती जमा केली गेली. ऑक्टोबर २००० मधील सीबीआयचा यासंबंधीचा अहवाल अतिशय वाचनीय आहे. परंतु तो सर्व अहवाल एमकेने जे काही उघड केले त्याभोवतीच फिरतो आहे हेही खरे आहे.

या चौकशीच्या दरम्यान, मला असे कळले की भारतीय क्रिकेटमधील दोन फार मोठ्या नावांच्या व्यक्ती सीबीआयच्या मुख्यालयामध्ये बोलावल्या जाण्याची शक्यता आहे. अर्थात मला ही सर्व माहिती वृत्तपत्रांद्वारेच मिळत होती. ते जेव्हा येतील तेव्हा त्यानाही या 'रँप' वरूनच चालत जावे लागणार हे उघड होते. मला माझ्या वैयक्तिक पातळीवर या गोष्टीचा फार त्रास होत होता. माझे प्रिय सहकारी रवी सवानी यांच्या या सर्व काळामध्ये मी केवळ एकदाच आणि प्रथमच बोललो ते हे, यार, तू या खेळाडूंना बोलावलेस आणि माध्यमांसमोर त्यांची वरात काढलीस तर या खेळात शिल्लक काय राहील? लाखो पोरं आणि क्रिकेटपेमीचे हे आदर्श साफ धुळीला मिळतील. तू भले त्यांना साक्षीदार म्हणून बोलावले असशील परंतु जगाला हेच वाटणार की यांनीही असेच काहीतरी केले आहे. 'त्यांच्या सोयीच्या अशा एखाद्या जागी तू त्यांच्याशी बोलू शकणार नाहीस का?' रवीने त्या दोघा बड्यांना कचेरीत बोलावले नाही यावरून त्याचा मोठेपणा सिद्ध होतो. त्यांच्याशी बोलले गेले परंतु ते माध्यमांच्या नजरांपासून दूर. माझी विनंती मान्य केल्याबद्दल आणि माझ्या भावनंचा आदर केल्याबद्दल मी रवीचा कायम ऋणी राहीन.

~

परंतु क्रिकेटमधील वाईट बाबींचा आणि माझा संबंध एमकेला शोधण्यापुरताच मर्यादित राहाणार नव्हता. मॅच फिक्सिंगची अगदी पहिली वहिली अधिकृत केस ही इंग्लंडमध्ये ऑक्टोबर १९९९ मध्ये न्यू स्कॉटलंड यार्डने दाखल केलेली आहे हे फार थोड्या लोकांना माहीत असेल दिल्ली क्राइम ब्रँचने साउथ आफ्रिकन क्रिकेट खेळाडूंवर दाखल केलेली केस ही त्यानंतर खूप दिवसांनी म्हणजे मार्च २००० मध्ये आलेली आहे. लंडन केसमधील आरोपही दिल्लीमधील एका भारतीयाशी संबंधितच होते ही एक आश्चर्याचीच बाब आहे. स्कॉटलंड यार्ड केसमध्ये असा आरोप करण्यात आला होता की या भारतीयाने इंग्लिश द्रुतगती गोलंदाज बॉब विलिस आणि न्यूझीलंडचा कप्तान स्टीफन फ्लेमिंग यांना पटवण्याचा प्रयत्न केला होता. ५ ते ९ ऑगस्ट १९९९ या दरम्यान मँचेस्टर येथील ओल्ड ट्रॅफर्ड क्रीडांगणावर खेळल्या जाणाऱ्या इंग्लंड आणि न्यूझीलंड यांच्यातील तिसऱ्या कसोटी सामन्याचा निकाल आधीच निश्चित करण्याचा प्रयत्न त्याने केला होता. मुंबईतील एक प्रसिद्ध चित्रपट वितरक व भारतीय वंशाचा एक ब्रिटिश बातमीदार हेही त्याच्या या कामातले त्याचे भागीदार होते असे म्हणतात.

डेव्हिड जोन्स हा त्यावेळी न्यू स्कॉटलंड यार्डमध्ये वरिष्ठ डिटेक्टिव्ह होता. मी १९९४ मध्ये त्याला लंडनमध्ये भेटलेलो होतो. मुंबईतील अनेक खून व अमली पदार्थांच्या खटल्यांमध्ये इकबाल मोहम्मद मेमन उर्फ इक्बाल मिर्चीचा शोध घेण्यात येत होता. या संदर्भामध्ये इक्बाल मिर्चीला इंग्लंडमधून हद्दपार कसे करता येईल यासंबंधी मी यार्डची मदत घेतली होती. त्यानंतर, मी आणि डेव्हिड हे मित्र बनलो आणि कायम एकमेकांना अधिकृत कामामध्ये आणि अनधिकृत कामांमधेही साह्य करत होतो. (अशा एका केसच्या तपशीलांसाठी *'अतिथि देवो भव'* हे प्रकरण बघावे) मी त्याला डेव्ह म्हणतो. डेव्हने २००० च्या एप्रिलमध्ये मला दूरध्वनीवर सूचना दिली की एका महत्त्वाच्या बाबतीमध्ये माझी मदत मागण्यासाठी न्यू स्कॉटलंड यार्डचे दोन अधिकारी मला भेटण्यासाठी येणार आहेत. नेहमीप्रमाणेच मी डेव्हला माझ्या संपूर्ण सहकार्याची खात्री दिली.

एक दोन दिवसांनंतर यार्डचे दोन अधिकारी ब्रूस हॉर्नबरी (आता मृत) आणि मार्टिन हॉकिन्स हे माझ्या कचेरीत आले. त्या दिल्लीच्या रहिवाशाबद्दलची आणखी माहिती त्यांना हवी होती. त्या दोघांना जी काही मदत हवी होती आणि मला जी देणे शक्य होते ती सर्व मदत मी त्यांना दिली. परतताना ते अगदी आनंदात होते. सीबीआयने भारतातील मॅच फिक्सिंगची चौकशी सुरू

करणे आणि हे दोघे इथे येणे या गोष्टी साधारण एकाच वेळी घडल्या. नंतर मला कळले की स्कॉटलंड यार्डच्या चौकशीमधून प्रत्यक्ष खटला काही उभा राहू शकला नाही. आज ते तिघेही मोकळे आहेत. असे सांगतात की दिल्लीचा तो रहिवासी आता एक चित्रपट अभिनेता, दिग्दर्शक व निर्माता आहे.

~

तेरा वर्षे उलटली. एप्रिल २०१३ उजाडला. सब इन्स्पेक्टर ईश्वर सिंगने जसे योगायोगाने हॅन्सी क्रोनिएचे दूरध्वनीवरील बोलणे ऐकले होते तशाच योगायोगाने दिल्ली पोलिसदलाच्या स्पेशल सेलचे इन्स्पेक्टर (आता मृत) बद्रिश दत्त यांच्या कानावर काही व्यक्तींचे संभाषण पडले. ते त्यावेळी अतिरेकी व गुन्हेगारांच्या काही दूरध्वनींवरील तांत्रिक नजर ठेवण्याचे काम करत होते. त्या संभाषणामधील व्यक्ती क्रिकेटवर सट्टा लावणारे बुकी असावेत असा संशय त्यांना आला. कारण ते लोक इंडियन प्रीमियर लीगच्या सहाव्या मोसमामध्ये (आयपीएल) मध्ये खेळणाऱ्या क्रिकेटपटूंशी संपर्क साधण्याविषयी बोलत होते. इन्स्पेक्टरने ताबडतोब माझ्यासह त्याच्या वरिष्ठांना ही बातमी दिली. त्यावेळी मी दिल्ली पोलिसचा आयुक्त होतो. या कामगिरीमध्ये तथ्य दिसल्याने तिच्या प्रगतीवर बारीक नजर ठेवण्यात आली. दूरध्वनींवरील संभाषणांमधून एका मागोमाग एक सुगावे मिळत गेले आणि तीन क्रिकेटपटू आणि अनेक बुकी आता आमच्या निशाण्यावर आले.

या नजर ठेवण्यामधून बुकींचे आणि फिक्सर्सचे एक विस्तृत जाळे उघड झाले. हे लोक प्रत्यक्ष दाऊद इब्राहीमकडूनच आदेश घेत होते. अर्थात त्यासाठी संपर्काचे एक गुंतागुंतीचे जाळे उभारण्यात आले होते. राजस्थान रॉयल्ससाठी खेळणारे तीन खेळाडू यामध्ये असल्यावे दिसत होते – ते फिक्सर्स सांगतील तसे वागण्यास तयार होते. पैशासाठी ते आपला खेळ कमी दर्जाचा करण्यास व प्रेक्षागणात हजर असलेल्या त्यांच्या त्यांच्या 'हँडलर्स'ना सूचक खुणा करण्यास तयार होते.

त्यांनी केलेले हे वायदे प्रत्यक्षात उतरण्याची वाट बघत आम्ही थांबलो होतो. ५ मे २०१३, राजस्थान रॉयल्स (आरआर) आणि पुणे वॉरियर्स यांच्यामधील सामना जयपूरच्या सवाई मानसिंग स्टेडियमवर रात्री ८ वाजता सुरू होण्यापूर्वी आरआरचा एक खेळाडू एका वरिष्ठ खेळाडूशी बोलत होता. हे संभाषण नोंदले गेले संध्याकाळी ५ वाजून ५४ मिनिटांनी. आरआरच्या

खेळाडूला सांगण्यात आले की त्याच्या दुसऱ्या ओव्हरमध्ये त्याने १४ धावा द्यायच्या आहेत आणि त्याआधी एक सूचक खूण करायची आहे. खेळाडूने सांगितले की हे करण्याआधी तो आपला आत खोचलेला टीशर्ट बाहेर काढेल आणि मग सांगितल्याप्रमाणे करेल.

या बेतानुसार, त्या खेळाडूने १४ धावा तर दिल्या परंतु तो ठरलेली खूण करण्यास मात्र विसरला. हे फिक्स करणारा चंद्रेश पटेल उर्फ ज्युपिटर हा भयंकर संतापला कारण त्याच्या सिंडिकेटला याचा काहीच फायदा करून घेता आला नाही. त्या आरआर खेळाडूचे फिक्सर्सच्या सांगण्यानुसार वागतानाचे प्रत्यक्ष चित्रण झाले नसले तरी आमची चौकशी संपल्यानंतर त्याला अटक करण्यासाठी आमच्याकडे त्याच्याविरुद्ध पुरेसा पुरावा होता. तांत्रिक, प्रत्यक्ष, कागदोपत्री आणि तोंडीही.

हाराकिरी करणारा दुसरा खेळाडू होता तो भारताच्या संघातून खेळलेला होता आणि आता आरआर संघामधून त्यांचा जोरदार गोलंदाज म्हणून खेळत होता. 'आ फां तेरीब्ल' - भयानक कारटं म्हणूनही तो ओळखला जात असे. क्रीडांगणावर आणि क्रीडांगणाबाहेरच्या त्याच्या चाळ्यांमुळे तो अधिक प्रसिद्ध झाला होता. त्याला दुसऱ्याच एका सिंडिकेटने जाळ्यात ओढलं होतं - अर्थात ते सिंडिकेटही डी-कंपनीच्याच अंमलाखालीच काम करणारे होते. एका ओव्हरमध्ये १४ किंवा अधिक धावा द्यायच्या असे त्याला दिलेले काम होते. ज्या सामन्यामध्ये हा खेळाडू आपली ही 'कामगिरी' बजावणार होता तो सामना ९ मे २०१३ या दिवशी राजस्थान रॉयल्स आणि किंग्ज इलेव्हन पंजाब या दोन संघांमध्ये मोहाली येथे खेळण्यात येणार होता. ज्या माजी आयपीएल खेळाडूने आधीचा रॉयल फिक्स केला होता त्याच खेळाडूने या खेळाडूलाही 'फिक्स' केले होते.

या बेतानुसार, आपल्या दुसऱ्या ओव्हरच्या आधी या तरुण क्रिकेटरने आपला छोटा टॉवेल बाहेर काढला आणि आपल्या स्लॅक्सच्या पुढच्या बाजूला खोचला. त्याची आधीची तयारी नेहमीपेक्षा जास्त होती. अर्थात हेही तो आणि बुकी यांच्यामध्ये आधीच ठरलेले होते. यानंतर त्याने प्रयत्नांची पराकाष्ठा करून १४ धावा देण्याचा प्रयत्न केला परंतु दुर्दैवाने फलंदाजांना केवळ तेराच धावा करता आल्या. परंतु त्याच्या प्रामाणिक प्रयत्नांवर बुकी मात्र खूष होते. या व्यवहारासंबंधीचे बोलणे आम्ही पकडले होते आणि सामन्याच्या दरम्यान झालेल्या या सर्व घटनेची दृश्यफीतही उपलब्ध होती.

आणखी एक आरआर खेळाडू आणि स्पॉट-फिक्सर्स यांच्यामध्ये असाच एक 'व्यवहार' १५ मे २०१३ ला नक्की होणार आहे याची जाणीव असल्याने आम्ही या नवख्या क्रिकेटरने पुढची खोटी चाल खेळण्याची वाट बघत दबा धरून होतो. मधल्या काळात, दिल्ली पोलिस आणि विशेषत: मी - आमच्यावर सर्व साधारण समाज आणि प्रसारमाध्यमांनी आगपाखड करण्यास सुरुवात केलेली होती कारण पूर्व दिल्लीमध्ये एका अल्पवयीन मुलीवर तिच्या शेजाऱ्याने बलात्कार केला होता. १६ डिसेंबर २०१२ या दिवशी झालेल्या भयानक अशा निर्भया कांडानंतर जेमतेम ४ महिनेच उलटले होते. माझ्या शत्रूंनी - यामध्ये मीच सीबीआयच्या आर्थिक गुन्हे शाखेमध्ये काम करत असताना पकडून दिलेल्या अशा व्यक्ती, प्रसारमाध्यमे आणि स्वयंघोषित समाजसुधारक असे अनेक जण होते - माझ्यावर जोरात हल्ला करण्यास सुरुवात केली. स्पेशल सेलमधील माझ्या अधिकाऱ्यांनी सुचवले की तिसऱ्या आरआर खेळाडूला पकडण्याची वाट न बघता आपण आजवर झालेल्या सर्व स्पॉट-फिक्सिंगच्या घटना जाहीर कराव्या. हे दोन क्रिकेटर्स आणि बुकीज आणि फिक्सर्सचे विस्तृत जाळे आणि त्यांचे माफिया संबंध यांविषयीची संपूर्ण माहिती आमच्या हातात होती. आणखी सहा दिवस वाट बघत थांबणे धोकादायक होते. कोणत्याही ठिकाणाहून काही बातमी फुटली तर ही सबंध कामगिरी वाया जाणार होती. माझ्या अधिकाऱ्यांना भीती वाटत होती की अशा एखाद्या बातमी फुटण्याने या कामगिरीची बातमी म्हणून असलेली किंमत खूपच कमी होईल. याउलट, आम्ही जर आत्ताच आम्हाला असलेली सर्व माहिती जाहीर केली तर दिल्ली पोलिसांवर आणि त्यांच्या त्रस्त आयुक्तावर खिळलेले माध्यमांचे लक्ष आमच्या फायद्याचेच ठरू शकेल. मला हे पटत नव्हते. त्यांचे 'विचारपूर्वक' दिलेले मत मी नाकारले आणि थांबण्याचा निर्णय घेतला.

माझ्या ३७ वर्षांच्या पोलिस कारकिर्दीमध्ये अनेक वेळा सनसनाटी खुनांनंतर, अतिरेकी हल्ल्यांनंतर आणि खून मालिकांनंतर मी माध्यमांचे आणि जनमताचे असे बोचरे हल्ले अनुभवले होते आणि सहनही केले होते. इंग्लिश हवेप्रमाणे माध्यमांची आणि जनतेची मतेही झटपट बदलणारी असतात. एखादा खून उलगडला किंवा खुनांची मालिका करणारा खुनी सापडला की सारे काही अगदी नाट्यमय रीत्या बदलते आणि पुन्हा एकदा सूर्यप्रकाश चमकू लागतो. माझ्या मताने, एकच मार्ग आम्हाला खुला होता आणि तो म्हणजे चौकशी पूर्ण करणे, आमचा शेवटचा गुन्हेगार पकडणे आणि तोपर्यंत हे जे काही चालले

आहे ते सहन करणे. शिवाय पोलिसांविरुद्धचे हे वादळ मुद्दाम उठवण्यात आलेले होते, त्याला कोणताही तार्किक आधार नव्हता आणि लौकरच हे वादळ शमेल हे मला माहीत होते.

दुर्दैवाने, ११ मे या दिवशी इन्स्पेक्टर बद्रिश दत्त या केसमधील आमचे प्रमुख तपासनीस यांचा देहांत झाला. गुरगांवमधील एका भयानक घटनेमध्ये गोळ्या लागलेले त्यांचे शरीर सापडले. त्यांच्याशेजारीच त्यांची प्रेयसी, स्वयंघोषित गुप्तहेर गीता शर्मा हिचे शरीरही होते. एकाने दुसऱ्याला गोळी घातली असावी आणि नंतर आत्महत्या केली असावी असे दिसत होते. चौकशी करणाऱ्या गटाला हा एक फार मोठा धक्काच होता. परंतु एका चांगल्या अधिकाऱ्याला गमावल्याचे दुःख मागे ठेवून आम्ही पुढे जात राहिलो.

१५ मे. आम्ही राजस्थान रॉयल्स आणि मुंबई इंडियन्स यांच्यातील सामन्याचे प्रत्यक्ष चित्रण श्वास रोखून बघत होतो. आमचे पोलिस गट दिल्ली आणि मुंबई दोन्ही ठिकाणी अगदी तयारीत होते. त्या तिसऱ्या आरआर खेळाडूने ६० लाख रुपयांच्या बदल्यात फिक्सर्सना दिलेल्या शब्दाला जागून १४ धावा दिल्या. आम्ही पुढे जाण्याची खूण करताच सामना संपताक्षणी, आमचे दोन्ही गट पुढे धावले. झटपट केल्या गेलेल्या कामगिरीमध्ये दिल्ली पोलिस स्पेशल सेलच्या अधिकाऱ्यांनी १४ व्यक्तींना अटक केली. १५-१६ मेच्या रात्रभरामध्ये केलेल्या या अटकांमध्ये बुकीज, पैसा पुरवणारे आणि ते तीन खेळाडू इतके लोक होते. अनेक संगणक, मोबाइल फोन्स, दूरचित्रवाणी संच, हस्तलिखित नोंदवह्या आणि गुन्हे सिद्ध करणारे अनेक कागदपत्र या धाडींमध्ये हाती लागले. ट्वेंटी-२० क्रिकेटमध्ये घडणाऱ्या स्पॉट फिक्सिंगच्या पहिल्याच घटनेवरील पडदा दूर झाला होता.

१६ मेच्या दुपारी, आम्ही मोठ्या विजयाने एक पत्रकार परिषद घेतली. आणि आमच्या या मोलाच्या कामगिरीविषयी सर्व जगाला सांगितले. आम्ही उघड केलेल्या घटनांमुळे सारे क्रीडाविश्व ढवळून निघाले. आणि लाखो क्रिकेटप्रेमी भारतीय पुन्हा एकदा सुन्न झाले. पंधरा दिवस चघळायला पुरेल एवढे खाद्य भारतीय प्रसारमाध्यमांना मिळाले. या रॅकेटमधील शेवटच्या गुन्हेगाराला पकडण्याचे आमचे काम सुरूच राहिले शेवटचा आकडा होता ३६.

दिल्ली पोलिसांमधील आम्हा सर्वांच्या दृष्टीने आता लाट आमच्या बाजूने फिरली होती. माध्यमांमधील अथक शत्रुत्वापासून आणि आमच्या विरोधी जनमतापासून आता सार्वमत सकारात्मकतेकडे झुकले होते. लोकशाहीच्या

चौथ्या स्तंभाचे हे साफ उलट वळणे गमतीशीर आणि आश्चर्यकारकही होते. तेच सन्माननीय 'अँकर्स'. वरिष्ठ पत्रकार आणि स्थानिक संपादक कालपर्यंत माझ्या रक्तासाठी हपापले होते, मी राजीनामा द्यावा किंवा मला काढून टाकावे अशा घोषणा करत होते तेच आता त्यांना एकट्याला मी मुलाखत द्यावी म्हणून माझ्या मागे लागले होते. अथक टीका आणि उपहास यांची जागा आता भरपूर स्तुतीने घेतली होती. नशीबाची चक्रे कशी फिरतात बघा.

या सगळ्या माध्यमांच्या झंझावातामध्ये मला एका पत्रकाराने एक भयंकर बातमी कळवली. मार्च २००० मध्ये दाखल केलेल्या हॅन्सी क्रोनिएच्या केसचे आरोपपत्र दाखलच केले गेले नव्हते. कमालीचा आश्चर्यचकित होऊन मी क्राइम ब्रँचमधील माझ्या अधिकाऱ्यांना या बातमीचा खरेखोटेपणा तपासण्यास सांगितले. थोड्या चौकशीनंतर ही बातमी खरी असल्याचे त्यांनी मला सांगितले. माझ्या कारकिर्दीच्या उरलेल्या दोनतीन महिन्यांच्या आत हे आरोपपत्र दाखल झालेच पाहिजे असा मी निश्चयच केला. क्राइम ब्रँचच्या वरिष्ठ अधिकाऱ्यांच्या प्रयत्नांमुळे आम्ही जुलैच्या शेवटच्या आठवड्यामध्ये हे आरोपपत्र दाखल करण्यात यशस्वी झालो. त्या केसमधील ६ आरोपींपैकी पाचजणांवर आरोपपत्र दाखल करण्यात आले. आता ते खटला सुरू होण्याची वाट पहात आहेत. या पाचजणांमध्ये (मृत हॅन्सी क्रोनिए हा सहावा होता.) लंडनमधील एक उपाहारगृह चालक संजीव चावला, क्रिशन कुमार, सुनील दारा उर्फ बिट्टू हा दिल्लीवासी बुकी; राजेश कालरा आणि मनमोहन खट्टर (फरारी) हे लोक आहेत.

३० जुलै २०१३ मी निवृत्त होण्याच्या एक दिवस आधी, स्पॉट-फिक्सिंग केसमधील पहिले आरोपपत्रही न्यायालयामध्ये पोचले ही एक आनंदाची गोष्ट झाली. दुसऱ्या दिवशी मी अतिशय समाधानाने निवृत्त झालो. जे करायला निघालो होतो ते पूर्ण केले होते.

५ ऑगस्टला मी लंडनला जायला निघालेलो होतो. माझ्या मुलीला दोन आठवड्यांपूर्वी कन्यारत्न झाले होते. माझ्या त्या तीन आठवड्यांच्या अतिशय आवश्यक अशा सुटीमध्ये मी लुटनला एका मित्राला भेटण्यासाठी गेलो होतो. लंडनच्या उत्तरेला ५० किलोमीटर्सवर बेडफर्डशरमध्ये हे एक मोठे शहर आहे. संध्याकाळी माझा मित्र मला ल्युटन टाउन मधील इंडियन्स क्रिकेट क्लबमध्ये घेऊन गेला. मी आरामात एका सोफ्यावर बसलो, हातामध्ये सिंगल मॉल्टचा ग्लास होता. तेवढ्यात मला एक उदघोषणा ऐकू आली. त्या मोठ्या

दालनाच्या एका बाजूला उभारलेल्या लहानशा रंगमंचाकडे येण्याची मला विनंती करण्यात येत होती. क्लबच्या सचिवाने माझ्या स्वागतपर एक लहानसे भाषण केले. त्यामध्ये क्रिकेटमधील चुकीच्या घटनांच्या तपासाशी माझ्या असलेल्या सहभागाचाही उल्लेख होता. विशेषत: आयपीएल-६ मधील स्पॉट फिक्सिंग केस. त्यानंतर त्याने क्लबच्या अध्यक्षांना मला एक सुंदर काचेचे मानचिन्ह देण्याची विनंती केली. त्या मानचिन्हावर कोरलेले शब्द असे होते - 'थँक यू फॉर मेकिंग द क्रिकेट वर्ल्ड अ बेटर अरीना टू प्ले इन.' क्रिकेट जगाला खेळण्यासाठी एक चांगले क्रीडांगण उपलब्ध करून दिल्याबद्दल आभार. हे फारच हेलावून टाकणारे होते. विशेषत: मला माझ्या स्वत:च्या देशामध्ये अशा प्रकारचे कोणतेच कौतुक लाभले नव्हते म्हणून अधिकच. माझ्या देशातील कोणत्याही क्रिकेट समितीला किंवा मी सभासद असलेल्या दिल्लीतील अनेक क्लब्जनाही पुढे होऊन माझ्या नेतृत्वाखाली दिल्ली पोलिसांनी केलेल्या उत्तम कामाबद्दल त्यंना शाबासकी द्यावी हे सुचले नव्हते. एक ख्रिश्चन म्हण आहे - 'कौतुक मोठ्याने करावे आणि निंदा हळू आवाजात.' कदाचित आपण भारतीय याच्या बरोबर उलट वागण्यावर विश्वास ठेवत असू. काहीही असो - आज ते लहानसे काचेचे मानचिन्ह माझ्या लिहिण्याच्या टेबलावर स्थानापन्न झालेले आहे. मला सतत आनंद देत राहिले आहे.

माझ्या मनात असो वा नसो-परंतु मोठ्या आनंदाने नशिबाने मला क्रिकेटमधील दुर्वर्तनाच्या चार मोठ्या तपासकामांमध्ये/चौकशांमध्ये भाग घेण्याची संधी दिली. एके काळी छान सूर्यप्रकाशामध्ये दुपारी लॉर्डस आणि राजघराण्यातील लोक पांढरे कपडे घालून इंग्लंडमधील सुंदर अशा हिरवळीवर खेळत असलेल्या या खेळामध्ये शिरू लागलेल्या किडीचा मी पाठपुरावा केला. एखाद्या फलंदाजाला माहीत असले की त्याच्या बॅटचा स्पर्श चेंडूला झालेला आहे आणि त्याचा यष्टीमागे कॅच घेण्यात आलेला आहे तर त्याला 'नॉट आउट' दिले तरी तो आत निघून जात असे. तो आउट नसताना त्याला आउट दिले गेले तरी तो आत निघून जात असे. या जंटलमन्स गेमची ही रीत होती. या खेळाच्या या रीतीची प्रसिद्धी अशी होती की कोणत्याही चुकीच्या वर्तनाला 'धिस इज नॉट क्रिकेट' असे म्हणण्याची पद्धतच पडून गेली होती. दूरदूरच्या प्रदेशांमध्ये विशेषत: ब्रिटनच्या पूर्वीच्या नसाहतींमध्ये हा खेळ लोकप्रिय होऊ लागला तसा जाहिराती आणि प्रायोजकत्वाच्या मार्गाने भरपूर पैसा या खेळामध्ये आला. त्याबरोबरच दूरचित्रवाणी आणि या खेळाच्या

वेगवेगळ्या लहान स्वरूपांनी त्यामध्ये भर घातली. सर्वसामान्य व्यक्तींमध्ये जागृत असलेली मूल्ये ढासळू लागली. क्रिकेटच्या सामन्याच्या निकालावर सट्टा लावण्याचा किडा फोफावू लागला. या कथेच्या नायकासारख्या विकृत आणि 'कामसू' लोकांनी खेळाडूंना व या खेळाशी संबंधित असलेल्या इतर व्यक्तींना 'फिक्स' करण्याची कल्पना मांडली. सेल फोनव्यवस्थेच्या आगमनाने तर बुकीज आणि फिक्सर्सचे काम अधिकच सोपे झाले.

क्रिकेटशी संबंधित असलेले लोक या खेळाचे पावित्र्य आणि एकात्मता जपण्याचा आटोकाट प्रयत्न करत असतात तर काही सडक्या मनांनी या खेळाची दुष्कीर्ती केली आहे. इतकी की आज जर एखाद्या चुकीच्या बाबीला कुणी म्हटले - 'दॅट इज नॉट क्रिकेट' तर तुम्ही आणि मीही त्याच्या या चुकीला पोटभर हसू.

आभार

पुस्तक लिहिणे हे नेहमीच एक स्वप्न होते. परंतु स्वत:च्या क्षमतेविषयीची शंका आणि घाई काय आहे अशी एक भावना यामुळे मी आजवर असा कोणताच प्रयत्न केला नाही. एके दिवशी मात्र नशीबानेच दिल्लीमध्ये एका पुस्तक प्रकाशन समारंभामध्ये माझी व एस हुसैन झैदी यांची भेट घडवून आणली. झैदी हे मुंबईच्या गुन्हेगार जगाविषयी लिहिणारे सन्माननीय लेखक. तासभर गप्पा झाल्यानंतर का कोण जाणे पण त्यांना वाटले की माझ्याजवळ सांगण्यासारखे पुष्कळ काही आहे. आणि मला लिहिता येईल. त्यांनी त्यांचे हे विचार पेंग्विन रँडम हाऊसच्या चिकी सरकार यांच्या कानावर घातले. त्यांनी माझ्याकडे सरळ एक पुस्तक आणि तेही एका मर्यादित काळात पूर्ण करण्याच्या अटीसह एक करारपत्र पाठवून दिले. मी लिहिलेली एक ओळही त्या दोघांपैकी कुणी वाचलेली नव्हती. त्यांनी माझ्यावर जी ही आंधळी श्रद्धा दाखवली त्याबद्दल त्यांचे आभार मानावे तेवढे थोडे आहेत. त्यांचा भ्रमनिरास होऊ नये एव्ढीच माझी मनापासून इच्छा आहे.

माझ्या मुली अरुणिमा आणि अंकिता आणि माझे दोन्ही जावई मानव आणि कुशाग्र यांचाही माझ्या आजवर परीक्षा न झालेल्या लेखन कौशल्यावर असाच विश्वास होता. हे सर्वजण मी पुस्तक लिहावे म्हणून हात धुवून माझ्यामागे लागले होते. ते पुस्तक प्रकाशित करायला कुणी तयार होईल का याचा विचारही न करता. त्यांचे आभार मानण्याची काहीच आवश्यकता नसली तरी त्यांचे प्रेम आणि पाठिंबा यामुळेच मी हे काम करत राहिलो हे मान्य करायलाच हवे, ते म्हणजे माझा पहिला 'साउंडिंग बोर्ड' होते. त्यांच्या सूचना नेहमीच उपयुक्त असत त्यांच्यामुळेच मी माझ्या मार्गावर टिकून राहू शकलो. देव त्यांचे कल्याण करो.

माझा भाचा आकर्ष सहाय याचे खास आभार मानले पाहिजेत. या पुस्तकाच्या तीन प्रकरणांमधील नकाशे त्यानेच तयार केले आहेत. त्यासाठी त्याने प्रत्यक्ष त्या त्या जागांना भेटी देऊन, दूरवर चालत जाऊन आपले नकाशे अचूक केले आहेत.

माझा प्रिय मित्र, *'इंडिया एंपायर'* चा सायंतन चक्रवर्ती हा माझा सर्वात कडक टीकाकार होता. हा भारतातील उत्तम शोधपत्रकारांपैकी एक आहे. एक दिवस मी त्याला अतिशय सौम्यपणे विनंती केली की त्याने आपली टीका थोडी सौम्य करावी. मी काही त्याच्यासारखा व्यावसायिक आणि कसलेला लेखक नाही. त्यानंतर मात्र त्याची टीका खरोखरच सौम्य झाली. परंतु एका वाचकाच्या दृष्टिकोनातून मात्र तो मला सूचना करत राहिला. हे पुस्तक तयार होण्यामधील त्याचा सहभाग फार मोठा आहे. मी तुझा आभारी आहे, सायंतन – एक जेवण देणे लागतो मी तुला.

मी जे काही आत्तापर्यंत लिहिले आहे ते बहुधा सर्वच माझ्या स्मरणशक्तीवर आधारलेले आहे. त्यामुळे माझी कथा अधिक रोचक करण्यासाठी मला काही खरेखुरे मुद्दे हवे होते. याविषयीचे संशोधन करत असताना, मला पुन्हा एकदा मुंबई, कोलकाता, दिल्ली, गुजरात आणि सीबीआय येथील पोलिस अधिकाऱ्यांशी संपर्क साधावा लागला. त्यांचा प्रतिसाद व मदत ही नेहमीच उत्स्फूर्त व उल्हासदायक होती. हे पुस्तक तयार करण्यातील आनंदाचा मोठा भाग त्यांच्याशी बोलण्यामध्ये आणि पोलिसदलातील बंधुभावाचा अनुभव घेण्यामध्ये होता. हा बंधुभाव, हा काळ, वय निवृत्ती या साऱ्यांच्या पलीकडला आहे. माझे सहाध्यायी डी सिवानंदन, राकेश मारिया, के एम एम प्रसन्ना आणि सिनियर इन्स्पेक्टर सांडभोर हे मुंबई पोलिसदलातील मित्र, कुलदीप शर्मा व सुधीर सिन्हा हे गुजरात पोलिस दलातील मित्र, राजीव कुमार हे कोलकाता पोलिसदलातील मित्र, निवृत्त एसीपी प्रिथ्वी सिंग आणि इन्स्पेक्टर ईश्वर सिंग हे दिल्ली पोलिसदलातील मित्र, वीरेंद्र सिंग (सीबीआयमधील एक जवळचा माजी सहकारी आणि आता आयकर विभागामध्ये कार्यरत), सतीश झा आणि ओ पी छटवाल (माझे तेव्हाचे एसपी); रमण त्यागी, अजय बस्सी. एम सी साहनी. व्ही एस शुक्ला आणि डी एस शुक्ला हे सीबीआयमधील मित्र आणि या पुस्तकासाठी संशोधन करत असताना मला मदत करणारे असंख्य लोक या सर्वांचे मी अतिशय मनापासून आभार मानतो. जर कुणाचे नाव राहिले असेल तर मी त्यांची क्षमा मागतो.

सीबीआयमधील कारकिर्दीपासूनचे माझे खाजगी सहाय्यक हरिपद एन रवि कुमार आणि इन्स्पेक्टर खुर्शिद अली दिल्ली पोलिस दलामध्ये मी असताना माझ्या वैयक्तिक कर्मचाऱ्यांमधील एक यांचे खूप खूप आभार. मला अतिशय गरज असलेल्या सचिवाच्या कामामध्ये या सर्वांची मला खूप मदत झाली.

मला सीबीआयचेही आभार मानण्याची इच्छा आहे. माझी तेथील कारकीर्द, माझे वरिष्ठ आणि सर्वात महत्त्वाचे म्हणजे माझ्या 'टीम' चे सदस्य जे माझ्या सर्व मोहिमांमध्ये माझ्या खांद्याला खांदा लावून उभे होते त्यांचे आभार. त्या कामगिऱ्यांवरच या पुस्तकातील कथा आधारलेल्या आहेत. या कामगिऱ्यांच्या यशामध्ये सीबीआयमधील माझे वरिष्ठ व माझे कनिष्ठ अधिकारीही सहभागी आहेत.

इतक्या कमी वेळामध्ये या पुस्तकाला प्रस्तावना लिहून दिल्याबद्दल राजा विजय करण यांचे आभार मानावे तेवढे थोडेच आहेत. ते १९८० च्या दशकाच्या अखेरीस दिल्ली पोलिसदलाचे आयुक्त म्हणून काम करत असताना त्यांच्या हाताखाली काम करण्याचे भाग्य मला लाभले आहे. एक तरुण डीसीपी म्हणून एका जिल्ह्याचे नेतृत्व करण्याची संधी त्यांनी मला दिली. प्रस्तावनेतील त्यांच्या प्रेमळ शब्दांवरूनच त्यांचे प्रेम व ममता दिसून येते.

त्याचप्रमाणे, अरुण पुरी, सुहेल सेठ आणि रवी शास्त्री यांचे उत्तेजन व पसंतीची पावती याबद्दल त्यांचे आभार. यांच्यापैकी प्रत्येक जणच अतिशय कामात असतो. या पुस्तकाची पहिली प्रुफे वाचून लगेच त्यांच्या सूचना लिहून कळवण्यासाठी त्यांनी जो वेळ काढला यावरून असे मित्र मिळण्याने मी किती भाग्यवान आहे हेच सिद्ध होते.

मिली ऐश्वर्या आणि पेंग्विन रॅडम हाऊस यांनी माझे पुस्तक प्रकाशित करण्याचे धाडस केले याबद्दल, गुर्वीन छड्डा, माझे तरुण संपादक ज्यांनी अथक परिश्रम करून या पुस्तकाला आकार दिला आणि आजचे स्वरूप मिळवून दिले याबद्दल मी कृतज्ञता व्यक्त करतो. रिचा बर्मन हिने लाइन एडिटिंगचे अतिशय कठीण काम पार पाडले आणि शतरुपा घोषाल आणि शनुज व्ही सी यांनी यातील मजकूर लक्षपूर्वक वाचला याबद्दल त्यांचे आभार.

अखेरीस, माझ्या प्रिय पत्नी मालासाठी एक प्रेमालिंगन. अनेक तास माझा सहवास सोडून राहिली आणि मला लिहू दिले आणि स्वत: जिंदगी ही दूरचित्रवाणीवरील वाहिनी बघण्यात वेळ घालवला. नेहमीप्रमाणेच तिने माझ्या आधारस्तंभाचे काम केले आहे. अगदी महत्त्वाच्या क्षणी मला जी प्रेरणा हवी होती ती तिनेच दिली आहे, आणि सल्लाही दिला आहे.